ஜெயமோகன்

பிறந்தது 1962, ஏப்ரல் 22ல். பள்ளி நாள்களில் 'ரத்னபாலா' என்கிற சிறுவர் இதழில் முதல் கதையை எழுதினார். 1987ல் 'கணையாழி'யில் எழுதிய 'நதி' சிறுகதை பரவலாகக் கவனம் பெற்றது. 1988ல் எழுதப்பட்ட 'ரப்பர்' நாவல் அகிலன் நினைவுப் போட்டியின் பரிசைப் பெற்றது. இது தவிர கதா விருதும் சம்ஸ்கிருதி சம்மான் தேசிய விருதும் பெற்றுள்ளார். இவர் எழுதிய 'விஷ்ணுபுரம்' தமிழ் இலக்கிய உலகில் பெரிய கவனத்தைப் பெற்றதோடு விவாதத்தையும் ஏற்படுத்தியது. இவரது படைப்புகள் தொடர்ந்து தமிழ் இலக்கிய உலகில் அதிர்வலைகளையும் புதிய சாத்தியங்களையும் ஏற்படுத்திய வண்ணம் உள்ளன. தமிழ் மற்றும் மலையாளத் திரைப்படத் துறைகளிலும் இவரது பங்களிப்பு தொடர்கிறது.

கிழக்கு பதிப்பக வெளியீடுகளாக ஜெயமோகனின் புத்தகங்கள்

வெண்முரசு (மகாபாரதம் நாவல் வடிவில்)

முதற்கனல்
மழைப்பாடல்
வண்ணக்கடல்
நீலம்
பிரயாகை
வெண்முகில் நகரம்
இந்திரநீலம்
காண்டீபம்
வெய்யோன்
பன்னிரு படைக்களம்
சொல்வளர்காடு

வெண்முரசு (நாவல் பகுதிகள்)

எரிமலர்
புல்லின் தழல்
செம்மணிக்கவசம்
இருள்விழி
ஆயிரம் கைகள்

பிற நூல்கள்

விஷ்ணுபுரம்
ஏழாம் உலகம்
உலோகம்
கன்னிநிலம்
ஊமைச்செந்நாய்
ஜெயமோகன் சிறுகதைகள்
ஜெயமோகன் குறுநாவல்கள்
விசும்பு (அறிவியல் புனைகதைகள்)
பேய்க்கதைகளும் தேவதைக்கதைகளும்
நாவல் (கோட்பாடு)
சாட்சிமொழி
முன்சுவடுகள்
வாழ்விலே ஒரு முறை
லோகி (லோகிததாஸ் நினைவு)
நவீன தமிழ் இலக்கிய அறிமுகம்
புதியகாலம் (இலக்கிய விமர்சனம்)
இன்று பெற்றவை (நாட்குறிப்புகள்)
சிலுவையின் பெயரால்
இந்து ஞான மரபில் ஆறு தரிசனங்கள்
இந்திய ஞானம்
புல்வெளிதேசம் (ஆஸ்திரேலிய பயணக்கட்டுரை)
அண்ணா ஹசாரே
அபிப்பிராய சிந்தாமணி
சொல்முகம்
தனிக்குரல்
அருகர்களின் பாதை
இந்தியப் பயணம்
நூறு நிலங்களின் மலை
குகைகளின் வழியே
ஈழ இலக்கியம்
இலக்கியவிவாதக் கட்டுரைகள்
சூரியதிசைப் பயணம்

சொல்முகம்

ஜெயமோகன்

கிழக்கு

சொல்முகம்
Solmugam
Jeyamohan ©

Kizhakku First Edition: December 2016
200 Pages
Printed in India.

ISBN 978-81-8493-645-2
Kizhakku - 946

Kizhakku Pathippagam
177/103, First Floor,
Ambal's Building, Lloyds Road,
Royapettah, Chennai - 600 014.
Ph: +91-44-4200-9603

Email : support@nhm.in
Website : www.nhm.in

kizhakkupathippagam
kizhakku_nhm

Author's Email: jeyamohan.writer@gmail.com

Author's Website: www.jeyamohan.in | venmurasu.in

Kizhakku Pathippagam is an imprint of New Horizon Media Private Limited.

பிரியத்திற்குரிய நன்பர்
சிறில் அலெக்ஸுக்கு அன்புடன்

பொருளடக்கம்

ஆளுமைகள்

ஆன்மீகம்

இலக்கியம்

சமூகம்

சொல்லுடன் நிற்றல்

எழுத்தாளன் சொற்பொழிவாளனாக ஆகக்கூடாதென்று எப்போதும் சொல்லிவந்தவர் சுந்தர ராமசாமி. மேடை ஏறவே மறுப்பவர் ஆற்றூர் ரவிவர்மா. ஆனால் அவர்களும் பேசும்படி ஆகிவிட்டிருக்கிறது. சுந்தர ராமசாமி சொற்பொழிவுகளை ஆற்றியேயாகவேண்டிய கட்டம் வந்தது. தேர்ந்த சொற்பொழிவாளராக கட்டம் வந்தது. தேர்ந்த சொற் பொழிவாளராக ஆகவும் செய்தார். அவர்களின் மாணவன் என்று சொல்லிக் கொள்ளும் நானும் வேறுவழியில்லாமல்தான் மேடைப் பேச்சாளனாக ஆனேன்.

தமிழ்ச்சூழலில் எழுத்தாளன் எழுதுவதை மட்டும் செய்தால் தன் பணியைச் செய்யாதவனாகிறான். அவன் ஒரு பண்பாட்டுச் செயல் பாட்டாளனாகவும் பணியாற்றவேண்டியிருக்கிறது. இலக்கியம் என்ற இயக்கம் தொடர்ந்து நிகழ அவன் தன் பங்களிப்பை ஆற்றியாக வேண்டும். அகவேதான் எழுத்தாளர்கள் இங்கே இலக்கிய அறிமுகங்கள் செய்கிறார்கள். இலக்கிய விளக்க நூல்கள் எழுதுகிறார்கள். இலக்கிய விமர்சனங்களும் மதிப்புரைகளும் எழுதுகிறார்கள்.

அந்த இலக்கிய அறிமுகப்பணியின் ஒரு பகுதியே இலக்கியவாதியின் மேடை உரை. என் சொற்பொழிவுகளில் பெரும்பகுதி நவீன இலக்கியத்தை அறிமுகம் செய்பவை. சமீபகாலமாக காந்தியச் சிந்தனைகளையும் ஆன்மீகச் சிந்தனைகளையும் அறிமுகம் செய்து பேசுகிறேன்.

பேசுவது எனக்கு உயிர்வதையாகவே இருந்தது. கூடுமான வரை தவிர்த்துவிடுவேன். ஆயினும் பேசவேண்டியிருந்தது. சில மேடைகளில் பேசமுடியாமல் திகைத்து நிற்க நேரிட்டது. அது ஏன் என்பதைக் கவனித்தேன். எனக்கு மேடையில் சிந்திக்க வரவில்லை என்பதைக் கண்டுகொண்டேன். ஏற்கனவே சிந்தித்ததை மட்டுமே நான் மேடையில் சொல்லமுடிகிறது என்பதை அறிந்தேன்.

ஆகவே சொற்பொழிவுகளை முழுமையாக எழுதி மனப்பாடம் செய்து பேச ஆரம்பித்தேன். அது ஒரு நல்ல பழக்கமாக அமைந்தது. தமிழின் பெரும் சொற்பொழிவாளர்கள் பலர் மேடையிலேயே சிந்திப்பவர்கள். நான் எழுதும்போது என் எழுத்து அங்கேயே நிகழ்ந்து வரும். அதுபோல மேடையில் அவர்களுக்குப் பேச்சு நிகழ்ந்துவிடுகிறது. அது எனக்குச் சாத்திய மல்ல. என் ஊடகம் எழுத்து. எழுதும்போது எனக்குள் திறக்கும் வாசல்கள் வேறெப்போதும் திறப்பதில்லை.

என் உரைகள் எல்லாமே முன்னரே தெளிவாக கட்டுரை வடிவில் எழுதப்பட்டவை. அவற்றை சிலமுறை வாசித்து சிறிய குறிப்புகளாக ஆக்குவேன். அந்தக் குறிப்புகளை என் கையில் வைத்துக்கொண்டு மேடையேறுவேன். ஆனால் நான் ஒரு போதும் குறிப்புகளைப் பார்த்து வாசித்ததில்லை. குறிப்புகளைப் பிரித்துப்பார்த்ததுகூட இல்லை. நினைவில் இருந்து மொத்த உரையையும் நிகழ்த்துவேன். முன்னரே தயாரிக்கப்பட்ட என் எழுத்துவடிவ உரையில் இருந்து மிகச்சிறிய மாற்றமே பேச்சில் நிகழ்ந்திருக்கும். என் நினைவுத்திறன் இதுவரை என்னை கைவிட்டதில்லை.

இப்படி எழுதிப்பேசுவதை இன்று ஒரு நல்ல பழக்கமாகவே நினைக்கிறேன். இதைப் பிறருக்கும் பரிந்துரைக்கிறேன். எழுதி வைத்துப் பேசுவதனால் நாம் சொல்லப்போவதென்ன என்பது முன்னரே தெளிவாகிவிடுகிறது. நம் உரைக்கு தொடக்கம் முடிவு உடல் என ஒரு வடிவ ஒருமையை நாம் உருவாக்கிக்கொள்ளலாம். உரையின் நீளம் நம் கணிப்புக்குள் நிற்கும். நினைவு அலைபாய்வதுபோல நம் பேச்சு அலைபாய நேராது. மகத்தான பேச்சாளர்களான எமர்சன், எலியட் போன்றவர்கள் அனைவருமே எழுதிய உரைகளையே நிகழ்த்தினார்கள்.

மேலும் ஒரே உரையைத் திரும்பத்திரும்ப நிகழ்த்தும் அபாயத்தில் இருந்து எழுத்துமூலம் தப்பிக்க முடிகிறது. நான் பேசிய உரையை உடனடியாக கட்டுரையாக வெளியிட்டுவிடுவேன். ஆகவே ஒவ்வொரு முறையும் உரையைப் புதியதாக உருவாக்குகிறேன். அது சலிப்பூட்டும் உரையை நிகழ்த்தாமல் என்னைக் காக்கிறது.

இத்தனை வருடங்களில் என் உரை நன்றாக இல்லை என்று எவரும் சொன்னதில்லை. நான் மேடைகளைக் கவனமாகத் தேர்வு செய்வதனால் என் உரைகள் எப்போதுமே ஆழமான பாதிப்பை நிகழ்த்துவதையே இதுவரை கண்டிருக்கிறேன். மேலும் பேசுவதற்கு அதுதான் காரணம்.

என் பிரியத்திற்குரிய நண்பர் சிறில் அலெக்ஸுக்கு இந்நூலைச் சமர்ப்பணம் செய்கிறேன்.

- ஜெயமோகன்

ஒளியின் அழைப்பு

சிறந்த எழுத்தாளர்கள் இருவகை. மானுடத்தின் அடிப்படை, நன்மையே என்ற நம்பிக்கை உடையவர்கள் முதல் வகையினர். மானுடத்தின் தீமையினால் இவர்கள் சீண்டப்படுகிறார்கள், சமநிலை குலைகிறார்கள். நன்மை மீதான தங்கள் நம்பிக்கையைத் தக்கவைத்துக் கொள்ளப் போராடுகிறார்கள். அதன் போக்கில் ஒரு விடையை, நிலைப்பாட்டை அடைகிறார்கள். அல்லது நம்பிக்கை இழந்து வெறுமையில் முட்டி நின்றுவிடுகிறார்கள்.

இரண்டாம் வகையினர் மானுடத்தின் அடிப்படை இயல்பு, தீமையே என்ற நம்பிக்கை உடையவர்கள். மானுடத்தின் விரிவில் இருந்து நன்மையைத் தேடித் திரட்டி எடுக்க, நம்பிக்கையை நிறுவிக் கொள்ள தங்கள் முழு படைப்புச் சக்தியாலும் தீவிரமாக இவர்கள் போராடு கிறார்கள். இப்போக்கும் தரிசனங்களையும் தத்துவ நிலைப்பாடுகளையும் உருவாக்குகிறது, சிலசமயம் வெறுமையையும்.

உலகத்துப் படைப்பாளிகள் அனைவரையும் இந்தக் கோணத்தைப் பயன்படுத்தி இரண்டாகப் பிரித்து விடலாம். இது ஒரு பகுப்பாய்வு அல்லது விமரிசனமுறை என்பதைப் பார்க்கிலும் ஒருவகை ரசனை முறை என்று கூறுவதே சரியானது. இதன்மூலம் உருவாகும் ஒரே பயன், நாம் படைப்பாளிகளைக் கூர்ந்து கவனிக்கிறோம் என்பதே. உண்மையில் இச்சட்டகத்தைப் பயன்படுத்தி படைப்பாளிகளை ஆராயப் புகுந்தோமெனில் முக்கிய படைப்பாளிகள் எப்படி சட்டகத்திற்கு வெளியே வழிந்து

பரவிச் செல்கிறார்கள் என்பதையே காண நேரும். ஏனெனில் அது, படைப்பின் அடிப்படை இயல்பு. படைப்பியக்கத்தைச் சட்டகங்களுள் ஒடுக்கி நிறுத்த முடியாது. அதேசமயம் சட்டகப்படுத்தாமல் சட்டகங் களுக்கு வெளியே பரவும் படைப்பின் உயிரியக்கத்தைக் கண்டறியவும் இயலாது. படைப்பாளியை ஒட்டுமொத்தமாக வகுத்துக் கொள்ள முயல்வது அவனுடைய நுட்பங்களுக்குள் நுழைய மிகச்சிறந்த வழிமுறையாகும் என்பது என் அனுபவம்.

மீண்டும் வருகிறேன். தல்ஸ்தோய் மானுட நன்மையில் ஆழமான நம்பிக்கை உடையவர் என்றால் தஸ்தயேவ்ஸ்கி மானுடத்தின் தீமையை நம்புகிறவர். இருவரும் தேடுவது மனிதனுள் உறையும் 'கிறிஸ்து'வையே. என் இயல்பின்படி எனக்கு முதல்வகைப் படைப்பாளிகள் மீதுதான் எப்போதுமே ஆழமான ஈடுபாடு உள்ளது. ஹெர்மன் ஹெஸே, தாமஸ் மன், நிகாஸ் கசந்த்சாகிஸ், ஐசக் பாஷவிஸ் சிங்கர்... இரண்டாம் வகைப் படைப்பாளிகளில் இருளின் வழியாக ஒளிநோக்கி முகம் திருப்ப முடிந்த தஸ்தயேவ்ஸ்கி எனக்கு முக்கிய மானவர்; இருண்ட கோட்டையில் சுற்றிவரும் காஃப்காவும் காம்யூவும் எனக்கு முக்கியமானவர்கள் அல்ல; ஹெமிங்வேயை ஒரு இலக்கி யகர்த்தாவாகவே என் மனம் ஏற்கவில்லை.

தமிழுக்கு வருவோம். 'இருள் என்பது குறைந்த ஒளி' என்று கூறியவன் முதல் இனத்தவன். 'பற்றுக்கோடாக எதுவுமே இல்லையே' என்று பரிதவித்தவன் இரண்டாம் வகை. பாரதியையும் புதுமைப்பித் தனையும் இப்படி இரண்டு வகைமாதிரிகளாகக் கொள்ளும் போக்கு தமிழில் ஏற்கெனவே வேரோடியுள்ளது. குறிப்பாக, சுந்தர ராமசாமி அவருடைய பிச்சமூர்த்தியின் கலை - மரபும் மனித நேயமும் என்ற நூலில் இதை விரிவான ஒரு அட்டவணைக்குப் பயன்படுத்துகிறார். மணிக்கொடியுகப் படைப்பாளிகளில் புதுமைப்பித்தனைத் தவிர பிற அனைவரையும் பாரதிக்குப் பின்னால் நிற்க வைத்து புதுமைப்பித்தனை நேர் எதிர்வரிசையில் சமமாக அமரச் செய்கிறார்.

ந. பிச்சமூர்த்தியை அனைத்து வகையிலும் பாரதியின் பின்னால், மிக நெருக்கமாக நிறுத்தமுடியும். அவரைப் புரிந்து கொள்ள பாரதியில் இருந்து அவர் வேறுபடும் இடங்களையும், புதுமைப்பித்தனில் இருந்து அவர் முரண்படும் இடங்களையும் அடையாளம் செய்து கொண்டால் போதும். பிச்சமூர்த்தி குறித்த விவாதங்களின் உடன் வினாவாக நம்முள் இலக்கியத்தின் உள்ளே எப்போதும் இருந்தபடி இருக்கும் இந்தப் பிரச்சினையும் - மானுடனின் அடிப்படையான நல்லியல்பு குறித்த நம்பிக்கை குறித்தது - எழுந்தபடியேதான் இருக்கும்.

ந. பிச்சமூர்த்தியின் கவிதைகளில் தெரியும் நம்பிக்கை அம்சம் எத்தகையது? ஒளியின் அழைப்பு என்ற ந. பிச்சமூர்த்தியின் கவிதையை ஒரு முதற்கட்ட உதாரணமாகக் காட்ட விரும்புகிறேன். பொதுவாக எந்த ஒரு படைப்பாளியைப் பற்றிப் பேசும்போதும் அவனுடைய மிகச்சிறந்த படைப்பு ஒன்றை எடுத்துக் கொண்டு அவனுடைய மொத்தப் படைப்பியக்கத்திற்கும் அதைப் படிமமாக ஆக்குவது ஒரு நல்ல உத்தியாகும். ஏனெனில் மிகச்சிறந்த படைப்புகளில் படைப்பாளியின் பலங்களும் பலவீனங்களும் எல்லாமே நுட்பமாகப் பிரதிபலிக்கும். ஒளியின் அழைப்பு அத்தகைய ஒரு கவிதை. 'மணிக்கொடி' இதழில் (1934 அக்டோபர் 28) வெளிவந்தது இக்கவிதை. 'பிட்சு' என்ற பெயரில் இக்கவிதையை அதில் ந. பிச்சமூர்த்தி எழுதியிருக்கிறார். அதே இதழிலேயே 'உதர நிமித்தம்' என்ற கதையையும், ந. பிச்சமூர்த்தி சொந்தப் பெயரில் எழுதியுள்ளார்.

இதோ விரிந்து வளரும் மரம்
பட்டப்பகலில் இரவைக் காட்டும் அதன் நிழல்
மரத்தடியில் ஒரு கழுகு...
ரத்தம் செத்த சோனிக் கழுகு...

பெரிய மரத்தின் பசிக்கு ஆளாகி, சுரண்டப்பட்டு, ரத்தம் செத்த சோனிக்கழுகு. சோனியாகக் காரணம் வாழ்க்கைப் போர்தான். அதற்காக அது விதியென்று பேசி வீணில் இருக்கவில்லை. தியாகம் என்று நியாயம் கற்பிக்கவுமில்லை.

பிறவி இருளை துளைத்து
சூழ்வின் நிழலை வெறுத்து முகமுயர்த்தி
எப்படி விண்ணினின்று வழியும் ஒளியமுதைத் தேடிப்போகிறது.
ரவியின் கோடானுகோடி விரல்களின் அழைப்புக்கிணங்கி
எப்படி உடலை நெளித்து நீட்டி வளைத்து வளருகிறது!

என்று சித்திரப்படுத்தும் ந. பி.,

முண்டி மோதும் துணிவே இன்பம்
உயிரின் முயற்சியே வாழ்வின் மலர்ச்சி

என்று கண்டடைகிறார்.

ஜீவா! விழியை உயர்த்து
சூழ்வின் இருள் என்ன செய்யும்?
அமுதத்தை நம்பு ஒளியை நாடு
கழுகு பெற்ற வெற்றி நமக்குக் கூடும்

எனத் தன்னிடமே கூறிக் கொள்கிறார். இது அவரது ஆரம்பகாலக் கவிதை, அனேகமாக அவர் எழுதிய மூன்றாவது கவிதை இது.

அந்த மணிக்கொடி இதழின் மற்ற தலைப்புகள் இக்கவிதையுடன் எப்படித் தொடர்பு கொண்டுள்ளன? 'தனுவுண்டு சத்யாக்ரகம் அதன் பேர்!' என்று அதைக் கூறுகிறது ஒரு கட்டுரை. 'பழையன கழிதலும் புதியன புகுதலும் - இளமையின் எழுச்சியும் கிளர்ச்சியும்' இன்னொரு கட்டுரை. 'ஆசியாவை விழுங்கினதும் ஐரோப்பா மழுங்கினதும்' நேருவின் கட்டுரை. 'காங்கிரஸ் பிறந்த கதையும் வளர்ந்த கதையும். அன்று சிரித்தார்கள் இன்று எதிர்க்கிறார்கள்' என்று இன்னொரு கட்டுரை.

ஒரு பெரிய போராட்ட உற்சாகத்தின் காலகட்டம் என்ற பிரமையைத் தருகிறது மணிக்கொடியின் இவ்விதழ். இது ஒரு பக்கம் தான். மறுபக்கம் ஒன்றுண்டு, ஒத்துழையாமை இயக்கத்தின் துவளல் காரணமாகக் காந்தியடிகள் காங்கிரஸ் பேரியக்கத்திலிருந்து விலகி நின்ற காலம். பாபு ராஜேந்திர பிரசாத் காங்கிரஸ் தலைவர். சூழலில் ஒரு சோர்வு படர்ந்திருந்தது என்று பிற சமகாலக் குறிப்புகளிலிருந்து ஊகிக்கலாம். மணிக்கொடியின் இவ்விதழில் 'எங்கிருந்தாலும் ஓடிவருவேன் - தேசத்துக்குக் காந்தியடிகள் நிபந்தனை' என்ற கட்டுரை ஒன்றும் பிரசுரமாகியுள்ளது. இக்கட்டுரையின் உள்தொனி தெளிவானது, காந்தியடிகள் விலகியிருக்கிறார் என்ற உண்மை. அவர் வருவார் என்ற எதிர்பார்ப்பை விதைக்க முயல்கிறது இக்கட்டுரை. ஆகவே, 'சூழ்வின் இருள்' தான் உண்மை. மணிக்கொடியின் பிற கட்டுரைகளில் உள்ள தீவிரமான உற்சாகம் ஒரு சுயபாவனை. அது அப்போது தேவைப்படுகிறது போலும்.

ந. பிச்சமூர்த்தி 'ஜீவா விழியை உயர்த்து' என்று மீண்டும் மீண்டும் தன்னை நோக்கி, தன் சூழலை நோக்கிக் கூவியிருக்க வேண்டும். அக்கவிதை ஒளியைக் குறித்ததா இல்லை இருளைக் குறித்ததா என்று சொல்லுவது சிரமம். அமுதம் பொழியும் வானம் ஒவ்வொருவரின் தலைக்கு மேலேயும் எழுந்து பரந்துள்ளது குறித்து அவருக்கு ஐயமில்லை. அதை நோக்கி எழுவதே உயிரின் தர்மம் என்ற நம்பிக்கையே அவரது சாரம். ஒரு உயிரின் இயல்பான வேட்கை வானமுதம் மட்டுமே என்ற தரிசனம்தான் அவரை எழுதச் செய்கிறது. ஆயினும் சூழலின் இருள், சுரண்டும் வாழ்க்கைப் போட்டி, இருத்தலின் கசப்பான விதிமுறைகள் அவருக்குச் சவாலாக அமைகின்றன.

அவரது கதை 'உதர நிமித்தம்' இதற்கு எடுத்துக்காட்டு 'வயிற்றுக்காக' என்று பொருள்படும் அத்தலைப்பே கூறிவிடுகிறது. மனித நிலைமை குறித்த ஒரு தரிசனம், கூடவே மனித வாழ்வின் தவிர்க்க முடியாத போலி வேடங்கள் ஆகியவை குறித்த பிரக்ஞை இரண்டுக்கும் இடையேயான கூர்மையான முரண்பாட்டைச் சொல்லும் இக்கதை, அவர் இருந்த சூசூழலின் இருள் மங்கலை' சுட்டிக் காட்டுவது

(இலக்கியப் படைப்பு என்ற முறையில் மிகச் சாதாரணமானது இது என்பதையும் கூறிவிடுகிறேன்). பாரதியில் இருந்து பற்ற வைத்துக் கொண்ட 'ஒளிப்பிரக்ஞை' ஒரு பக்கம், உதர நிமித்தம் அல்லாடும் அன்றாட வாழ்க்கை மறுபக்கம். இலட்சியவாதியின் தத்தளிப்பு இங்கு தொடங்குகிறது. பிச்சமூர்த்தியின் படைப்புலகு இங்குதான் தொடங்குகிறது. இப்பாதையினூடாகவே நகர்கிறது.

இதே இதழ் மணிக்கொடியில் புதுமைப்பித்தன் சொ. விருத்தாசலம் என்ற பெயரில் 'கவிஞனின் மோகனக் கனவு' என்று கவிதை குறித்து ஒரு கட்டுரை எழுதியிருக்கிறார். இவ்விஷயத்துடன் தொடர்புபடுத்தி யோசிக்க வேண்டிய விஷயம் இது. கவிதை யதார்த்தத்தின் குரலாகவும், யதார்த்தங்களை உண்டு பண்ணுவதாகவும் புரிந்து கொள்ளப்பட்டுள்ளன. இன்று இது மிகப் பழைய ஒரு வாதம் ஆயினும் அன்று ஏறத்தாழ அத்தனை கவிஞர்களையும் ஆண்ட பிரக்ஞை இது. ந. பிச்சமூர்த்தி கூறும் அமுதத்தை உதிர்க்கும் அந்த வானம் கவிஞனின் மோகனக் கனவு மட்டும் தானா?

ந. பிச்சமூர்த்தியின் இன்னொரு முக்கிய கவிதையான 'கிளிக்குஞ்சு' அவரது போராட்டத்தை மேலும் தெளிவாகச் சுட்டுவது.

> கூட்டிலிருக்கும் கிளிக்குஞ்சே
> கண்மூடி ஏங்காதே
> உன் பஞ்சரம் சிறையல்ல

என்ற முதல் வரியே கூண்டுக்கும் வானுக்குமான போராட்டத்தை, தீராத ஏக்கமாகத் தொடரும் ஒளிவேட்கையைச் சுட்டிவிடுகிறது.

> மனமே! காய்கனிகளின் ரசமே தெவிட்டா அமுதம்
> மலர்களின் மணமே தெய்வ வாசனை
> ஸ்பரிசமே தெய்வத் தீண்டல்
> பார்வையே ஒளியின் அலை

என்று புலன்களையே விடுதலையின் கால்வாயாக, பிரபஞ்சத்தையே ஈசனாகக் கண்டு அக்கவிதை முடிவடைகிறது.

ந. பிச்சமூர்த்தி கலையின் எதிர்மறை அம்சம் என்ன? அவரை ஓர் இலக்கியப் படைப்பாளியாக எப்படி மதிப்பிடலாம்?

நான், ஒரு வாசகனாகவும் விமரிசகனாகவும், எழுத்தாளனாகவும் ந. பிச்சமூர்த்தி குறித்து மிதமான மரியாதையையே கொண்டிருக்கிறேன். ஒரு வாசகனாக அவரது பல படைப்புகள் என்னைக் கவரவில்லை. ஒளியின் அழைப்பு, கிளிக்குஞ்சு, சாக்குருவி, ஆத்தூரான் மூட்டை போன்ற சில கவிதைகள் ஞானப்பால், மாங்காய்த்தலை முதலிய சில

கதைகள் எனக்குப் பிடித்தவை. ஒரு பெரும் இலக்கியப் படைப்பாளியாக என் மனதில் அவரை நிறுவ இவை போதுமானவை அல்ல என்றுதான் படுகிறது. ஒரு விமரிசகனாக நான் ந. பிச்சமூர்த்தியைத் தமிழ் இலக்கிய மரபின் முக்கியமான முன்னோடியாகக் கருதுகிறேன்.

நவீனத் தமிழ்ச்சிறுகதை, புதுக்கவிதை ஆகியவற்றுக்கான அழகியல் அடிப்படைகளை உருவாக்கியதில் அவரது பங்கு முக்கியமானது. ஒரு இலக்கியவாதியாகத் தன்னை அவர் முழுமையாக ஈடுபடுத்திக் கொள்ளவில்லை என்று எதிர்மறையாகவும் மதிப்பிடுவேன். அதாவது இலக்கியவாதி தன் தேடலை முழுக்கவும் இலக்கியத்தினூடாகவே நிகழ்த்த வேண்டும். அவனது பாதை, அவனது ஊடகம், அவனது ஆயுதம் அதுவேயாகும். அவனது ஆன்மிகமும், அரசியலும் கூட அதனூடாக அவன் கண்டடைய வேண்டியவை மட்டுமே. பிரம்மம் அவன்முன் இலக்கிய வடிவமாகவே எழுந்தருளல் வேண்டும். ந. பிச்சமூர்த்தியின் தேடல்கள் (ஆன்மிகத்திலும், தத்துவத்திலும்) இலக்கியத்தினூடாக நிகழவில்லை என்பதை அவர் படைப்புகள் காட்டுகின்றன என்று எனக்குப் படுகிறது.

அவரது ஆளுமையில் பலபகுதிகள் கவிதைகளினூடாக அவ்வப்போது தெரிகின்றன. அவருக்கு அத்வைத ஈடுபாடு இருந்திருக்கிறது. பக்தி இலக்கியத்தின் மீது பிடிப்பு இருந்திருக்கிறது. நாமறியாது, ஒளிவிழாத பகுதியில் அவரது தேடல் நடந்து கொண்டிருந்திருக்கிறது. அங்கு கண்டதை இங்கு கூறவே அவர் முயல்கிறார். ஆகவே, அவரது தேடல் வடிவம் சார்ந்ததே. பாரதியின் வசன கவிதையில் தொடங்கி நவீனத்துவக் கவிதையின் விளிம்பு வரை அவரது பயணம் நகர்ந்து வந்தது இந்த வடிவத் தேடலின் விளைவாகவேயாகும்.

மணிக்கொடியில் 1934ல் வெளியான 'பிரிவில் தோன்றும் பேரின்பம் என்ற முதல் கவிதையை 'பாரதியின் வசன கவிதையின் பலவீனமான பிரதி' என்று கூறிவிடலாம். சாக்குருவி ஒரு நவீனயுகக் கவிதை. தமிழ்க் கவிதையில் உருவான முதல் நவீனத்துவப் பிரதியும்கூட. இப்பயணமே ந. பிச்சமூர்த்தியைத் தமிழுக்கு முக்கியமானவராக ஆக்குகிறது. மூன்றாம் தலைமுறையின் ஒரு எழுத்தாளனாக என்னை ந. பிச்சமூர்த்தி பாதிக்கவே இல்லை. கண்டடைந்தபின் கூறுவதற்காக மேடையமர்ந்தவர் அவர். எனக்கு அமர்தலில் நம்பிக்கை இல்லை. ஓயாத தத்தளிப்புடன் முட்டிமோதி அலைந்து ரயில்நிலையத்தில் செத்தவன் தான் எனக்கு முன்னோடி.

ஒரு படைப்பிலக்கியவாதியாக ந. பிச்சமூர்த்தியை பலவீனப்படுத்திய அம்சம் என்ன?

இது ஒரு விரிவான நூலுக்கான தலைப்பு. இவ்வாறு கூறுகிறேன். இலட்சியவாதக் கனவை முன்வைத்த ந. பிச்சமூர்த்தி அதற்கு எதிரான 'சூழலின் இருளை' மிக எளிமையாக உருவகப்படுத்திக் கொண்டார். அவரது படைப்புலகில் உள்ள மானுடத் தீமை மிகமிகப் பலவீனமானது. அதை வென்று 'வானின் ஒளியமுதுக்கு' சிரம் நீட்ட ஓரிருமுறை உடல் நெளிந்தாலே போதுமானது.

ந. பிச்சமூர்த்தி தன் காலகட்டத்து இருளை நோக்கி அரைக்கண் பார்வையையே திருப்பினார். அவர் கதைகளில் தீவிரமான, அத்தனை சுலபமாக இலட்சியவாதத்தால் பதில் கூறிவிட முடியாத பிரச்சினைகள் இல்லை. எம். வேதசகாய குமாரை இங்கு மேற்கோள் காட்ட விரும்புகிறேன். 'கோபாலய்யங்காரின் மனைவி' என்ற புதுமைப்பித்தனின் கதையே உண்மையில் தமிழ்ச்சூழலால் பாரதியின் இலட்சியவாத 'ஒளி வேட்கை'க்கு எதிராக விடப்பட்ட முதல் அறை கூவல். அது உருவாக்கும் 'அப்பட்டமான' யதார்த்தப் பிரக்ஞையை பாரதி வாரிசுகளின் இலட்சியவாதம் எதிர் கொண்டிருக்குமானால் அவர்கள் பெரும்படைப்புகளை உருவாக்கும் பெரும் நெருக்கடிக்குள் சென்று விழுந்திருப்பார்கள். அப்படி நிகழவில்லை. ந. பிச்சமூர்த்தி எழுதிய அதே மணிக்கொடி இதழில்தான் 'கோபாலய்யங்காரின் மனைவி'யும் வெளிவந்தது என்பது ஒரு முக்கியமான விஷயம். ஆனால், அதை ந. பிச்சமூர்த்தி எதிர்கொள்ளவில்லை.

சாதியால் பிளவுண்டு, மானுடச் சிறுமைகளால் சிதைந்து, கோழைத் தனத்துள் ஊறிக் கிடந்த ஒரு சூழலில் நின்று கொண்டு ஒரு கவிஞன் 'ஜீவா விழியை உயர்த்து' என்று சொல்லலாமா என்ன?

தஸ்தயேவ்ஸ்கி விழியை உயர்த்துமிடம், 'போரும் அமைதியும்' என்ற மாபெரும் நாவலிலேயே ஒரே ஒரு இடம்தான். ஆன்ட்ரூ இளவரசன் நெப்போலியனுடனான போரில் புண்பட்டு விழுந்து கிடக்கும் மரணத்தின் விளிம்புத் தருணம். மற்ற தருணங்களில் எல்லாம் மானுடத்தின் மகத்தான நாவலாசிரியனின் பார்வை மண்மீதுதான். மனிதர்கள் மீதும் இயற்கை மீதும்தான். அதுவே மகத்தான கலையை உருவாக்கியது. ந. பிச்சமூர்த்தி மூன்றாவது கவிதையிலேயே விழிகளை உயரத் தூக்கிவிட்டார்.

ஆகவே, ந. பிச்சமூர்த்தியின் படைப்புலகில் இலக்கியத்தின் ஆதாரமான போராட்டம், முரண்பாடுகளில் மோதிச் சிதறி முன்னகரும் கலைப்பயணம் நிகழவில்லை. பிட்சு முதலிலேயே சின் முத்திரையுடன் அமர்ந்து விட்டார். அமர்ந்தபின் அவர் கூறியவை முக்கியமான உண்மைகள் அல்லவா என்று கேட்கலாம். இலக்கியம் கூறுவதற்காக உள்ள ஊடகமல்ல. தேடலுக்கான ஊடகம் அது.

இலக்கியம் காட்டும் உண்மை அதன் புனைவின் ஒரு பகுதி மட்டுமே. இலக்கியத்திற்கு வெளியே அதற்கு மதிப்பில்லை. அப்படைப்பைப் படிக்கும் வாசகன் தன் தேடலினூடாகத் தன் உண்மையைக் கண்டடைய அது வழிவகுக்கிறது. அவ்வுண்மையே அதற்கு அப்படைப்புடன் எவ்விதமான நேரடித் தொடர்பும் இல்லா விட்டாலும் கூட, அந்தப் படைப்பு உருவாக்கும் உண்மை ஆகும். எனக்கு தஸ்தயேவ்ஸ்கி மிக முக்கியமானவர். ஆனால், அவர் 'கூறும்' உண்மைகள் ஏதும் எனக்கு ஒரு பொருட்டே அல்ல. அவர் நூல்களினூடாக நான் அடைந்தவையே எனக்கு முக்கியம். அவர் தன் நூல்களின் பரப்பில் உணர்ச்சிகளையும் யதார்த்தங்களையும் மோத விட்டு உருவாக்கும் மாபெரும் மானுட நாடகம்தான் எனக்கு முக்கியம். அங்குதான் அவர் தன் தேடலையும் நிகழ்த்துகிறார். அதை எழுதாது முடிவுகளை மட்டுமே அவர் எழுதியிருப்பாரெனில் அவர் எனக்கு ஒரு படைப்பாளியே அல்ல. ந. பிச்சமூர்த்தி பெரும்பாலும் முடிவுகளையே எழுதினார். மோதலும் பயணமும் அவரது கவிதைகளில், அதிகமும் வடிவரீதியான தேடலில், மட்டுமே நிகழ்ந்தன.

கவிதையின் (கலைகளின்) சித்தாந்தம் குறித்து எழுதுகையில் ந. பிச்சமூர்த்தி எழுதுகிறார். 'அழகுத் தெய்வமும் அன்புத் தெய்வமும் அகத்துள் அடிவைத்துச் செல்லும் கால் கலையுணர்ச்சி பொங்குகிறது'. (காவியத்தின் மூன்று கிளைகள். கலை விளக்கம் மணிக்கொடி 1935 ஜனவரி) கலைகளை வாழ்க்கைக்கு மறுமொழியாகவோ, வாழ்வின் விடுதலையாகவோ, வாழ்வு மீதான நேசமாகவோ காணலாம் என்கிறார் ந. பிச்சமூர்த்தி. இக்கட்டுரையில் ருஷ்ய தேச இலக்கியம் குறித்து அவர் அறிந்திருப்பதற்கான தடயங்கள் உள்ளன. இரண்டாம் வகை எழுத்துக்கான உதாரணமாக அவற்றை அவர் சுட்டவும் செய்கிறார்.

ஆனால், இந்த அழகுத்தெய்வமும் அன்புத் தெய்வமும் தங்கள் நிழலுடன் மட்டுமே அகத்துள் அடியெடுத்து வைக்க முடியும் என்கிறது இந்திய செவ்வியல் மரபு, சீதேவியின் நிழல் மூதேவியேதான். அவளது பின்பக்கமே மூதேவி என்று இன்னொரு ஐதீகம். இன்னொரு ஐதீகப்படி அவள் சீதேவியின் அக்கா. அவர்கள் பிரிக்க முடியாதவர்கள். அவர்களின் தீராத மோதலில் கலையைக் கண்டது செவ்வியல். நமது சிற்ப மரபில் இதற்கு எண்ணற்ற உதாரணங்களைக் காணலாம்.

அப்படியானால் ந.பிச்சமூர்த்தியை நமது மரபின் செவ்வியல் பண்புகளின் வழிவந்தவர் என்று கூறிவிட முடியாது என்பது

தெளிவாகிறது. அது உருவகிக்கும் முழுமையும் சமநிலையும் அவரது கலைப்பிரக்ஞைக்குள் இல்லை. அவர் கற்பனாவாதிதான் (ரொமான்டிக்). அவரது கற்பனாவாதமே மரபில் இருந்து 'உகந்த' 'இனிய' விஷயங்களைப் பொறுக்கச் செய்தது. சூழலில் இருந்து 'எளிய' விஷயங்களை மட்டும் எடுத்துக் கொள்ளச் செய்தது.

பாரதியும் கற்பனாவாதியே. அவரது கற்பனாவாதம் புதிய யுகம் சார்ந்தது. புதுமைக்கான கொப்பளிப்பு. பிச்சமூர்த்தியின் கற்பனாவாதம், பின்நோக்கி நிற்பது, இறந்தகாலம் நோக்கி ஏங்குவது இதுவே இவர்கள் இருவரிடையே உள்ள வித்தியாசம் என்று கூறலாம். ந. பிச்சமூர்த்தியை பாரதியுடன் ஒப்பிட்டு அவரது 'பழைமை'யை உணர்வது மிக எளிய ஒரு விஷயம். அவரைப் புதுமைப்பித்தனுடன் ஒப்பிட்டு அவரது 'பழைமை'யை வேறு விதமாக உணர்வது சற்று சிரமம். காரணம் ந. பிச்சமூர்த்தியின் மனிதாபிமானம் பாவனையற்ற இயல்பான சகஜமான மானுட நேயம். இருபதாம் நூற்றாண்டுப் பிரக்ஞையில் வேரூன்றியது. அது அவரைக் காத்துநிற்கும். ஆனால், ந. பிச்சமூர்த்தியின் படைப்புலகில் 'நாசகார கும்பல்' 'துன்பக்கேணி' 'கோபாலய்யங்காரின் மனைவி' போன்ற அழுத்தமான சமூக யதார்த்த சித்திரிப்புகள் இல்லை என்பதை நாம் கவனிக்க வேண்டும். அதே போல 'சிற்பியின் நரகம்' 'கபாடபுரம்' போன்ற தத்துவார்த்த யதார்த்தம் உடைய கதைகளையும் அவர் எழுதவில்லை. யதார்த்தம் என்ற அம்சமே அவர் உலகில் பெரிதும் மௌனமாக்கப்பட்டுள்ளது. அங்கு இலக்கியவாதத்தின் கொடி பறக்கிறது. அதன் பொருட்டு அவர் தன் ஒரு விழியை மூடிக் கொள்கிறார் எனலாம். ந. பிச்சமூர்த்தியை ஆன்மிக கற்பனைவாதி (spiritual romanticist) எனலாம் என்று நான் எண்ணிக் கொள்கிறேன்.

மணிக்கொடி 1935 ஜனவரி 20 இதழில் பிச்சமூர்த்தி எழுதினார் (பிரார்த்தனை என்ற கவிதை)

வானகம் செல்லும் வண்ணம்
கூரையில் புறாவைப்போல்
கானக மன நெருக்கில்
உழலாமல் விண் எய்ததாலே...

பித்தனெனப் பெயரைப் பெற்றேன்
பித்தனாயிருக்க அருள்வாய்
பித்தரே! பித்தர் குருவே!

மிக ஆரம்பகாலக் கவிதையிலேயே இவ்வாறு கானக மனநெருக்கை விட்டு விலகி, விண் எய்த முயலும் பாவனை அவரிடம் கூடிவிட்டிருந்தது.

துரதிர்ஷ்டவசமாகக் கலைகளும் இலக்கியம் கானக மனநெருக்கில் மட்டுமே விளைபவை. விண்ணில் அவை மலர்வதில்லை. மண்ணில் தெரியும் வானமே கலை. ஆம், வானமானாலும் அது மண்ணில் தெரிந்தாக வேண்டும்.

(22-08-2001 மாலை சென்னை பாரதியார் நினைவு இல்லத்தில் நடந்த ந. பிச்சமூர்த்தி நினைவுக் கூட்டத்தில் ஆற்றிய உரை)

நிழலில்லாத மனிதன் அனுபவம்

பழமையான ஒரு சீனக்கதை. மலையுச்சியின் மடாலயத்தில் வாழ்ந்த ஒரு துறவிக்கு சந்தேகம் வந்தது. நாம் எதற்காக இப்படித் தனிமையில் வாழவேண்டும் என்று. அதைத் தன் குருவிடம் கேட்டார். குரு சொன்னார். 'காம,குரோத, மோகங்களால் ஆனது வெளியுலகம். அதிலிருந்து நாம் நம்மைத் தனிமைப்படுத்திக் கொள்கிறோம். அதற்காகவே இந்த மடாலயத்தில் வாழ்கிறோம்.'

சீடன் கேட்டான். 'அந்தத் தனிமை எதற்காக?' குரு சொன்னார், 'அந்தத் தனிமைதான் நம்முடைய காவல், நம்முடைய கவசம், நமது ஆயுதம்.'

சீடன் கேட்டான், 'அப்படியானால் எவன் மிக அதிகமாகத் தனிமையில் இருக்கிறானோ அவன்தானே அதிகமாக விடுதலை பெற்றவன், அதிகமான ஞானம் கொண்டவன்?' குரு, 'ஆம்' என்றார். 'அப்படிப்பட்ட ஒரு குருவைத்தேடிச் செல்ல என்னை அனுமதியுங்கள்' என்றான் சீடன். குரு அனுமதி அளித்தார். சீடன் கிளம்பிச் சென்றான்.

பன்னிரண்டு வருடம் அச்சீடன் முழுமையான தனிமை கொண்ட ஒரு குருநாதரைத்தேடிச் சென்றான். நூற்றுக் கணக்கான மலைகளை அவன் ஏறினான். நூற்றுக்கணக் கான காடுகளுக்குள் அவன் அலைந்தான். பாலைவனங் களிலும் பனிவெளிகளிலும் ஆளில்லாத தீவுகளிலும்

அவன் தன் குருவைத் தேடினான். மலையுச்சி மடாலயங்களில் மனிதர்கள் துணைவர்களுடன் இருந்தார்கள். தீவுகளில் பலர் வழிகாட்டி நூல்களுடன் இருந்தார்கள்.

பனிவெளியில் தனிமையில் இருந்த ஒருவரிடம் சீடன் கேட்டான். 'குருவே உங்களுக்கு யார் துணை?' 'எனக்கு என் ஞானம் துணை' என்றார் அவர். அவரைவிட்டு சீடன் நீங்கிச்சென்றான். பாலை வெளியில் தனித்தலைந்த ஒருவரிடம் கேட்டான்' 'குருவே உங்களுக்குத் துணை என எவரும் உண்டா?' 'எனக்கு இறைவன் துணை' என்றார் அவர். அவரை விட்டு நீங்கினான்.

கடைசியில் மூடிய அறைக்குள் முப்பதுவருடங்களாக வாழும் ஒரு குருவைக் கண்டான். அவர் முற்றிலும் தனிமையில் இருந்தார். 'குருவே, நீங்கள்தான் முற்றிலும் தனிமையில் இருக்கிறீர்கள்' என்றான். 'இல்லை, என்னுடன் என் நிழல் இருக்கிறது. தன்னுடன் நிழலும் இல்லாதவனே முழுமையான தனிமையில் இருப்பவன்' என்றார் அவர்.

சீடன் மேலும் பலவருடங்கள் அலைந்தான். தன்னுடன் தன் நிழலும் இல்லாத ஒரு மனிதனைத் தேடி அவன் சென்றான். அப்படி ஒரு மனிதன் இருக்க முடியாதென்றே அவனுக்கு அறிஞர்கள் சொன்னார்கள். ஆனால் மங்கோலியப்புல்வெளியில் அவன் ஒரு இடையனைக் கண்டான். புல்வெளியில் நின்று அவன் தன் புல்லாங் குழலை ஊதியபோது அவனுடைய உடல், பனித்துளி சூரியனை உண்டு ஒளிர்வதுபோல ஒளிவிட்டது. அப்போது அவனுடன் அவன் நிழலும் இருக்கவில்லை.

'குருவே நீங்களே பரிபூரணர்' என்று அவன் அந்த இடையனின் தாள் பணிந்தான். ஆனால் இசைத்துக்கொண்டிருந்தபோது அங்கே இடையன் இருக்கவில்லை. இசை நின்றபோது அங்கே இடையன் மட்டுமே இருந்தான்.

தன் கலையால் தன்னை நிறைத்துக்கொண்டவன் பிறிது எதற்கும் இடமில்லாதவன், சுயம்பிரகாசமானவன். அவனுக்குள் துயர் நுழைவதிலை. அவனுக்குக் குறையென இப்பூமியில் ஏதுமில்லை. அவனுக்கு வேண்டியவை எல்லாம் ஏற்கெனவே கொடுக்கப்பட்டுள்ளது.

தமிழில் ந.பிச்சமூர்த்தியும் க.நா.சுவும்,சி.சு.செல்லப்பாவும் இணைந்து நவீனக்கவிதை இயக்கத்தை உருவாக்கினார்கள். அதில் பிரமிளும் பசுவய்யாவும் அபியும் போன்ற கவிஞர்கள் உருவாகி வந்தார்கள். இன்று தமிழிலக்கியத்தின் ஒரு ஒளிமிக்க ஓட்டமாக நவீனக் கவிதை உள்ளது.

நம் நவீனக்கவிதை இன்று அரை நூற்றாண்டைத் தாண்டிவிட்ட நிலையில் அதைத் திரும்பிப்பார்க்கையில் சில பொதுக்கூறுகள் கண்ணில் படுகின்றன. ஒட்டுமொத்தமாக நவீனக்கவிதை இயக்கத்தையே 'தனிமனிதத் துயரத்தின் பதிவு' என்று சொல்லிவிடலாம்.

புதுக்கவிதை முன்னிறுத்திய முக்கியமான கருதுகோள் என்பது 'தனி மனிதன்' என்பதே. நான் என்றே பெரும்பாலான கவிதைகள் பேசுகின்றன. அந்த 'நான்' என்ற உருவகத்தைக் காலவெளி முன்னால், வரலாற்றின் முன்னால், சமூகச்சூழலின் முன்னால் வைத்துப் பார்க்கின்றன. அந்த சுய அறிதலின் பல்வேறு கணங்களையே எல்லா நவீனக் கவிதைகளும் வெளிப்படுத்துகின்றன. அவற்றின் அரசியல், தனிமனித அரசியல். அவற்றின் அறம், தனிமனித அறம். அவற்றின் அழகியல், தனி மனித அழகியல்.

நவீனக்கவிதை நிலையற்றவனாகிய, சின்னஞ்சிறியவனாகிய, தனிமனிதனை எல்லா பிரம்மாண்டங்களுக்கும் முன்னால் நிறுத்தியது. ஆகவே அது துயரத்தையே அடையாளம் கண்டது. Angst என்று தத்துவம் குறிப்பிடும் மனநிலையே நவீனக்கவிதையில் எப்போதும் வெளிப்படுகிறது. அதைப் 'பறதி' என்ற கலைச்சொல்லால் குறிப்பிடலாம். இருத்தலியல் பதற்றம் அது.

தமிழில் கவிதை எழுதிய எல்லா நல்ல கவிஞர்களிலும் வெளிப்படுவது அந்தத் துயரமே. 'எனக்கு யாருமில்லை, நான்கூட' (நகுலன்) என்றோ ' இருள் முனகும் பாதையிலே பிறந்திறந்து ஓடுவதோ நான்!(பிரமிள்) என்றோ 'சிலையை உடை என் சிலையை உடை, கடலோரம் காலடிச்சுவடு' (பசுவய்யா) என்றோதான் அது தன்னை உணர்கிறது.

அந்தச்சூழலில் ஒரு கவிஞன் தன் எளிய மூங்கில்குழலை வாசித்துக் கொண்டு மலையோரம் நிற்பதை நான் கண்டேன். ஒரு துளி துக்கமில்லை அவனிடம். அவன் வேண்டுவதும் விலக்குவதும் ஏதுமில்லை. தன்னில் தான் நிறைந்து, தன் நிழல்கூட இல்லாத தன்னொளியைப் பரப்பிக்கொண்டு அவன் நின்றுகொண்டிருந்தான். அது தேவதேவன். எனது கவிஞன் அவன்.

தேவதேவனின் கவிதையின் தனிச்சிறப்பே அதுதான். அது துயரமற்ற கவிதை. துயரமின்மையின் கவிதை என்று இன்னமும் நுட்பமாகச் சொல்லலாம். மனிதனைத் துயரமற்றவனாக ஆக்கும் சில கணங்கள், சில இடங்கள் உண்டு. அவற்றை நோக்கிச் சிறகடித்தெழும் கவிதைகள் தேவதேவனால் எழுதப்படுபவை.

தேவதேவனின் கவிதைகளில் பறவைகள் அந்த ஒளிமிக்க பெருநிலையின் தூதர்கள். அவை வானிலிருந்து பறந்திறங்கி

அவருடைய சின்னஞ்சிறிய இல்லத்திற்குள் வந்து கொண்டே இருக்கின்றன. வானிலிருந்து இறங்கி அறைக்குள் சிறகடித்துச் சுழல்கிறது சின்னஞ்சிறிய குருவி. தன் வருகையைச் சொல்லிவிட்டு சாளரம் வழியாகப் பீறிட்டு வெளியே செல்கிறது. மரக்கிளையை நீச்சல்குளத்தின் துள்ளுபலகையாக மதித்து எம்பி வானில் பறந்தேறுகிறது.

அங்கிருந்தும் தவ்விப்பாய்கிறது
மரணமற்ற பெருவெளிக்கடலை நோக்கி
சுரேலென தொட்டது அக்கடலை என்னை
ஒரு பெரும் பளீருடன்
நீந்தியது அங்கே உயிரின்
ஆனந்த பெருமிதத்துடன்
நீந்தியபடியே திரும்பிப் பார்த்தது தன் வீட்டை
ஓட்டுக்கூரையெங்கும்
ஒளியும் நிழலும் உதிர் சருகுகளும்
உள் அறைகளெங்கும்
சிரிப்பும் அழுகையும் மரணங்களும்.

மரணமற்ற ஒளிக்கடலில் நீந்தும் அந்தப்பறவையை மீண்டும் மீண்டும் தேவதேவன் தன்னுடைய கவிதைக்குள் இறங்கச்செய்கிறார். அதிகாரப்பேராசையும் பொருள்பித்தும் அகங்காரச்சதுரங்கமும் நிறைந்த இவ்வுலகின் பிரம்மாண்டமான இரும்புப் பற்சக்கரங்களின் மேல் வந்து எளிமையின் பேரழகுடன் சிறகுமடக்கி அமர்கிறது அந்தச் சின்னஞ்சிறிய பறவை.மகத்தான பறவை. ‘பொன்னுலகாளீரோ புவனமுழுதாளீரோ நன்னயப் புள்ளினங்காள்’ என்று நம்மாழ்வாரைக் கசியச்செய்த பறவை. ஜென் குருக்களுக்குக் ககனமென்றால் என்ன வென்று சொல்லித்தந்த பறவை. ககனவெளியை சிறகாக்கி இப்புவியை ஒரு சிறுமணியாகத் தன் கால்களில் கவ்விக்கொண்டு செல்லும் ஆற்றல் கொண்ட பறவை. நம் பார்வைக்கினியதாக சின்னஞ்சிறு மணிக்கண்களும் சிற்றிறகுகளுமாக நம் முற்றத்தில் வந்தமர்ந்த பறவை.

தேவதேவனின் கவிதையின் பணி அதுவே. தாந்தே எழுதியதைப் போல உக்கிரமான உறுமல்களும் அலறல்களும் நிறைந்த இந்த நரக பூமியைப்பற்றி அவர் எழுதியதில்லை. இங்குள்ள இருட்டையும் அழுக்கையும்பற்றி அவர் பாடியதில்லை. அவரது கவிதை அந்த விண்ணுலகின் ஒளித்துளியை இங்கே வந்து அமரச்செய்வதற்கான கனவு மட்டுமே.

ஆனால் அவை வெறும் ஆன்மிக எழுச்சி மட்டும்தானா? வெறும் கனவுப்புன்னகை மட்டும்தானா?

முன்னர் என் ஆசிரியர் நித்ய சைதன்ய யதியிடம் பேசிக் கொண்டிருந்தேன். அவர் அப்போது சாமவேதம் ஆக்னேய காண்டத்துக்கு உரையளித்துக்கொண்டிருந்தார். அக்னியின் அழகிய சித்திரங்கள் நிறைந்த கவிதைப்பகுதி அது. மலரிலும் இலைத்தளிரிலும் உறையும் அக்னியைப்பற்றி சொல்லப்பட்டபோது என் முகக்குறி கண்டு நித்யா சொன்னார். வேதம் சொல்லும் அக்னி, பருப்பொருளான அக்னி இல்லை. அக்னி என்ற பருப்பொருளில் இருப்பது அக்னி என்ற நிகழ்வு. அந்த நிகழ்வை நிகழ்த்துவது அக்னி என்ற கருத்து. கருத்து வடிவில் அக்னி இப்பிரபஞ்சத்தில் எங்கும் நிறைந்திருக்கிறது. விண்மீன்களில் அது எரிகிறது. பசியில் சுடுகிறது. ஒளியில் மின்னுகிறது.

'எரியும் ஒரு மரத்துண்டை அணைப்பதற்கு எவ்வளவு நீர் தேவையோ அதைவிட அதிக நீர் ஓர் இலைத்தளிருக்குத் தேவை அல்லவா? அதற்குள் எரியும் தீ அல்லவா அந்த நெருப்பை உண்கிறது?' என்றார் நித்யா. ஆம் மலரிதழ்களுக்குள்ளும் நெருப்பு வாழ்கிறது. தொட்டால் குளிரும் நெருப்பு அது.

மீண்டுமொரு சீனக்கதை. சீனச்சக்கரவர்த்தி ஒருவர், ஒரு சிம்மாசனம் செய்ய விரும்பினார். தீயில் எரியாத, கடும் வெம்மையில் உருகாத, அமிலத்தால் அரிக்கப்படாத உடைக்கவும் அழிக்கவும் முடியாத ஒரு பொருளால் அது அமையவேண்டும் என்று அவர் ஆணையிட்டார். இருபது வருடங்கள் மாபெரும் வேதியல் அறிஞர்களும் இயற்கை நிபுணர்களும் ஞானியரும் கூடி ஆலோசித்து தேடி ஒரு மரத்தைக் கண்டுகொண்டனர். அந்த மரத்தால் அமைந்தது அவரது சிம்மாசனம்.

அந்தச்சிம்மாசனம் நெருப்பில் எரியவில்லை. கடும் வெம்மையில் கருகவில்லை. அமிலத்தில் அரிக்கப்படவில்லை. எந்த எடையும் எந்த விசையும் அதை எரிக்கவும் உடைக்கவும் முடியவில்லை. அந்த மன்னரின் இருபது வாரிசுவரிசைகள் அந்தச் சிம்மாசனத்தில் அமர்ந்து நாடாண்டனர்.

பின்னர் அவர்கள் அகங்காரம் கொண்டனர். அழியாத சிம்மாசனத்திற்கு உரியவர்கள் என எண்ணி அறம் மறந்தனர். அநீதிகளுக்குத் தங்கள் நாட்டையும் மக்களையும் விட்டுக்கொடுத்தார்கள். தீமையில் திளைத்தனர்.

அப்போது ஒருநாள் ஓர் எளிய இடையன் அரச சபைக்கு வந்தான். அந்தச் சிம்மாசனத்தை அவனால் எரித்துவிட முடியும் என்றான். அரசன்

ஆச்சரியத்துடன் 'சரி, செய் பார்க்கலாம். ஆனால் எரியாவிட்டால் உன்னைக் கழுவேற்றுவேன்' என்றான். அந்த எளிய இடையன் செக்கச்சிவந்த காட்டு மலர் ஒன்றை அந்தச் சிம்மாசனம் மீது வைத்தான். அந்த இதழ்கள் நெருப்பாக மலர்ந்தன. அந்த மலர் சிம்மாசனத்தை எரித்தது.

சிம்மாசனங்களை எரிக்கும் சின்னமலர் என்று நான் கவிதையைச் சொல்வேன். நெருப்பை உள்ளூரக்கொண்ட மலர். அதனால்தான் உலகமெங்கும் சர்வாதிகாரிகள் கவிதைக்கு அஞ்சினார்கள். விடுதலைப்போர்களில் கவிஞர்கள் முதலில் தூக்கிலேறினார்கள்.

ஏனென்றால் தன் அழகால், தன் எளிமையால் கவிதை தன்னை ஓர் அடையாளமாக ஆக்கிக்கொள்கிறது. மானுடத்தின் மாறாத சில மதிப்பீடுகளின் அடையாளம். மனிதகுலத்தை இந்தக் கணம் வரை கொண்டுவந்து சேர்த்த சிலவற்றின் அடையாளம். ஆகவே அது தன்னளவிலேயே ஓர் எதிர்ப்புக்குரலாக, ஓர் ஆயுதமாக இருக்கிறது. எரிக்கவேண்டியதை அது எரிக்கும். குளிரவேண்டிய இடத்தில் அது குளிரும்.

தேவதேவனின் கவிதைகளில் நேரடியாக அரசியல் இல்லையே என்ற குரல் அடிக்கடி எழுவதுண்டு. அதற்கு அவரே விரிவாக பதில் சொல்லியிருக்கிறார். 'கவிதை உலகியலை மதிப்பிடுகிறதே என்று உலகியல் கவிதையை மதிப்பிட்டுவிடக்கூடாது' என்றார் அவர்.

ஒரு மேஜை. அதன் மேல் உணவுப்பொருட்கள் இருக்கின்றன. ஆடைகள் இருக்கின்றன. வண்ணப்பாத்திரங்களும் மின்னணுச் சாதனங்களும் இருக்கின்றன. இன்னும் நாம் அன்றாட வாழ்க்கையில் புழங்கும் ஏதேதோ பொருட்கள் இருக்கின்றன. அந்த மேஜையில் ஒரு வைரம் கொண்டு வந்து வைக்கப்பட்டால் என்ன நிகழும்? அந்த அத்தனைப் பொருட்களும் வைரத்தாலேயே மதிப்பிடப்படும். ஒரு வைரத்தின் மதிப்பில் எத்தனை சதவிகிதம் அந்தப்பொருட்கள் பெறும் என்பதே நம் எண்ணமாக இருக்கும்.

வைரம் எந்தப் பயன்மதிப்பும் அற்றது. வெறும் ஒரு கல். ஆனால் அத்தனை பயன்பொருட்களையும் மதிப்பிடும் ஒன்றாக அது தன் அழகால் தன்னை ஆக்கிக்கொண்டிருக்கிறது. அதுவே கவிதை. உலகியலுக்கு முற்றிலும் அப்பாற்பட்ட அழகு அது. நம் உலகியலின் மதிப்பு என்ன என்று நமக்குக் காட்டித்தருவது என்பதே அதன் ஒரே உலகியல் மதிப்பு.

ஆகவேதான் எங்கோ தூத்துக்குடி மூலையில் இருந்து கொண்டு தன் முற்றத்துக்கு வரும் பறவைகளைப்பற்றி எழுதிக்கொண்டு

தனித்திருக்கும் ஒரு மனிதரின் எளிமையான வரிகள் நம் காலகட்டத்தின் அறமும் அழகும் ஆக மாறுகின்றன. நம் காலகட்டத்தின் அரசியலையும் ஆன்மிகத்தையும் அவை காட்டுகின்றன.

அவை வைரங்கள். வைரம் எத்தனை விந்தையான பொருள் இல்லையா? இம்மண்ணில் உள்ள எந்த உயிர்ப்பொருளும் சாராம்சத்தில் கரிதான். அவற்றின் நீரையும் உப்பையும் இழந்தால் எஞ்சுவது கரிதான். தனக்குள் இருட்டை நிறைத்துக்கொண்டது கரி. ஆனால் அது மண்ணுக்குள் ஆழத்திற்குச் சென்று, இப்பூமியின் எடையை முழுக்கப் பெற்றுக்கொண்டு,இந்த பூமியின் ஆழத்து வெப்பத்தை முழுக்க வாங்கிக்கொண்டு பல்லாயிரம் காலம் தவமிருந்தால் அதன் இருளுக்குள் ஒளி குடியேறுகிறது.

ஒளியை உள்ளே வைத்திருக்கும் கரிதான் வைரம். வைரத்தின் மதிப்பென்பது என்ன? தனக்குள் அது தேக்கி வைத்திருக்கும் ஒளியின் மதிப்புதான் இல்லையா? பல்லாயிரம் பட்டைகள் வழியாக அது வெளிச்சிதறும் அந்த ஒளியால்தான் அது விலைமதிப்பற்றதாகிறது. வைரமென்பது வைரத்தின் தவம் மட்டுமே.

தேவதேவனின் இக்கவிதைகளினூடாகச் செல்லும்போது அந்தத் தவத்தை நாம் காண்கிறோம். இந்த ஒவ்வொரு கவிதையிலும் நம் காலகட்டத்தின் மகத்தான மனம் ஒன்று, தன்னை அனைத்து உலகியலீர்ப்புகளில் இருந்தும் விலக்கிக்கொண்டு தன்னைத்தான் நோக்கி அமர்ந்து ஆற்றிய நெடுந்தவம் மிளிர்கிறது. நவீனத் தமிழிலக்கியத்தில் இதற்கிணையான இன்னொரு அர்ப்பணிப்பு நிகழ்ந்ததில்லை என்றே சொல்வேன்.

அது, சொல்லை மட்டுமே பற்றிக்கொண்டு கடலினும் பெரிதான அந்தக் கங்குல் வெள்ளத்தை நீந்திக்கடக்கும் ஒரு பெரு முயற்சி. மணலிலும் பாறையிலும் மேகப்படலத்திலும் கூட சொல்லை நட்டு சொல்லை அறுவடைசெய்யும் சொல்லேர் உழவு.

அந்த தவத்தின் ஒளிபொருந்தியவை என்பதனாலேயே இக்கவிதைகள் எல்லையற்ற மதிப்புள்ள வைரங்களாகின்றன.

> நிறத்தில் தன் மாமிசத்தையும்
> பார்வைக்கு மென்மையையும்
> ஸ்பரிசத்துக்கு கடினத் தன்மையும் காட்டி
> தவம் மேற் கொண்ட நோக்கமென்ன ? என்றால்
> தவம் தான் என்கிறது கூழாங்கற்களின் தவம்.

இன்று உனக்கு உண்ணக்கிடைத்த பப்பாளிப்பழமே அன்றைய சூரியன் என்கிறார் தேவதேவன் ஒரு கவிதையில். தன் அனைத்து

மகத்துவங்களுடனும் கவிதை இந்த மண்ணில்தான் வேர்பரப்பி எழுந்தாகவேண்டும். முளைத்து மேலெழுந்தாகவேண்டும். அழகு ஒருபோதும் தனித்து நிற்பதில்லை. அது அழகென்பதனாலேயே அது உண்மையும் கூட. அது அழகென்பதனாலேயே அது கனிவும்கூட. சத்யம் - சிவம்- சுந்தரம். மூன்றும் ஒரு தெய்வத்தின் மூன்று முகங்கள் மட்டுமே.

தன் பாட்டுத்திறத்தால் இந்த வையத்தைப் பரிபாலிக்கவேண்டும் என்று கனவுகாணாத கவிஞன் யார்? தன் சிறுமாணவர்களுடன் சேர்ந்து கூட்டிப்பெருக்கும்போது தேவதேவன் சொல்கிறார், நாம் என்ன செய்கிறோம்? நாம் இந்த உலகை சரிசெய்கிறோம் என. இந்த உலகை செப்பனிடுகிறோம் என. ஆனால் அது வன்முறையால் அல்ல. கனிவால். 'நானே நீ' என்ற கனிவு அது. 'நாமே இதெல்லாம்' என்ற விரிவு அது.

தேவதேவனின் கவிதைகளில் ஓடும் ஆழ்ந்த கனிவை உணர்ந்து கொள்ளும்போதுதான் நாம் அச்சொற்களின் பேரழகை உண்மையில் அறிகிறோம். 'யாரோ ஒருவன் என்று எப்படிச் சொல்வேன்?' என்று வினவுகிறது அவரது கவிதை.

குப்பைத்தொட்டியோரம்
குடித்துவிட்டு விழுந்துகிடப்போனை
வீடற்று நாடற்று
வேறெந்தப் பாதுகாப்புமற்று
புழுதி படிந்த நடைபாதையில்
பூட்டு தொங்கும் கடை ஒட்டிப்
படுத்துத் துயில்வோனை
நள்ளிரவில் அரசு மருத்துவமனை நோக்கிக்
கைக்குழந்தை குலுங்க அழுதுகொண்டு ஓடும் பெண்ணை
நடைபாதைப் புழுதியில் அம்மணமாய்
கைத்தலையணையும் அட்டணக்காலுமாய்
வானம் வெறித்துப் படுத்திருக்கும் பைத்தியக்காரனை
எதனையும் கவனிக்க முடியாத வேகத்தில்
வாகனாதிகளில் விரைவோனை
காக்கிச் சட்டை துப்பாக்கிகளால் கைவிலங்குடன்
அழைத்துச் செல்லப்படும் ஒற்றைக் கைதியை.

ஆம், கடைசியாக மீண்டும் ஒரு சீனக்கதை. சீனப்பெருவீரர் ஒருவர் தன் வாளை சாத்தியமான எல்லை வரை கூர்மைப்படுத்த விரும்பினார். அந்தக் கூர்மைக்கு முன்னால் உலகின் எந்தச்சக்தியும் எதிர்த்து நிற்கக் கூடாதென எதிர்பார்த்தார். தன் உடலையும் மனதையும் கையையும்

கூர்மைப்படுத்திக்கொண்டார். கடைசியில் அம்மூன்றும் அவரது வாளில் வந்து அமைந்தன. ஆகவே வாளைத் தீட்ட ஆரம்பித்தார்.

தீட்டும்தோறும் வாள் தேய்ந்ததே அல்லாமல் உச்சகட்ட கூர்மை நோக்கிச் செல்லவில்லை. ஒவ்வொரு முறை கூரிய நுனியில் விரலால் வருடும்போதும் அவருக்குள் ஒரு குரல் சொன்னது. இந்தக்கூர்மை போதாது என. ஆகவே அவர் மலையுச்சி நோக்கிச் சென்றார். அங்கே தனிமையில் வாழ்ந்த பெருங்கவிஞர் துஃபுவைக் கண்டு கேட்டார். இந்த வாளை இன்னமும் கூர்மையாக்க நான் என்ன செய்யவேண்டும்.

'அந்த நுனிக்கு உன் சொந்தக்குருதியில் ஒரு துளியை உண்ணக்கொடு' என்றார் துஃபு. ஆகவே அவர் கீழிறங்கிவந்து தன் சொந்த ரத்தத்தை ஒருதுளி சேர்த்துத் தீட்ட ஆரம்பித்தார். வாள் தட்டாரப்பூச்சியின் சிறகு போலவும் தெறிக்கும் நீர்த்துளி போலவும் கூர்மை கொண்டது.

தேவதேவனின் இக்கவிதைகள் இதயத்தின் குருதி சேர்த்துத் தீட்டப் பட்டவை. ஆகவே நம் காலகட்டத்தின் வேறெந்தச் சொற்களையும் விடகூர்மையானவை.

ஒரு சாதாரண வாசகனாக அல்ல, தமிழின் இந்தக் காலகட்டத்தின் முதன்மையான எழுத்தாளனாக, இந்தக் காலகட்டத்தின் இலக்கிய மதிப்பீடுகளைத் தீர்மானிப்பவர்களில் ஒருவனாக நின்று ஒன்று சொல்கிறேன். இந்த அவையில் அமர்ந்திருக்கும் நீங்கள் அனைவரும் இறந்து மறக்கப்படுவீர்கள். உங்கள் குழந்தைகள் மறக்கப்படும். இந்நகரின் ஒவ்வொரு கட்டடமும் ஒரு கல் இன்னொரு கல் மீது அமராதபடிக்கு இல்லாமலாகும். அதன்பின்னரும் தேவதேவனின் கவிதைகள் வாழும்.

ஆதிச்ச நல்லூர் இங்கே அருகேதான். அங்கே முதுமக்கள் தாழிகளில் நமக்குக் கிடைக்கும் ஒரு பண்பாடு உள்ளது. அது எவரது பண்பாடு, எவரது வாழ்க்கை என நமக்குத்தெரியாது. நாமறிந்த எல்லா வரலாற்றுக்கும் தொல்பழங்காலம் அது. அதன் பானை எழுத்துக்களில் சில வரிகள் கீறப்பட்டுள்ளன. அந்த ஒட்டுமொத்தப் பண்பாடு. எதிர்காலத்துக்காக விட்டுச்சென்றது அந்த வரி மட்டுமே. ஒருவேளை நாம் வாழும் தமிழகத்தின் இந்தக் காலகட்டம் முடிவற்ற எதிர் காலத்துக்காக விட்டுச்செல்லும் சிலவரிகள் தேவதேவனுடையதாக இருக்கலாம்.

என் அளவுகோலில் பாரதிக்குப்பின் கவிதை எழுதியவர்களில் பிரமிள் முக்கியமானவர். அதன்பின் தேவதேவன். பிரமிள் தன் மனக்குறை பாடுகளால் தேங்கி நின்றுவிட்டவர். தன் கவித்துவத்தை முழுமையாக வெளிப்படுத்தும் தவத்தைச் செய்தவர் தேவதேவன். ஆம்,

பாரதிக்குப்பின் அவர் ஒருவரையே 'மாகவிஞன்' என நான் சொல்வேன்.

நம் முன் எளிய மனிதராக - சிலசமயம் பேதை மனிதராக அமர்ந்திருக்கும் இந்த உள்ளத்தின் கனிந்த ஞானமும் குழந்தைத் தனமான அழகியலும் இக்கவிதைகள் வழியாக வெளிப்படுகின்றன. என் வரையில் அதன் வழியாகவே தமிழுக்கு இன்னும் இன்னும் எத்தனை சாத்தியக்கூறுகள் உள்ளன என்பதைக் காண்கிறேன்.

இந்த அவையில் என் ஞானகுருவாக, என் ஆன்மாவின் விளையாட்டுத் தோழராக அமர்ந்திருக்கும் இந்த மனிதரை பரிபூரணமாக வணங்கி விடைபெறுகிறேன்.

(29-05-2011 அன்று தூத்துக்குடி பியர்ல் ஃபவுண்டேஷன் வழங்கும் 'சாரான் ராஜபாண்டியன் வாழ்நாள் இலக்கிய சாதனை விருது' தேவதேவனுக்கு அளிக்கப்பட்டபோது ஆற்றிய உரை)

பாணனின் யாழ்

2004 டிசம்பரில் இந்தியாவை சுனாமி தாக்கி பேரழிவை உருவாக்கியது. அப்போது நான் நாகர்கோயிலில் இருந்தேன். தன் பிறந்தநாளை ஒட்டி சுந்தர ராமசாமி அவரது நண்பர்களை பார்க்கவிரும்பியதனால் முந்தைய நாள் அவரது வீட்டில் ஒரு விருந்து ஏற்பாடு செய்யப் பட்டிருந்தது. அவரது வீட்டுக்கு வந்த சில நண்பர்களும் என்னுடன் இருந்தார்கள். நானும் நாஞ்சில்நாடனும் அந்நண்பர்களுமாக சுசீந்திரம் தேர்த்திருவிழா பார்க்க சென்றிருந்தோம். அப்போது ஒருநண்பர் சொன்னார், சென்னையில் மிகப்பெரிய கடல் அலை ஒன்று அடித்திருக்கிறது என்று. இந்தியக்கடற்கரை முழுக்க மேலும் அதேபோன்ற அலை வரும் என்று எச்சரிக்கை விடுக்கப்பட்டிருக்கிறது என்றார்கள்.

நாஞ்சில்நாடன் உற்சாகமாகிவிட்டார். இது ஒரு வாழ்நாள் வாய்ப்பு என்று சொல்லி உடனடியாக கன்யாகுமரி கிளம்ப ஆயத்தமானோம். ஆனால் எந்த ஆட்டோவும் டாக்சியும் வரவில்லை. சாலைக்கு வந்து கன்யாகுமரிக்குச் செல்ல முட்டிமோதினோம். ஆனால் கன்யாகுமரியில் இருந்துதான் கூட்டம்கூட்டமாக திரும்பி வந்து கொண்டிருந்தார்கள். கொஞ்சநேரத்தில் சுந்தர ராமசாமியை ஆவணப்படம் எடுத்த ரமணியைச் சந்தித்தோம். அவரது மாமனாரும் மாமியாரும் சுனாமியில் அடித்துச் செல்லப்பட்டனர். அப்போதுதான் என்ன ஏது

என உறைத்தது. கன்யாகுமரியில் மட்டும் சுமார் பத்தாயிரம் பேர் இறந்தனர் என்பதை நான் புரிந்துகொண்டது அன்று இரவுதான்!

உண்மையில் அந்த பத்தாயிரத்தில் கால்வாசிப்பேர் இப்படி ஓர் அலை வரப்போகிறது என்று தெரிந்து அதைப்பார்க்க கடற்கரைக்குச் சென்ற இளைஞர்கள். ரமணிகூட அலையைப் பற்றி வானொலியில் கேள்விப்பட்டு அதை படம் எடுக்கத்தான் காமிராவுடன் சென்றார் என்று சொன்னார்கள். மனித அறியாமையின் பயங்கரமான முகத்தை அன்று நேரில் கண்டேன். மனிதர்கள் அதிகமாக யோசிப்பதில்லை. எல்லாரும் செல்லும் வழியில் தாங்களும் செல்கிறார்கள். பள்ளம் கண்ட இடம் நோக்கி நீர் செல்வதுபோல.

மறுநாள் முதல் இரண்டுநாள் நான் சுனாமி நிவாரணப்பணிகளில் நேரில்சென்று ஈடுபட்டேன். சேற்றுக்குள் புதைந்து கிடந்த நூற்றுக் கணக்கான சடலங்களை எடுத்து புதைக்க உதவினேன். மனம் பேதலிக்கச்செய்த அனுபவம் அது. அதைப்பற்றி அப்போது விரிவாகவே எழுதியிருக்கிறேன். மண்ணோடு மண்ணாக குப்பைக் குவியலாக கிடந்த சடலங்கள். குழந்தைகளை அணைத்துக்கொண்ட பெண்களே அவர்களில் அதிகம். பெண்கள் அந்த அளவுக்கு இறந்தமைக்கு காரணம் ஒன்றுதான், புடவை. ஆண்கள் லுங்கியை கழற்றிவிட்டு ஓடி தப்ப, கைக்குழந்தைகளை தூக்கிக்கொண்டு புடவையுடன் ஓடிய பெண்கள் மாட்டிக்கொண்டார்கள்.

விலங்குகள் பறவைகள் அனைத்துமே சுனாமி பற்றிய உள்ளுணர்வை முன்னரே அடைந்தன. கடற்கரை நாய்களெல்லாம் ஒருமணிநேரம் முன்னதாகவே சுனாமி பற்றி உள்ளுணர்ச்சி அடைந்து தப்பி ஓடி மேடான இடங்களுக்குச் சென்றன. எலிகளும் முயல்களும் எல்லாம் தப்பிச்சென்றன. கட்டிப்போடப்பட்டிருந்த பசுக்களெல்லாம் இறந்தன.

கடைசியில் பலவீனமானவர்கள் மட்டுமே மாட்டிக்கொள்ளும் சுனாமி என்றுதான் நான் சமீபத்தைய ஈழ அழிவின் சித்திரத்தை காணும்போது நினைத்துக்கொண்டேன். நிராதரவாக கைவிடப்பட்ட மக்களின் அழிவு. அவர்களின் நம்பிக்கையிழந்த அலறல். கடவுளே கடவுளே என்ற கூச்சல். எவ்வளவு அர்த்தமில்லாத அபத்தமான அழைப்பு!

சுனாமியின்போது ஓர் ஆச்சரியம் நிகழ்ந்தது. அந்தமானில் மோக்கன் என்ற பழங்குடியினர் இருக்கிறார்கள். இவர்கள் கடல்நாடோடிகள். படகிலேயே பெரும்பாலான நேரம் வாழக்கூடியவர்கள். கிட்டதட்ட ஆயிரம்பேர் கொண்ட இந்த இனம் ஒட்டுமொத்தமாக அழிந்திருக்கும் என்ற எண்ணம் முதலில் ஏற்பட்டது. ஆனால் மூன்றாம் நாளே

தெரிந்தது, அவர்கள் அனைவருமே உயிருடன் இருந்தார்கள். அவர்களின் தலைவர் சலே கலத்தலாய் (Saleh Kalathalay) என்பவருக்கு உள்ளுணர்வு வந்தது. முன்னோர்கள் அலைகளாக வந்து பலிகொள்ளப் போகிறார்கள் என்று அவர் சொல்ல எல்லாரும் ஓடிப்போய் மரங்கள் மேல் ஏறிக்கொண்டார்கள். தப்பினார்கள்.

மோக்கன்கள் முழுமையாக அழிந்தார்கள் என்று தி ஹிண்டு செய்தி வெளியிட்டது. அவர்களின் மொழியும் பண்பாடும் மிகமிக தொன்மை யானது. பத்தாயிரம் வருட பழமை கொண்டது. கறுப்பு இனமும் மங்கோலிய இனமும் கலந்த பழங்குடிகள் இவர்கள். இந்திய -சீன மொழிக்குடும்பங்களுக்கு இடையேயான உறவைப்பற்றி ஆராய் வதற்கான மிகச்சிறந்த 'சாம்பிள்' ஆக அந்த மொழியை மொழியியலாளர்கள் குறிப்பிட்டு வந்தார்கள். அந்த மொழி அழிந்தது என்றார்கள். ஆனால் அவர்கள் இயற்கையை அறிந்து தப்பி மீண்டு வந்தார்கள்.

சலேயின் உள்ளுணர்வை அறிவியலாளர்கள் ஆராய்ந்திருக்கிறார்கள். அது தன்னைச்சுற்றி உள்ள இயற்கையை நுட்பமாக கவனித்து ஆழ்மனத்தில் தேக்கிவைத்திருக்கும் நுண்ணுணர்வுதான். அவர் அலைகளின் திசையை, அலைகளுடன் காற்றுக்கு உள்ள உறவை, மீன்கள் கொள்ளும் திசை மாற்றங்களை, மரங்களில் ஏற்படும் மாற்றங் களை மிகக்கூர்மையாக கவனித்திருக்கிறார். அவர் சுனாமிக்கு இரண்டு மணிநேரம் முன்னரே உருவான இயற்கை மாற்றங்களைப்பற்றி பிபிசிக்கு ஒருமணிநேர பேட்டி ஒன்று கொடுத்திருக்கிறார்.

நண்பர்களே, இந்த மேடையில் அமர்ந்திருக்கும் எஸ்.பொன்னுத்துரை அவர்களையும் ஒருவகையில் சலே அவர்களுடன் ஒப்பிடுவேன். ஒரு இனத்தின் ஒரு மொழியின் ஒரு பண்பாட்டின் உள்ளுணர்வின் சாரமாக ஒலித்து வந்த குரல் அவருடையது. ஈழத்து மண்ணுடனும் ஈழத்து மக்களுடனும் இரண்டறக்கலந்த ஆழ்மனம் என்று எஸ்.பொ. அவர்களைச் சொல்லலாம். அந்த மண்ணிலும் மக்களிலும் இருந்து அவர் அறிந்தும் அறியாமலும் உள்வாங்கிய ஞானமும் விவேகமும்தான் அவரது படைப்புகளை ஆழம் மிக்கவையாக ஆக்குகின்றன.

சலே இருக்கும்வரை மோக்கன்களை எவரும் அழிக்க முடியாது. அவர் ஒரு விதை போல. அவரைக்கொண்டு சென்று சகாராவில் விட்டால் கொஞ்சநாளில் அங்கே மோக்கன் இனம் முளைத்துவரும். எஸ்.பொன்னுத்துரை ஈழப்பண்பாட்டின் விதை.

பழங்காலத்தில் பெரும் பிரளயம் பெரும் வறட்சி பற்றிய அச்சம் மக்களிடம் என்றும் இருந்தது. நமது கோபுரங்கள்தான் உயரமான

இடங்கள். ஆகவேதான் நம்முடைய கோயில் கோபுரங்களில் கலசங்களுக்குள் நவதானியங்களை போட்டு நீர் புகாமல் உருக்கிமூடி மேலே வைக்கிறார்கள். பன்னிரண்டு வருடங்களுக்கு ஒருமுறை அந்த விதைகளை மாற்றுகிறார்கள். அவை எதிர்காலத்துக்காக. நண்பர்களே எஸ்.பொ. அவர்களின் எழுத்துக்கள் நாம் வைத்திருக்கும் விதை நெல். நமக்கு ஈரமிருந்தால் நாம் எங்கும் அதை முளைக்கவைத்துக்கொள்ள முடியும். நம் பண்பாட்டை, மொழியை மீட்டுக்கொள்ள முடியும்.

தமிழிலக்கியத்தில் எப்போதும் இரு பாதைகள் உண்டு. ஒன்று கருத்துகளின் பாதை. இன்னொன்று உள்ளுணர்வுகளின் பாதை. தொடக்கப்புள்ளிகளை வைத்துப்பார்த்தால் முதல் பாதையை மாயூரம் வேதநாயகம்பிள்ளை பிரதாபமுதலியார் சரித்திரம் வழியாக தொடங்கி வைத்தார் எனலாம். இரண்டாம் பாதையை ராஜம் அய்யர் கமலாம்பாள் சரித்திரம் வழியாக தொடங்கிவைத்தார்.

முதல்வழி கருத்துப்பரப்பல் நோக்கம் கொண்டது. சமூக மாற்றத்தை இலக்காக ஆக்கியது. பொதுவான கருத்துத்தளத்தில் செல்வது. அரசியலை முதன்மைப்படுத்துவது. இரண்டாம்வழி எழுத்தாளனின் அந்தரங்கக் குரல். அவனுடைய உள்ளுணர்வை மட்டுமே சார்ந்தது. அழகியலை முதன்மைப்படுத்துவது.

தமிழில் முதல் வழியை மிக அழுத்தமாக முன்வைத்த இலக்கிய திறனாய்வாளர்களில் கலாநிதி கைலாசபதி முக்கியமானவர். அவரும் கா.சிவத்தம்பி அவர்களும் இலக்கியத்தை ஒரு கருத்தியல் செயல் பாடாக மட்டுமே கண்டவர்கள். அவர்களின் செல்வாக்கால் ஈழ இலக்கியத்தில் எப்போதும் முதல்பாதையே பெருவழியாக இருந்தது. தமிழில் புதுமைப்பித்தன் முதலான படைப்பாளிகளாலும் க.நா.சு போன்ற விமர்சகர்களாலும் இரண்டாவது பாதை, அழகியல் நோக்கு, வலுவாக வேரூன்றி வளர்ந்தது.

ஈழத்தில் உள்ளுணர்வின் பாதையை அழகியலின் பாதையை முன்வைத்தவர்களில் மு.தளையசிங்கம் முன்னோடியானவர். அவரது சமகாலத்தைய இன்னொரு சக்தி என எஸ்.பொன்னுத்துரையைச் சொல்லலாம். தன் கட்டற்ற உள்ளுணர்வை மட்டுமே தன் தகுதியாகக் கொண்ட படைப்பாளி அவர். முற்போக்கு முகாம் முன்வைத்த ஒட்டு மொத்த கருத்தியல் விவாதத்துக்கும் பதிலாக அவர் தன்னை, தன் ஆளுமையை முன்வைத்தார். அதற்கு நற்போக்கு என அவர் பெயரிட்டார்.

எஸ்.பொ. அவர்களின் உள்ளுணர்வு கட்டற்றது. அதன்மேல் அவருக்கே எந்தப் பிடிமானமும் இல்லை. சாமியாடிக்கு அவரது சொற்கள் அவருக்கே தெரியாமலிருப்பதுபோலத்தான். ஆகவே

ஒருவகை கட்டற்றுச்சிதறிய இலக்கிய உலகமாகவே அவருடையது நமக்குக் கிடைக்கிறது. பலதரத்தில் அமைந்த பல திசைகளை தேர்ந்து கொண்ட ஆக்கங்கள் அவை. மிக விரிவான வாசக அவதானிப்பு மூலமே நாம் அவற்றை ஆராய்ந்து மதிப்பிடமுடியும்.

எஸ்.பொ. அவர்களின் பாதை அவருக்குப்பின்னரும் அதிகமாக பின்பற்றப்படாத ஒன்றாகவே உள்ளது. அது சிக்கலான ஒன்று. வழிதெரியாத காரிருட்டில் ஒருவன் தன் கால்களில் இருக்கும் நினைவையும் உள்ளுணர்வையும் மட்டுமே நம்பி நடப்பது போன்றது அது. ஆழமான உள்ளுணர்வு உடையவர்களுக்கு மட்டுமே அது சாத்தியமாகிறது. அத்தகைய படைப்பாளிகள் எதிர்காலத்தில் ஈழ இலக்கியத்தில் உருவாகவேண்டும்.

இன்று நாம் இருட்டில் இருக்கிறோம். நம் உள்ளுணர்வை நம் தார்மீகத்தை திரட்டி மெல்லமெல்ல முன்னே செல்லவேண்டிய நிலையில் இருக்கிறோம். அதற்கு அவரது முன்னுதாரணம் நமக்கு உதவட்டும். இந்த மேடையில் நம் மகத்தான முன்னோடி ஒருவரை நாம் கௌரவிப்பது அதற்காகவே. இந்த கௌரவம் அவருக்கு நாம் அளிப்பதல்ல. அவரிடமிருந்து நாம் எடுத்துக்கொள்வது. அவரை கவனிக்கிறோம் பின் தொடர்கிறோம் என நாம் அவரிடம் சொல்லும் நிகழ்ச்சி இது. அல்லது அதை நமக்குநாமே சொல்லிக்கொள்ளும் நிகழ்ச்சி.

எஸ்.பொ. அவர்களுக்கு என் எளிய வணக்கங்கள்.

நன்றி.

(19-6-2011 அன்று டொரொண்டோ பல்கலை வளாகத்தில்
இயல் விருது விழாவில் பேசியது)

அந்தக் குயில்

தமிழ் இலக்கியத்தின் இரண்டாயிரம் வருட வரலாற்று வாசிப்பு நமக்கு முக்கியமான ஒரு வாய்ப்பை அளிக்கிறது. தமிழ் இலக்கிய வாசிப்பு எவ்வாறெல்லாம் பரிணாமம் கொண்டு வந்திருக்கிறது என்று காட்டுகிறது அது. வேறெந்த மொழியை விடவும் தமிழ் வாசகனுக்கு இந்த வாய்ப்பு அதிகம்.

நமது வாசிப்பில் என்ன நிகழ்ந்திருக்கிறது என்ற கேள்வி பல சமயம் ஒரு துணுக்குறலாகவே நம்மை வந்தடைகிறது. தமிழின் கவியரங்குகளில் வாசிக்கப்படும் பிரபலமான 'கவிதைகளை'ப் பாருங்கள். சர்வசாதாரண மான அரட்டைவெடிகள், மேடைக்கர்ஜனைகள் சாதாரண மான வரிகளால் எழுதப்பட்டு உரக்க வாசிக்கப் படுகின்றன. ஒவ்வொரு வரியும் இரண்டுமுறை வாசிக்கப் படுகிறது. அதையும் நம் அரங்கக் கவிதை 'சுவைஞர்'கள் பாதிதான் புரிந்துகொள்கிறார்கள்.

சாதாரணமான ஒரு புதுக்கவிதையைப் புரிந்துகொள்ள நம் பேராசிரியர்கள் படும்பாட்டைப் பார்த்தால் ஆச்சரியமாக இருக்கும். சொல்லப்படாத ஒரு சிறிய விஷயத்தைக்கூட அவர்களால் ஊகித்துக்கொள்ள முடிவதில்லை. கவிதை புரியவில்லை என்று இடைவிடாத பாட்டு, கேட்டுக் கொண்டே இருக்கிறது. அதைக்கேட்டுக்கொண்டு சங்கப் பாடல்களைப் பார்க்கும்போதுதான் அந்த துணுக்குறல் நிகழ்கிறது. நம் வாசிப்பு எப்படி இப்படி பரிணாமம் கொண்டது?

சங்க இலக்கியப்பாடல்களை வாசிக்கையில் நவீன வாசகனுக்குக்கூட ஆச்சரியம் நிறைகிறது. வெறும் ஆறு வரிகள். இருபது சொற்கள். மிகப்பூடகமான ஒரு வெளிப்பாடு. வெளியே தெரியும் காட்சியில் அகம் ஏற்றப்படுகிறது. அகத்தின் உணர்வுகளுக்கேற்ப வெளிக் காட்சிகள் தங்களைக் காட்டிக்கொள்கின்றன.

'இரவில் பெய்த மழையை ஊருக்குள் ஓடி வந்து சொல்லும் அருவிகள் கொண்ட நாட்டைச் சேர்ந்தவனுடன் நாம் கொண்ட காதல் அவன் இரவில் வராது போனதனால் இல்லை என்று ஆகிவிடுமா' கபிலர் பாடிய குறுந்தொகைப்பாடல் இது. இவ்வளவேதான். *(காமம் ஒழிவதாயினும் யாமத்து கருவி மாமழை வீழ்ந்தென அருவி விடரகத்து இயம்பும் நாட! எம் தொடர்பும் தேயுமோ நின் வயினானே.)*

இந்த ஒரு வரியை ஒரு முழு இலக்கிய ஆக்கமாகக் கருதும் ஒரு வாசிப்பு இங்கே இருந்திருக்கிறது. மழை பெய்த தகவலைச் சொல்ல துள்ளிக்குதித்து ஓடிவரும் அருவியை மனக்கண்ணில் காணமுடிந்த வாசிப்பு அது. மொத்தக் காட்டின் மலர்களையும் சருகுகளையும் மண்மணத்தையும் அருவி ஊருக்குள் பரப்பிவிடுவதுபோல ஒரு ரகசிய உறவை ஒரு புன்னகையே சொல்லிவிடும் என்று ஊகிக்கத்தெரிந்த வாசிப்பு. அருவியைக் காட்டின் சிரிப்பாகக் காணமுடிந்தவனின் வாசிப்பு.

அந்த வாசிப்புதான் அந்த ஆக்கங்களை உருவாக்கியது. அந்தக்கவிஞன் அத்தகைய நுட்பமான வாசகனை நம்பி அதை எழுதியிருக்கிறான். அந்த நம்பிக்கை வீண்போகாமல் ஈராயிரம் வருடங்களாக அந்தக் கவிதை ஒரு மகத்தான கவிதையாகக் கொண்டாடப்படுகிறது!

கூடவே இன்னொரு வாசிப்பும் இருந்துள்ளது. அந்த வாசிப்பை நிகழ்த்திய சான்றோர் அவைகள் இருந்தன. பின்பு அந்த சபைகள் 'சங்கங்கள்' எனப்பட்டன. இந்தப் பாடல் குறிஞ்சித்திணை என அது வகுத்தது. மலையும் மலைசார்ந்த சூழலும் அதற்குத் தேவை. கூடலும் கூடல் நிமித்தமும் அதில் இருக்க வேண்டும். அது அருவியைப்பற்றி யானையைப்பற்றிப் பேசவேண்டும். உள்ளத்தின் குளிர்ச்சியையும் எழுச்சியையும் அது மலைச்சாரலாக மாற்றிக்காட்டவேண்டும். உள்ளம் இயற்கையாக உருமாற வேண்டும். இயற்கை உள்ளமாக வேடம் கொள்ளவேண்டும்.

முதல் வாசிப்பு வாசகன் என்ற எளிய உணர்ச்சிகரமான நிலையில் நின்று வாசிக்கப்பட்டது. அது படைப்புக்குத் தன்னை ஒப்புக் கொடுப்பதன் மூலம் நிகழ்வது. ஆசிரியனுடன் முழுமையாக ஒன்றுதல் வழியாக, அவன் கண்கள் வழியாக பார்ப்பதனூடாக அடையும் வாசிப்பு அது. மழைபெய்ததைத் துள்ளி ஓடிவந்து சொல்லும் அருவி

என்றதுமே மனம் மலராத ஒருவனுக்கு இந்தக் கவிதையில் ஒன்றும் இல்லை. வாசிப்புக்கு முன் நம் வாழ்வனுபவத்தையும் கற்பனையையும் மட்டும் திறந்து வைக்கும் வாசகனை அது தேடுகிறது.

இரண்டாம் வாசிப்பு இலக்கியத்தின் மரபையும் தொடர்ச்சியையும் உணர்ந்தவனின் வாசிப்பு. அவன் அந்த படைப்பைத் தன் முந்தைய வாசிப்பனுபவத்தால் பகுக்கிறான், அடையாளப்படுத்துகிறான். அதை ஒரு மாபெரும் பின்னணியில் கொண்டு சென்று பொருத்துகிறான். ஆம் அவன் செய்வது ஒருவகை தகர்ப்பமைப்பைத்தான். அவனை இலக்கண ஆசிரியர்கள் என்றார்கள் நம் முன்னோர்.

முதல் வாசிப்பு நுண் வாசிப்பு (Micro reading). இரண்டாம் வாசிப்பு பெருவாசிப்பு (Macro reading). முதல் வாசிப்பில் கவிதையாகத் தன்னை நிறுத்திக்கொண்ட ஆக்கங்களே இரண்டாம் வாசிப்பை அடைந்தன. தொகுக்கப்பட்டன. முதல் வாசிப்பு மலர்களைக் கொய்தது. இரண்டாம் வாசிப்பு அதை மாலையாகக் கட்டியது. முதல் வாசிப்பு கண்டடைதலின் பரவசம். இரண்டாம் வாசிப்பு அடையாளம் காண்பதன் அக எழுச்சி.

தெளிவாகவே ஒன்றைச் சொல்லி முடித்தார்கள். இலக்கியம் கண்டதற்கே இலக்கணம். இலக்கணம் இலக்கிய அனுபவத்தைப் பின் தொடர்ந்துதான் சென்றாக வேண்டும். சிப்பி பொறுக்கப்போகும் குழந்தை போல வாசகன் படைப்புகளை நோக்கிச் செல்கிறான். அவனைக் கவர்வதெல்லாம் இலக்கியம்தான். அவற்றின் பொருத்தமும் பயனும் எல்லாம் பின்னால் வருபவர்கள் பார்க்கவேண்டியவை.

சங்ககாலத்தில் நுண்வாசிப்பு நிகழ்ந்தமைக்கான காரணம் என்ன? அப்படைப்புகள் ஒரு சிறிய உட்குழுக்களுக்குள் புழங்கின என்பதனாலா? குழூக்குறிகள் போல கலைகளின் நுண்ணிய குறியீடுகளும் சிறிய சமூகங்களில் அனைவருக்கும் தெரிந்திருந் தனவா? பெருந்திரளான மக்கள் கலைகளுக்குள் வரும்போது உருவாகும் சராசரிக்கான தேவை இல்லாமலிருந்ததா என்ன? யோசிக்க வேண்டிய விஷயம்.

அதன் பின் நீதியிலக்கிய காலகட்டத்தில் வாசிப்பு மிகப்பெரிய மாறுதலை அடைந்திருப்பதைக் காண்கிறோம். 'அல்லற்பட்டு ஆற்றாது அழுத கண்ணீரற்றே செல்வத்தைத் தேய்க்கும் படை' என்ற வரியைத் துயர் தாங்காது மனமுடைந்து அழுத கண்ணீர்தான் அக்கண்ணீர்மீது கட்டப்பட்ட பெரும் செல்வத்தை அழிக்கும் மிகப்பெரிய ஆயுதம் என்ற நேரடிக்கூற்றை, இதில் உள்ள அறச்சீற்றத் தாலேயே, இலக்கியமாகக் கொண்டாடும் ஒரு வாசிப்பை நாம் பின்னால் காண்கிறோம்.

அந்த வாசிப்பு இலக்கியத்தின் மீது மக்களை நல்வழிப்படுத்தும் பொறுப்பை சுமத்துகிறது. இலக்கிய ஆசிரியனைத் தத்துவவாதியாக, அறநெறியாளனாகக் கொள்ள முயல்கிறது. அந்தப் பொறுப்பை ஏற்றுக்கொள்ளாத சங்க இலக்கியங்கள் அக்காலகட்டத்தில் மெல்ல மெல்லப் பின்னகர்ந்தன. அன்றைய வாசிப்பு அவற்றை சுவடி அறைகளின் இருண்ட மூலைகளுக்கு தள்ளியது. அவ்வாறாக நீதியே இலக்கியத்தின் மைய விசை என்று எண்ணிய ஒரு சமூகம் உருவாகி வந்தது.

நீதியிலக்கியக் காலகட்டத்தின் சமூகப்பின்னணியை நாம் ஒரு வகையில் உருவகித்துக்கொள்ளலாம். சங்க காலம் பழங்குடி அறங்களும் மரபுகளும் நீடித்த காலகட்டம். நிலப்பிரபுத்துவத்தின் தொடக்க காலம். நீதியிலக்கிய காலகட்டத்தில் தமிழகத்தில் மிக விரிவான வணிகப்பாதைகள் உருவாயின. வணிகர் குலங்கள் பெருகின. பல்வேறு பழங்குடிச்சமூகங்கள் ஒன்றுடன் ஒன்று உரையாட வைக்கப்பட்டன. ஆகவே பொது நீதிக்கான தேவை எழுந்தது. நீதியிலக்கிய காலகட்டத்தின் முக்கியமான மதங்கள் சமணமும் பௌத்தமும். அவை வணிகர்களின் மதங்கள்.

அந்த வணிக எழுச்சியின் விளைவாக சமூகங்கள் தொகுக்கப்பட்டன. உபரி நிதி ஒரு மையத்தில் குவிவதற்கான வாய்ப்பு உருவாகியது. அவ்வாறு வணிகம் மூலம் நிதி குவிந்த மையங்களான காஞ்சியும் மதுரையும் தஞ்சையும் பேரரசுகளாக ஆயின. பேரரசுகள் தங்கள் நிலப்பரப்பு முழுக்க சீரான ஒற்றைப்பண்பாட்டைக் கொண்டு சென்றன. அதன் பொருட்டு அவை மதங்களைப் புரந்தன. சைவம் வைணவம் சாக்தம் போன்ற மதங்கள் பிற வழிபாடுகளையும் நம்பிக்கைகளையும் உள்ளிழுத்துக்கொண்டு பெருமதங்களாக மாறின.

இவ்வாறு இங்கே பெருமதங்கள் உருவாகி வேரூன்றின. அவற்றால் நீதி புனிதப்படுத்தப்பட்டது. அது கடவுளின் கையில் ஆயுதமாக ஆகியது. அப்போது மாபெரும் மத இலக்கியங்கள் உருவாகி வந்தன. கடவுள் இல்லாத நீதி மெல்ல பின்னகர்ந்தது. குறள், காலத்தில் உள்ளே அழுந்தி சங்க இலக்கியங்கள் இருந்த அதே பெட்டகத்திற்குள் சென்று அமர்ந்தது. பொன்னார்மேனியனையோ ஆழிவண்ணனையோ பாடாத இலக்கியங்களின் மதிப்பு பொதுவாசிப்பில் மிகமிகக் குறைந்தது.

பதினெட்டாம் நூற்றாண்டில் சங்க இலக்கியங்களும் குறளும் பொது வாசிப்பில் இருந்து மறைந்து போய்விட்டிருந்தன. சிலப்பதிகாரமும் மணிமேகலையும் சீவகசிந்தாமணியும் பொதுச்சூழலில் இல்லாமல் இருந்தன. மகாவித்வான் மீனாட்சி சுந்தரம்பிள்ளையிடம் பல்லாண்டு காலம் முறையாகத் தமிழ்கற்ற உ.வே.சாமிநாத அய்யர் அவற்றைக்

கேள்விப்பட்டிருக்கவில்லை என்பதை அவரது சுயசரிதையில் காண்கிறோம்.

ஆனால் அந்த இலக்கியங்களின் சாரம் மொழியில் கலந்து ஒரு பண்பாடாக மாறியிருக்கும். அங்கே அவை உயிருடன்தான் இருந்தன. சங்க காலப் பாடல்களின் அகத்துறை அழகியல் கொஞ்சம் பெருமாளைச் சேர்த்துக்கொண்டு நாலாயிர திவ்ய பிரபந்தமாக மறுபிறப் பெடுத்தது. குறள் கொஞ்சம் சைவத்தையும் வைணவத்தையும் சேர்த்துக்கொண்டு கொன்றைவேந்தன் போன்ற நீதி நூல்களாக மறுபிறப்பு கொண்டு வந்தது.

ஆம், அவை அழியவில்லை. அவை விதையுறக்கத்தில் இருந்தன. மதமும் கடவுளும் பின்னால் நகர்ந்த இருபதாம் நூற்றாண்டில் அவை மீண்டும் முன்னால் வந்தன. சுவடிகளை சிலவருடங்கள் திருப்பி எழுதாவிட்டாலே அவை அழிந்துவிடும். ஆனால் சங்க இலக்கியமும் நீதிநூல்களும் பல நூற்றாண்டுகாலம் அழியாமல் இருந்தன. அதாவது அவை கண்மறைவாக இருந்த காலகட்டம் முழுக்க - பொது வாசிப்பு அந்நூல்களைப் புறக்கணித்துக்கொண்டே வந்தபோது - எங்கோ தனி வாசிப்பு அவற்றைப் பேணியிருக்கிறது. இந்தத் தனி வாசிப்பைத்தான் நான் முக்கியமான வாசிப்பு, அவசியமான வாசிப்பு என்று சொல்கிறேன்.

நம்முடைய காலகட்டம் இன்று ஒரு இலக்கியப்படைப்பை வாசிப்பது முழுமுற்றானது, கடைசியானது என்று ஒருபோதும் நாம் நம்பக் கூடாது. எத்தனை விரிவாகப் பார்த்தாலும் ஒரு காலகட்டத்தின் தேவைகள், அச்சங்கள், கனவுகள் சார்ந்துதான் இலக்கிய ஆக்கங்கள் வாசிக்கப்படுகின்றன. அந்தக் காலகட்டத்துடன் அந்த வாசிப்பை உதறி சட்டை உரித்த பாம்புபோல இலக்கியம் அடுத்த கட்டம் நோக்கிச் செல்கிறது.

ஒரு தனி மனிதருக்கு எப்படி ஒரு கருத்தியல் இருக்கிறதோ அதேபோல ஒரு சமூகத்திற்கும் ஒரு காலகட்டத்திற்கும் ஒட்டுமொத்தமாக ஒரு கருத்தியல் இருக்கிறது. ஒருவர் ஒரு படைப்பை ஏற்றுக்கொள்வதற்கு அல்லது மறுப்பதற்கு அவருக்கான அக அமைப்பு எப்படி காரணமாக இருக்கிறதோ அதைப்போல ஒரு சமூகம், ஒரு காலகட்டம் ஒரு படைப்பை ஏற்றுக்கொள்ளவும் மறுக்கவும் அதன் கூட்டு அகம் காரணமாக அமைகிறது.

கீழை நாடுகளின் வாசிப்புக்கும் மேலைநாடுகளின் வாசிப்புக்கும் இன்றுகூட பெரும் வேறுபாடு உள்ளது. நாம் பேரிலக்கியவாதிகளாக எண்ணும் தாராசங்கர் பானர்ஜியும் விபூதிபூஷன் பந்த்யோபாத்யாயவும் சிவராமகாரந்தும் பஷீரும் மேலைநாட்டு வாசகர்களைக்

கவரவில்லை. அவர்கள் நம்மிடம் முக்கியமானவர்களாகச் சொல்லும் இந்திய ஆங்கில எழுத்தாளர்கள் நமக்கு சின்னப்பையன்களாகத் தெரிகிறார்கள்.

அதேபோல் இன்னொரு குறிப்பிடத்தக்க விஷயம். உலகப்போருக்குப் பின்பு ஐரோப்பா இலக்கியங்களை வாசித்த முறையில் அல்ல இன்று வாசிப்பது. உலகப்போர்களுக்கு முன்பு கீழைநாட்டு பண்டைய இலக்கியங்களுக்கு ஐரோப்பாவில் இருந்த முக்கியத்துவம் இன்று மெதுவாகக் குறைந்துவிட்டதை நாம் காணமுடியும்.

வாசிப்பு, காலகட்டத்தின் எல்லைக்குட்பட்டது. படைப்புகள் காலத்தை எளிதில் தாண்டிச்செல்லக்கூடியவை. அந்த பிரக்ஞை நமக்கிருந்தால் நாம் நம் வாசிப்பை, ஒரு காலகட்டத்தின் ஒட்டுமொத்த வாசிப்பை முழுமையானதாக எடுத்துக்கொள்ள மாட்டோம். அத்தகைய கூற்றுக்களைத் தவிர்த்துவிட்டு மீண்டும் மீண்டும் இலக்கிய ஆக்கங்களை நோக்கி அந்தரங்கமாகச் சென்று அமர்ந்துகொள்வோம்.

சமகால வாசிப்பு என்பது இலக்கியத்தில் இருந்து அதன் ஒரு பக்கத்தை மட்டும் எடுத்துக்கொள்வதே. வைரத்தின் ஒரு பட்டையை மட்டும் எடுத்துக்கொள்வதைப்போல. பத்தாம் நூற்றாண்டில் சிலப்பதிகாரம் கற்பின் கதையாக வாசிக்கப்பட்டது. இருபதாம் நூற்றாண்டில் அது சாமானியனின் அறச்சீற்றத்தின் கதை.

ஏனென்றால் இலக்கியம் ஒற்றைக்குரல் கொண்ட ஒன்று அல்ல. அது பேய்பிடித்தவனின் உளறல் போல. அதில் பலகுரல்கள் ஒலிக்கலாம். பல மொழிகள் பேசப்படலாம். பலநூறு தெரிந்தும் தெரியாததுமான ஆழ்மன எழுச்சிகள் வெளிப்படலாம். அதைத்தான் மிகயீல் பக்தியின் களியாட்டம் - கார்னிவல் - என்றார்.

அந்த நோக்கின் விரிவாக்கமே ‘பார்த்’தின் எழுத்தாளனின் மரணம் பற்றிய கோட்பாடு. பேய்பிடித்தவன் ஒரு தனிமனிதனல்ல. அவன் ஒரு ஊடகம். அவன் வழியாக வெளிவரும் ஒரு ஆழ்மொழிப்பரப்பின் ஒரு வாசல் மட்டும்தான் அவன். அவன் சொல்வதை அந்த ஆழ்மொழிப் பரப்பை ஒரு அகராதியாக வைத்துக்கொண்டுதான் புரிந்துகொள்ள முடியும். அதுவே பார்த் சொன்ன பகுப்பாய்வு - டிகோடிங்.

ஆனால் அந்தப் பேய்பிடித்த கூற்றைக் கேட்பவனும் பல பேய்களால் பீடிக்கப்பட்டவன் என்றால்? அவன் ஒரு நிலையான மாறாத தரப்பு இல்லை என்றால்? அவனுள்ளும் அதே ஆழ்மொழிப்பரப்புதானே விரிந்திருக்கிறது. அந்த ஆழ்மொழிப்பரப்பைக்கொண்டு அவன் அந்தக்கூற்றுக்களைப் பொருள்கொள்கிறான் என்றால்?

அப்போது நிலையான அர்த்தம் இல்லை. பொருள்கொள்ளல் என்ற முடிவற்ற செயல்பாடு மட்டுமே உள்ளது. சொல்பவனின் தளத்திலும்

கேட்பவனின் தளத்திலும் அர்த்தம் சொல்லைத் தழுவித்தழுவி நடனமிடுகிறது. அதைத்தான் தெரிதா சொன்னார்.

ஒருவகையில் நமக்குப் புதிய கருத்தும் அல்ல அது. மகாபாரதத்தில் சௌனகநீதியில் அர்த்தம் தாமரையிலைத் தண்ணீர் போல சொல் மீது வழுக்கிச்செல்கிறது என்ற கூற்று உள்ளது. சொல்லும் பொருளும் கொள்ளும் உறவை ஒருவரோடொருவர் கலந்தும் போட்டியிட்டும் ஆடும் சிவபார்வதி நடனமாகவே காளிதாசன் சொல்கிறான்.

இன்று, ஏற்புக்கோட்பாடுகள் (Reception theory) இன்னும் பெரிய ஒரு கோணத்தை நமக்குத் திறந்து அளித்துள்ளன. ஓர் இலக்கிய ஆக்கத்தை நாம் உள்வாங்கிக்கொள்ளும் முனையில் நம்முடைய காலகட்டமும் சமூகச்சூழலும் நம் அனுபவங்களும் நம்முடைய மொழியின் குறியீட்டமைப்பும் எல்லாம் அளிக்கும் பங்களிப்புகளைப்பற்றி விரிவாகவே பேசப்பட்டுள்ளது.

படைப்பும் வாசிப்பும் சந்திக்கும் புள்ளி என்பது காமம் போல. மனிதகுலம் உருவானபோதே உருவாகிப் பலநூற்றாண்டுகளாகப் பலவாறாகப் பேசப்பட்டும் தீராத வசீகர மர்மத்துடன் அது இருந்து கொண்டுள்ளது. இன்னும் அது பேசப்படும். இன்னும் விரிவாக விவாதிக்கப்படும்.

ஆனால் காமத்தின் கணத்தில் நாம் இந்தப் பேச்சுகளை நினைத்துக் கொண்டிருப்பதில்லை. அது அன்றும் இன்றும் அதே தன்னிச்சையான பரவசமாகவே உள்ளது. அந்தப் பரவசத்தைப் புரிந்துகொள்வதற்காக பின்பு கொட்டப்படும் சொற்களே பிற அனைத்தும்.

நித்ய சைதன்ய யதி சொன்னார். ‘பல்லாயிரமாண்டுகளுக்கு முன் ஒரு வனத்தில் வேதங்கள் ஓதப்பட்டன. அருகே ஒரு குயில் கூவியது. அந்த குயிலின் நூறாயிரமாவது வாரிசு இன்றும் அதே குரலை எழுப்பிக் கொண்டிருக்கிறது. அதற்கு ஒரே பொருள்தான். ஆனால் வேதங்கள் மீது பல நூறு பல்லாயிரம் அர்த்தங்கள் ஏற்றப்பட்டுவிட்டன.’

அந்த மாறாத குயில் குரலை வேதங்களில் இருந்து மீட்டுக் கேட்கக் கூடிய காது ஒன்று உண்டு. அதுவே இலட்சிய வாசிப்பு என நான் நினைக்கிறேன். அந்த மையத்தைச் சுற்றிச் சுழலும் அச்சுகளே அத்தனை உரைகளும் விளக்கங்களும்.

நன்றி.

(30-3-2011 அன்று திருவனந்தபுரம் பிரஸ்கிளப்பில் ஆற்றிய உரை)

கீதையும் யோகமும்

அகதா கிறிஸ்டி எழுதிய துப்பறியும் நாடகமான எலிப்பொறி லண்டனில் பலவருடங்கள் தொடர்ச்சியாக நிகழ்ந்தது. சீட்டு விலை மிக அதிகம். இருந்தும் வெளிநாட்டினர்கூட வந்து பார்ப்பார்கள். பாரீஸில் இருந்து ஒருவர் வந்து அதைப் பார்ப்பதற்காக வாடகைக் காரில் சென்றார். சென்றிறங்கியதும் பயணக்கூலி சம்பந்த மாக சண்டை மூண்டது. பயணி சற்றும் விட்டுத்தர வில்லை. பின்னால் பிற வாடகை ஓட்டுநர்கள் வந்து ஒலியெழுப்ப ஆரம்பித்தனர்.

வேறு வழியில்லை. வாடகைக்காரர் காரை கிளப்பியபின் கூவினாராம் 'கொலையைச்செய்தது அந்த மூன்றாவது வேலைக்காரன்!' அவ்வளவுதான், நாடகம் அந்த பயணிக்கு ஒன்றுமில்லாமல் ஆகிவிட்டது.

சமீபத்தில் தொலைக்காட்சியில் ஒரு பெரியவர் கீதை உபந்நியாசம் செய்துகொண்டிருந்தார். கீதை சரணாகதியை உபதேசிக்கும் நூல் என்பது அவரது நம்பிக்கை. அது வைணவத்தின் அடிப்படை தரிசனமும்கூட. 'சர்வ தர்மான் பரித்யக்ஞ மாமேகம் சரணம் விரஜ' (அனைத்து தர்மங் களையும் கைவிடுக, என்னையே சரணடைக) என்ற வரியே கீதையின் மையம், உச்சம் என்று அவர் கண்ணீர் மல்கிச் சொன்னார்.

எனக்குத் தோன்றியது வேலைக்காரனின் ரகசியத்தை முன்னரே சொல்லிவிட்டு நாடகம் பார்ப்பது போல என்று. ஏனென்றால் அந்த வரிக்குச் சமானமான கருத்து கீதையின்

இரண்டாம் அத்தியாயமான சாங்கிய யோகத்திலேயே வந்து விடுகிறது. சரணாகதியை அப்போதே சொல்லிவிட்டார் கிருஷ்ணன். அதன்பின்னரும் 16 அத்தியாயங்களை எழுதி வைத்த அந்த ஆசிரியன் எத்தனை வடிவபோதமில்லாதவனாக இருக்கவேண்டும்!

உண்மையில் கீதை சரணாகதி நூலா? கீதையில் சரணாகதி சொல்லப் படுகிறதா என்றால் ஆம் என்றே சொல்வேன். அது கீதையின் செய்தி. அது கீதையின் ஆரம்பத்திலேயே வந்து விடுகிறது. ஆயினும் கீதை மேலே செல்கிறது. அப்படியானால் அது சரணாகதியைப்பற்றி மட்டுமே பேசக்கூடிய நூல் அல்ல. சரணாகதிக்கும் மேலாக பலவற்றை அது சொல்கிறது. சாங்கியயோகத்துக்குப் பின்னர்தான் கர்மயோகமும் ஞானயோகமும் எல்லாம் வருகின்றன.

அப்படியானால் மேற்கொண்டு சொல்லப்படும் விஷயங்கள் சரணாகதிக்கு வலுச்சேர்க்கும் விதமாக சொல்லப்படுகின்றனவா? சரணாகதியை விளக்கவோ அல்லது நியாயப்படுத்தவோ அவை சொல்லப்படுகின்றனவா? மேற்கொண்டு சொல்லப்படுவனவற்றுக்கு சரணாகதி முதல் படியாகவோ முன்நிபந்தனையாகவோ உள்ளதா?

கீதையை ஆராயும்போது அப்படித் தோன்றுவதில்லை. கீதையின் அந்த வரியை கவனியுங்கள். 'சகல தர்மங்களையும் கைவிடுக' அனைத்து தீமைகளையும் என்று சொல்லவில்லை. அனைத்து ஆசைகளையும் என்று சொல்லவில்லை. அனைத்து தர்மங்களையும் கைவிடுக என்று சொல்கிறது. இங்கே தர்மம் என்னும்போது செய்யக்கூடுவது என்றே பொருள். செய்யக்கூடுவது அனைத்தையும் கைவிட்டு அவனை மட்டுமே சரணடைக. அதுவே சாங்கிய யோகத்தில் கிருஷ்ணன் அர்ஜுனனுக்குச் சொல்லும் பரிபூரண சரணாகதி.

அவ்வாறு பரிபூரணமாக சரணாகதி அடைந்தவனுக்கு எதற்கு கர்மம், எதற்கு ஞானம், எதற்கு மேலே சொல்லப்படும் அத்தனை யோகங்கள்? அவற்றை சரணாகதியின் அடுத்தபடிகளாகச் சொல்லவில்லை கிருஷ்ணன். சரணாகதிக்கு பதிலாகவே சொல்கிறான். ஆம், சரணாகதி மட்டும் போதாதவர்களுக்காகச் சொல்லப்படுகின்றன அவை.

கீதையைச் சொல்லிமுடித்த கீதாசாரியன் இந்த கருத்துகளைப்பற்றி நீயே சிந்தித்து உரிய முடிவை எடு என்றே அர்ச்சுனனுக்குச் சொல்கிறான். இவை கடவுளின் சொற்கள், அப்படியே கண்ணைமூடிக் கொண்டு கடைப்பிடி என்று சொல்லவில்லை. அதாவது சரணாகதி ஆரம்பத்தில் தான் சொல்லப்படுகிறது. கடைசியில் ஆய்வுநோக்கும் நுண்ணிய சுய பரிசீலனையுமே முன்வைக்கப்படுகிறது.

கீதையை புறவயமாக ஆராய்ந்த வரலாற்றாசிரியரான டி. டி.கோஸாம்பி அது ஒரு மாபெரும் இலக்கியத்திருட்டு என்று

சொல்கிறார். பல்வேறு நூல்களில் இருந்து பலகாலகட்டங்களில் எடுத்து தொகுக்கப்பட்ட சிந்தனைகளின் தொகைதான் அது என்பதே அவரது எண்ணம். இந்திய மார்க்ஸிய தத்துவசிந்தனையாளர்களில் முன்னோடியான எம்.என்.ராய் கீதை தான் சொன்னதையே மறுத்துச் செல்லும் முரண்பாடுகளின் மூட்டை என்கிறார். தத்துவ முரண் பாடுகளை அற்புதமான கவித்துவம் மூலம் தொடுத்துத்தரும் பேரிலக்கியம் அது என்பது இன்னொரு மார்க்ஸிய சிந்தனையாளரான கெ.தாமோதரனின் வாதம்.

கீதையைப் போன்ற ஒரு மூலதத்துவ நூலை எவரெவரோ எப்படி எப்படியோ வாசிக்கிறார்கள். அதை ஒன்றும் செய்யவும் முடியாது. ஒரு சர்தார்ஜி நகைச்சுவை உண்டு. சர்தார்ஜி கீதை உரைகேட்க தவறுதலாக வந்தமர்ந்தார். ரொம்பநேரம் ஒன்றுமே புரியவில்லை. ஒரு வரி வந்தது, அதில் '...கர்மஜா' என்ற சொல் காதில் விழுந்ததுமே சர்தார்ஜி 'வாஹ் வாஹ்' என்றார். மகிழ்ந்து தலையை ஆட்டினார்.

பிறருக்கு எதுவும் புரியவில்லை. சரி சர்தார்ஜிக்கு எதுவோ பிடிகிடைத்துவிட்டது என்று நினைத்துக்கொண்டார்கள். ஒருவர் மட்டும் சர்தார்ஜியை வழியில் சந்தித்து கேட்டார் 'சர்தார்ஜி கீதையை கேட்டு ஏன் மகிழ்ச்சி அடைந்தீர்கள்?' சர்தார்ஜி சொன்னார் 'அச்சா கீதை... 'அச்சா' கேட்டவருக்கு புரியவில்லை என்ன அப்படி அதிலே அவ்வளவு மகிழ்ச்சி அடையும்படி? சர்தார்ஜி சொன்னார் 'அது சொல்கிறதே கர் மஜா என்று (மஜாவாக இருங்கள்) அது எனக்கு பிடித்திருக்கிறது. நான் நேராக அதற்குத்தான் செல்கிறேன்.'

நான் மேலே சொன்ன அறிஞர்களின் சிக்கல் என்னவென்றால் அவர்கள் கீதையை அதன் தத்துவ விவாதத்தளத்தில் வைத்து வாசிக்க வில்லை. அது உருவான காலகட்டத்தின் தத்துவச் சொற்களையும் அது எதிர்கொண்டு பேசும் அறிவுச்சூழலையும் கருத்தில்கொண்டு அதை பொருள்கொள்ள முயலவில்லை. அவர்களுக்கு அவர்களின் மார்க்ஸியமதநம்பிக்கை சார்ந்து அதை நிராகரித்தாகவேண்டிய கட்டாயம் இருந்தது.

ஆம், மார்க்ஸியமும் ஒரு மதமே. அதை நம்புபவர்களும் எதைச்சிந்திக்கவேண்டும் என்றும் எங்கே வந்து சேர்ந்தாகவேண்டும் என்றும் ஏற்கெனவே அவர்களின் தீர்க்கதரிசியால் அவர்களின் மூலநூலில் தெளிவாக அறிவுறுத்தப்பட்டுள்ளது.

கீதையில் முரண்பாடுகள் உள்ளனவா? ஆம், அதை பொதுவாக வாசிக்கும் எவரும் முதலில் காண்பது அந்த முரண்பாடுகளை மட்டுமே. சாங்கிய யோகத்தில் கிருஷ்ணன் ஒரு சராசரி க்ஷத்திரியனுக்குரிய வாழ்க்கை இலட்சியத்தை அர்ச்சுனனுக்கு உபதேசிக்கிறான்.

போர்புரிந்தால் உனக்கு செல்வமும் நாடும் அதிகாரமும் புகழும் கிடைக்கும், மேலும் உன் குலதர்மமும் அதுவே, அதைச்செய் என்கிறான். ஆனால் அடுத்த அத்தியாயத்திலேயே உலகியல்நோக்கை வேருடன் வெட்டி வீசும்படி சொல்கிறது கீதை. அடுத்த அத்தியாயத்தில் பயன்கருதாமல் செயலாற்று என்கிறது.

கீதை முழுக்க வரும் இந்த முரண்பாடுகளை அதை பக்திநோக்கில் விளக்குபவர்கள் தெளிவுபடுத்துவதில்லை. அது பகவானின் பேச்சு அதை அப்படியே எடுத்துக்கொள் என்று சொல்கிறார்கள். என்னிடம் பகவானின் பேச்சை எதற்கு ஆராயவேண்டுமென்று கேட்டவர்கள் பலர். அவர்களில் சிலர் அடுத்தபடிக்கே சென்று கீதையை வாசிப்பதே இல்லை. பூஜையறையில் ஒரு பெரிய தட்டில் வைத்து தினம் வழிபடுவதுடன் சரி. சிலர் குட்டி கீதையை கழுத்தில் மாலையில் பதக்கமாக அணிவதும் உண்டு. நான் கேட்டேன், எதற்கு கீதை என்ற நூல்? ஒரு தாளில் கீதை என்று எழுதி வைத்தாலே போதுமே.

இன்னொரு பக்கம் கீதை இன்று கைதவறி விழுந்த கண்ணாடிப் பாத்திரம் மாதிரி துண்டு துண்டாக கிடக்கிறது நம் மதநம்பிக்கைகளில். முன்பு ஒரு பெண் எல்லாரும் ரொம்பச் சொல்கிறார்களே என்று ஷேக்ஸ்பியர் நாடகம் ஒன்றை நூலகத்தில் இருந்து எடுத்தாள். அதை வாசிக்க முயன்றபின் நூலகத்திற்கே திருப்பிக்கொண்டு வந்து கொடுத்துவிட்டாள். 'நாடகம் சுகமில்லை, ஒரே மேற்கோள்மழை' என்றாள். மொத்த ஷேக்ஸ்பியர் வரிகளையும் மேற்கோள் காட்டி விட்டார்கள். கீதையையும் ஒரு மாபெரும் மேற்கோள் தொகுப்பாக மாற்றிவிட்டார்கள்.

உதிரி வரிகளாக கீதையை அறிவது கீதையின் முரண்பாடுகளுக்கே அழைத்துச் செல்லும். ஒரு மேற்கோளில் ஒன்றைச்சொல்லும் கிருஷ்ணன் இன்னோன்றில் நேர் எதிராகச் சொன்னால் என்ன செய்வது? அதற்கும் ஒரு பௌராணிகர் வழி கண்டுபிடித்தார். இது கிருஷ்ணன் சத்யபாமையிடம் சொன்னது அது ருக்மிணியிடம் சொன்னது இன்னொன்று ராதையிடம் சொன்னது. 'ஒத்தராண்டை சொன்னதை மத்தவாள்ட்ட சொல்லப்படாது. அவன் கள்ளக் கிருஷ்ணனோல்லியோ.'

கீதையை ஒரு உரையாக, ஒரு அறிவுரைக்கொத்தாக, ஒரு வழிகாட்டு நெறிநூலாக வாசிக்கப்போனால் அந்த முரண்பாடுகளை புரிந்து கொள்ளவே முடியாது. அதை ஓர் உரையாடலாக, ஒரு விவாதமாக புரிந்துகொண்டால் மட்டுமே அந்த முரண்பாடுகளை புரிந்துகொள்ள முடியும். அதில் உள்ளது விவாதத்தின் முரணியக்கம் (Dialectics). முரணியக்கம் என்ற அறிவியங்கியல் முறைக்கும் இந்திய ஞான மரபில் யோகாத்ம மார்க்கம் என்று பெயர்.

கீதையின் ஒவ்வொரு அத்தியாயமும் முந்தைய அத்தியாயத்தின் மறுப்புதான். முந்தைய அத்தியாயத்தின் விவாதத்தின் இயல்பான நீட்சியும்கூட. முதலில் கிருஷ்ணன் எந்த க்ஷத்ரியனுக்கும் சொல்ல வேண்டிய நேரடியான எளிய வாழ்க்கை இலட்சியத்தை சாங்கிய யோகத்தில் சொல்கிறான். ஆனால் அர்ஜுனன் தன் வினாக்கள் மூலம் அவனுக்கு அந்த விடைகள் போதவில்லை என்பதை தெரிவிக்கிறான். ஆகவே முதலில் சொன்னதை மறுத்து அல்லது தாண்டிச்சென்று பிறிதொரு இலட்சியத்தை கீதை சொல்கிறது. அதிலும் அர்ஜுனன் நிறைவுறாதபோது கீதை வேறு ஒரு வழியை திறந்து காட்டுகிறது.

ஆனால் இந்த ஒவ்வொரு படியும் ஒன்றை விட இன்னொன்று மேலானது என்று பொருளல்ல. சாங்கிய யோகத்தை விட கர்மயோகமும் கர்மயோகத்தை விட ஞானயோகமும் மேலானவை அல்ல. அவை அனைத்தும் சமமே. ஆனால் ஒவ்வொன்றும் ஒவ்வொரு வருக்குரியவை. உதாரணமாகச் சொல்லப்போனால் ஒரு கண் மருத்துவர் நம் கண்ணில் வேறு வேறு கண்ணாடிகளை வைத்துப் பார்த்து நமக்குரியதை தேர்வுசெய்வது போலத்தான் கீதையில் கிருஷ்ணன் செயல்படுகிறான். ஒவ்வொன்றாகச் சொல்லி அர்ஜுனன் அதைத்தாண்டிச் செல்லும்போது இன்னொன்றை முன்வைக்கிறான்.

கீதை ஓர் இலக்கியம். ஆகவே ஒரு அபாரமான நாடகத்தருணத்தை அது தன் விவாதத்தை நிகழ்த்த தேர்ந்தெடுத்துள்ளது. அந்த நாடக உச்சம் வழியாக அதன் தத்துவம் பலபடிகளாக முன்வைக்கப்படுகிறது. ஒரு உதாரணம், ஒரு சிறுவனை ஒரு துறவி தெருவில் சந்திக்கிறார். அவன் வீட்டை விட்டு வந்துவிட்டான். 'தம்பி நீ ஊருக்கு போ. அம்மா அப்பாவை வருத்தப்பட செய்யாதே. பெற்றோர் சொல்லுக்கு அடங்கி நடக்கவேண்டும், அதுதான் நல்ல குழந்தைகளின் கடமை' என்று அறிவுரை சொல்கிறார்.

ஆனால் பையன் அதைக் கேட்கவில்லை. அவன் அவரிடம் ஆழமான கேள்விகளைக் கேட்கிறான். அவர் உடனே 'சரிதான் உனக்கு குடும்பம் தேவை இல்லை. பெற்றோரின் வழிகாட்டல் உனக்கு உதவாது. நீ அந்த கட்டத்தைக் கடந்துவிட்டாய். உனக்கு இப்போது தேவை நல்ல ஒரு ஆசிரியர். பக்கத்து ஊரில் ஒரு நல்ல ஆசிரியர் இருக்கிறார். அவரிடம் செல். சேவைசெய்து கல்வியைக் கற்றுக்கொள்' என்கிறார்.

ஆனால் பையன் மேலும் கேட்கிறான். அவர் அவனை நுட்பமாக புரிந்துகொண்டு 'ஆம், உனக்கு சாதாரணமான ஒரு ஆசிரியன் போதாது. அவர்கள் உனக்கு மொழியை மட்டுமே கற்றுத்தருவார்கள். நீ காஞ்சிக்குப் போ. அங்கே ஒரு பேரறிஞர் இருக்கிறார். நீ அவரிடம் சென்று கற்றுக்கொள்' என்கிறார்.

அவன் மேலும் உரையாடவே அவர் இன்னும் அவனை புரிந்து கொண்டு ‘நீ கற்கவேண்டியது என ஏதும் இனி இல்லை. கல்வி உனக்கு இனி சுமையாகவே ஆகும். நீ உணரவேண்டியவையே உள்ளன. என்னுடன் என் சீடனாக வா’ என்கிறார்.

இங்கே அவர் சொன்ன ஒவ்வொரு படியும் ஒன்றை ஒன்று மறுப்பவை. அவர் சொல்லும் வழிமுறைகளை மட்டும் தனியாக எடுத்துப் பார்த்தால் முரண்பாடுகளே மிஞ்சும். ஆனால் அவை அச்சீடனுடனான உரையாடல் என்று புரிந்துகொண்டால் அந்த முரண்கள் முரண்களல்ல படிகள் என்று தெரியும்.

இதுவே கீதையின் முரணியக்கம். இந்த முரணியக்கத்தை கீதை யோகம் என்கிறது. முரணியக்க அணுகுமுறை வேதாந்தத்தின் அடிப்படை. அதற்கு யோகாத்ம மார்க்கம் என்று பெயர். கீதையின் ஒவ்வொரு அத்தியாயமும் யோகம் என்று முடிவது இதனால்தான். ஒவ்வொரு அத்தியாயத்தின் முடிவிலும் யோகசாஸ்திரமாகிய கீதையின் அத்தியாயம் அது என்ற தொகுப்பு வரி வருவதைக் கவனிக்கலாம்.

நெடுங்காலமாகவே அத்வைத குருகுலங்களில் இந்த முரணியக்க அணுகுமுறையே பயிலப்பட்டு வந்தது. நாராயண குரு அந்த முறையை தன் ஆசிரியர்களிடமிருந்து கற்றார். அதை நடராஜகுருவுக்கு கற்பித்தார். நடராஜகுருவின் கீதையுரை அந்த நோக்கில் எழுதப்பட்ட ஒரு மாபெரும் நூல்.கீதை உரைகளில் அது ஒரு கிளாசிக். பிற்பாடு சின்மயானந்தர் போன்றவர்கள் அந்நூலையே முன்னுதாரணமாகக் கொண்டார்கள் என்பதை எளிதில் காணலாம்.

கீதையை ஒற்றைப்படை உபதேச நூலாகக் கண்டவர்கள் அந்நூலை குருகுல அமைப்பு இல்லாமல் கற்ற மேலை நாட்டு அறிஞர்களே. அதே போல அதன் யோக முறையை வெறும் நல்லுரையாக காணும்போக்கு முறையான தத்துவ-குருகுல கல்வி இல்லாத பக்தர்களிடமும் காணப்படுகிறது. கீதையை பல வகையான தவறான, குறைபாடான புரிதல்களுடன் அறிய வழிவகுக்கும் போக்கு இது.

சாமானிய வாசிப்பில் யோகம் என்ற சொல் பலவகையான பொருட் குழப்பங்களை உருவாக்குகிறது. இந்திய சிந்தனைமரபில் யோகம் என்பது பல்வேறு பொருளில் வரக்கூடிய ஒரு சொல்லாகும். யுஜ் என்ற வேர்ச்சொல்லில் இருந்து வந்தது அது. இணைதல் ஒன்றுகூடுதல் என்ற பொருள் அதற்குண்டு.

வேதங்களில் யோகம் என்பது கூடுகை, கூட்டம், சபை என்ற பொருளில் தான் பெரும்பாலும் பயின்று வருகிறது. பின்னர் இறைவனுடன் அல்லது பிரம்மத்துடன் ஒன்றாக இணைவதைச் சொல்லக்கூடிய

வார்த்தையாக அது வேதாந்த மரபுகளில் பயன்படுத்தப்பட்டது. சாங்கியம் வைசேடிகம் போன்ற மரபுகளில் அது ஒன்றுக்கொன்று முரண்படும் பொருட்கள் செயல்தளத்தில் ஒன்றாகக் கலப்பதை சுட்டிக்காட்டுவதற்காக கையாளப்பட்டது.

சாங்கிய மரபில் புருஷ தத்துவம் உள்ளே வந்தபின்னர் புருஷனும் பிரகிருதியும் இணையும் புள்ளியைச் சுட்டிக்காட்ட யோகம் என்ற சொல் பயன்படுத்தப்பட்டது. சாங்கிய மரபின் ஒரு பிரிவாக இருந்த யோகமரபில் முதலில் அந்தப் பொருளிலேயே யோகம் என்ற சொல் கையாளப்படுகிறது.

அதாவது மூல இயற்கையும் பரமபுருஷனும் ஒன்றையொன்று சார்ந்து இயங்கும் இரு அடிப்படை சக்திகள். எளிதில் இதைப் புரிந்துகொள்ள ஒரு வழி சொல்கிறேன். இந்தபிரபஞ்சத்தில் உள்ள அத்தனை பொருளையும் ஒன்றாகச் சேர்த்தால் அதுதான் மூல இயற்கை. இந்த பிரபஞ்சத்தில் உள்ள அத்தனை பிரக்ஞையையும் ஒன்றாகச் சேர்த்தால் அதுதான் பரமபுருஷன்.

புருஷன் இயற்கைக்கு சாட்சி. இயற்கையில் உள்ள மூன்று குணங்களான சத்வகுணம் ரஜோகுணம் தமோகுணம் ஆகியவை புருஷன் பார்ப்பதன் மூலமே உருவாகி வரக்கூடியவை. அந்த முக்குணங்களும் ஆதி இயற்கையில் சமநிலையில் இருக்கின்றன. அவற்றின் சமநிலை குலையும்போது ஆதிஇயற்கை பலபலவாக பிரிந்து அளவில்லாத பேதங்கள் கொண்ட இயற்கையாக மாறுகிறது.

அது பிரியும்போது புருஷனும் பலகோடி தனி பிரக்ஞைகளாக மாறுகிறான். இந்த தனி புருஷன் இயற்கையை பார்ப்பதன் மூலமே நாம் காணும் இந்த பிரபஞ்சம் உருவாகி வருகிறது. இதுவே பிரபஞ்சம் உருவான முறைக்கும் சாங்கியம் கூறும் விளக்கமாகும்.

இந்த புருஷன் தன்னை பலதுளிகளாக பிரித்துக்கொண்டு அதில் ஒரு துளியில் நின்று பார்க்கும் பார்வையே நம்முடைய பார்வை. அவன் அந்த தனிப்பிரக்ஞையை உதறி தன்னை தொகுத்துக்கொண்டு பரமபுருஷனின் ஒட்டுமொத்த முழுமைப்பார்வையை அடைந்தான் என்றால் அவன் கண்முன் இயற்கையும் தன் பேதங்களை களைந்து ஒற்றைப்பேருருவாக, ஆதி இயற்கையாக, வந்து நிற்கும். இந்த இணைந்த முழுமைப்பார்வை யோகம் எனப்பட்டது.

சாங்கியத்தின் துணைத்தரிசனமாக யோகம் உருவாகி பின்னர் பிரிந்து தனி தரிசனமாக ஆகியது. அதன் அடிப்படைகளை தொகுத்து பதஞ்சலி முனிவர் யோகசூத்திரம் என்ற நூலை உருவாக்கினார்.

பதஞ்சலி யோக சூத்திரம் சொல்லும் யோகம் என்பது மனதை நிறுத்தி பிரக்ஞையை தனியுணர்வு இல்லாத நிலைக்கு கொண்டு சென்று முழுமை நோக்கை அடைவதுதான். இதை ஆற்றை நிறுத்தி மலையுச்சியில் அதன் உற்பத்தி இடத்துக்கு திருப்பிக்கொண்டு செல்வது போன்றது எனலாம்.

'யோக: சித்தவிருத்தி நிரோத:' என ஆரம்பிக்கிறது யோகசூத்திரம். மனமெனும் செயலை தடுத்தல்தான் அது. நான் எனது என்ற மன இயக்கத்தை தடுப்பது. ஒட்டுமொத்தமாக ஆவது. அதுதான் யோகம். அந்த நிலையை அடைய பல வழிகளை பதஞ்சலி யோக சூத்திரம் சொல்கிறது. பிற்பாடு அந்த வழிகளும் யோகம் எனப்பட்டன.

அதன்பின் காலப்போக்கில் அந்த வழிகளில் ஒரு பகுதியான உடற்சார்ந்த பயிற்சிகள் யோக ஆசனம் (யோகத்தில் அமர்ந்திருக்கும் முறை) என்ற சொல்லால் அழைக்கப்பட்டன. அது சுருங்கி இன்று அதுவே யோகம் என்று அழைக்கப்படுகிறது.

இவ்வாறு யோகம் என்ற சொல் பல தளங்களில் கையாளப்படுகிறது. ஒன்று, அதாவது கூட்டம், இணைதல் என்ற பொருளில். இரண்டு, ஒருங்கிணைந்த முழுமை நோக்கு என்ற பொருளில். மூன்று, யோகம் என்ற தனியான தரிசனம் என்றபொருளில், நான்கு அந்த தரிசனம் காட்டும் செயல்முறைகள் என்ற பொருளில். கடைசியாக, முரணியக்க நோக்கு என்ற பொருளில்.

கீதையில் இந்த மூன்று பொருளிலும் யோகம் என்ற சொல் பயின்று வருகிறது. கீதை தன்னை ஒரு யோகசாஸ்திரம் என அழைத்துக் கொள்வது முரணியக்க அணுகுமுறை கொண்ட நூல் அது என்ற பொருளிலேயே. சாங்கியயோகத்தின் கடைசிப்பாடல்களில் யோகதரிசனம் பேசப்படுகிறது. பலவரிகளில் யோகம் என்று ஒன்று கூடுவதே சொல்லப்படுகிறது. பிற்பகுதிப் பாடல்களில் யோக மென்னும் செயல்முறைகுறித்து சொல்லப்படுகிறது.

அனைத்தையுமே யோகம் புரிதல் என்ற பொருளில் கீதை சொல்வதாக இன்று பலரால் பொருள்கொள்ளப்படுகிறது. யோக சாஸ்திரம் என்னும் சொல்லை வைத்துக்கொண்டு கீதை நேரடியாகச் சொல்லும் பொருளுக்கு அடியில் பல மர்மமான யோகமுறைகளை குறிப்பாலுணர்த்துகிறது என்று சிலர் சொல்வதுண்டு. அவர்கள் ஒவ்வொரு சொல்லையும் மனம்போனவாக்கில் பிளந்து விளக்கி யோகப்பயிற்சி சார்ந்த பொருளைக் கொள்கிறார்கள்.

கீதை ஒரு அலோபதி மருந்து அல்ல என்பதை புரிந்துகொண்டால் போதும். நோயாளி போய் அமர்ந்ததுமே நாக்கை நீட்டுங்க என்று

சொல்லி மார்பில் ஸ்டெதெஸ்கோப்பை வைத்துவிட்டு அதே நேரத்தில் மருந்தையும் எழுதிவிடும் டாக்டர் அல்ல கிருஷ்ணன். அனைத்து மனிதர்களுக்கும் ஒரே மருந்தை அவர் சொல்வதில்லை.

அவர் மனிதர்களின் இயல்புகளை, தேடல்களை அறிவார். ஒவ்வொரு வருக்கும் ஒவ்வொரு மருந்தே தேவை என அறிவார். ஏனென்றால் கிருஷ்ணன் ஒரு தீர்க்கதரிசி அல்ல. ஒரு மாபெரும் ஞானமரபின் இடைவிடாத நீண்ட மரபின் நுனியில் உருவான ஞானி. ஆகவே அவரது ஞானமும் பலமுறை பல தளத்தில் ஏற்கெனவே விவாதிக்கப் பட்ட ஒன்றாக உள்ளது. இதனால்தான் கீதை மிகநுட்பமாக மனிதர் களை பகுக்கிறது. ஒவ்வொருவருக்கும் அவர்களின் இயல்பு சார்ந்த மருந்தை அளிக்கிறது.

நாம் கீதையை வாசித்தோம் என்றால் சாங்கிய யோகம் முதலே மனிதர்களை கீதை பகுக்க ஆரம்பிப்பதைக் காணலாம். நடைமுறை நோக்கு கொண்டவர்கள், தர்க்க நோக்கு கொண்டவர்கள் என்ற பிரிவினை தொடர்ந்து வந்துகொண்டே இருக்கிறது. இதுவே கீதையின் வழிமுறை. ஒவ்வொரு வழியும் பிறிதொன்றுடன் முரண் பட்டுத்தான் இயங்குகிறது. இதற்காகவே யோகாத்ம மார்க்கம் கீதையில் கடைப்பிடிக்கப்படுகிறது.

காந்தி கீதையில் இருந்து எடுத்துக்கொண்டது கர்ம யோகத்தை. அரவிந்தர் எடுத்துக்கொண்டது ஞானயோகத்தை. ராமகிருஷ்ணர் எடுத்துக்கொண்டது மோட்ச சன்யாச யோகத்தை. எல்லா நிலைகளுக்கும் எல்லா மனங்களுக்கும் கீதை உரிய விடை அளிக்கிறது. ஒரு விடையில் இருந்து இன்னொரு விடைக்கு அர்ஜுனனின் கேள்விகள் வழியாக அது வழுக்கிச் செல்கிறது.

இந்தத் தொகுப்புமுறைக்காகவே அர்ஜுனனுக்கு கிருஷ்ணன் போர்க்களத்தில் சொன்ன உபதேசமாக அது அமைக்கப்பட்டிருக்கிறது. அதன் இலக்கிய நுட்பங்கள் முழுக்க முழுக்க இந்தத் தளத்திலேயே காணக்கிடைக்கின்றன. கீதை பேரிலக்கியமாக ஆவதும் இந்தத் தொகுப்புமுறைக்காகவே.

நடராஜகுரு பஞ்சாபில் ஒரு கீதைமாநாட்டுக்குச் செல்ல நேர்கிறது. அங்கே ஏற்கெனவே பேசியவர்கள் அர்ஜுனன் அறிவிழந்து தடுமாறும் போது கிருஷ்ணன் மெய்ஞானத்தைச் சொன்னார் என்று பேசினார்கள். தான் பேச எழுந்ததுமே நடராஜகுரு கேட்டார் ‘என் சுயநலத்துக்காக மூத்த பெரியவர்களையும் சகோதரர்களையும் கொல்ல மாட்டேன் என ஒருவன் சொன்னால் அது அறிவின்மையா என்ன?’ அங்கே உள்ளவர்களால் பதில் சொல்ல முடியவில்லை.

குருவே விளக்கினார். கீதையின் தொடக்கத்தில் அர்ஜுனன் சொல்லும் அந்தத் துயரம் மிக்க சொற்கள் அறியாமையைக் காட்டுவன அல்ல. அது ஒரு மாபெரும் விவேகம். சாதாரண மனிதனுக்கு அது வராது. என் நன்மைக்காக நான் பிறருக்கு தீங்கிழைக்கப்போவதில்லை என்று ஒருவன் சொல்வதென்பது ஒரு மன உச்சம்தான். ஓர் உண்மை ஞானம் தான் அது.

அர்ஜுனன் அந்நிலைக்கு வந்து நின்ற காரணத்தால்தான் கீதை அவனுக்குச் சொல்லப்பட்டது. எந்த குருவும் சீடனின் அறியாமையைக் கண்டு அவனுக்கு கற்பிக்க ஆரம்பிக்க மாட்டார். அவனுடைய அறிவை கண்டபின் மேலும் அறிவை அளிப்பதற்காகவே கற்பிக்க ஆரம்பிப்பார். அர்ஜுனனின் அந்த மனசஞ்சலம் ஒரு பெரிய விவேகம். ஆகவேதான் கிருஷ்ணன் அவனுக்கு கீதையை உள்வாங்கும் பக்குவமிருப்பதாகச் சொன்னார்.

கிருஷ்ணன் 'நீ ஞானியரின் சொற்களைச் சொல்கிறாய்' என்று அர்ஜுனனிடம் சொல்வது கிண்டலாகத்தான் என்று பலரால் விளக்கம் அளிக்கப்பட்டுள்ளது. அது தவறு. அது ஞானியரின் சொல்லேதான். ஆகவேதான் அந்த அத்தியாயமும் அர்ஜுன விஷாத யோகம் என்று சொல்லப்பட்டுள்ளது. அதுவும் ஒரு யோகமே. அது கேள்வி மட்டும் உள்ள அத்தியாயம் அல்ல, அது ஒரு பதில்தான். முதற்கட்ட பதில்.

ஒரு சாதாரண லௌகீக மனிதனைப்பொறுத்தவரை அர்ஜுனன் சொல்லும் அந்த வரிகளே அவனுக்கு போதுமானதாகும். 'என் சுயநலமல்ல என் சுற்றமும் நாடும் வாழவேண்டும் என்ற பொதுநலமே எனக்குத்தேவை' என ஒருவன் உணர்ந்தால் அதுவே அவனுக்கு போதும். அதுவே அவனுக்கு விடுதலை அளிக்கும். அது பொய்யல்ல அது ஒரு உண்மை.

அந்த உண்மைக்கு மாறாக இன்னும் பெரிய உண்மையை முன்வைக்கிறது கீதை. சாமானியதளத்தில் இருந்து விசேஷ தளத்துக்கும் அதற்கு மேலே அதிவிசேஷ தளத்துக்கும் செல்கிறது. லௌகீகத்தில் இருந்து ஆன்மிகத்துக்கும் ஆன்மிகத்தில் இருந்து தூயமெய்ஞானத்துக்கும் செல்கிறது.

அதாவது அறியாமைக்கு எதிராக அறிவை முன்வைக்கும் நூல் அல்ல கீதை. அறிவுக்கு எதிராக இன்னும் பெரிய அறிவை முன்வைக்கும் நூல் அது. இதுவே கீதையின் முரணியக்கமாகும்.

அர்ஜுனன் சொல்வது ஒரு சாமானியனின் விவேகம். அதற்கு எதிராக ஒரு கடமைவீரனின் விவேகத்தை முன்வைக்கிறது சாங்கிய யோகம். அந்த கடமைவீரனின் விவேகத்துக்குப் பிறகு அதைவிட முழுமை

நோக்குள்ள ஒரு கர்மவீரனின் ஞானத்தை முன்வைக்கிறது. அதன்பின் ஒரு அறிஞனின் விவேகத்தைச் சொல்கிறது. கடைசியாக ஒரு ஞானியின் விவேகத்தை முன்வைத்து முடிகிறது. ஒவ்வொன்றும் முந்தையதில் இருந்து முரண்கொண்டு கிளைத்து விரிகிறது. இந்த முரணியக்கமே கீதையின் யோக சாஸ்திரமாகும்.

சின்ன வயதில் அம்மாவுடன் கோயில்களுக்குச் செல்வேன். நடந்து தான் போகவேண்டும். பல கிலோமீட்டர். அம்மா சொல்வாள். அதோ ஒரு தென்னைமரம் தெரிகிறதல்லவா, அதற்கு அந்தப்பக்கம்தான் கோயில் என்று. தென்னை மரம் தாண்டியதும் அதோ அந்த வீட்டுக்கு கொஞ்சம் அப்பால்தான் என்பாள். அதன்பின் அந்த ஓடையை தாண்டினால் உடனே கோயில் என்பாள். அப்படி வழிச்சுமை தெரியாமல் கொண்டுசென்றுகொண்டே இருப்பாள்.

கண்ணன் ஒரு கனிவான அன்னை. அவனுக்கு வணக்கம்.

நன்றி.

(9-9-2010 அன்று சுவாமி பிரம்மானந்த சரஸ்வதி அவர்களின் தியான ஆசிரமம் பினாங்கில் ஆற்றிய உரை)

பளிக்கறை பிம்பங்கள்

மணிமேகலை தமிழில் அதிகமாக விவாதிக்கப்படாத ஒரு காவியம். அஸ்வகோஷரின் புத்தசரிதம் காவியமாக கொள்ளப்பட்டாலும் அது வரலாற்றுநூலே. மணிமேகலைதான் பௌத்தமரபில் எஞ்சியிருக்கும் ஒரே சுதந்திரமான முழுமையான காவியம். இருந்தும் அது அதிகமாக விவாதிக்கப்படாமைக்கு முக்கியமான காரணத்தை அதைச் சிலம்புடன் ஒப்பிட்டால் அறியலாம். சிலம்பு பாட்டிடையிட்ட உரையுடைச்செய்யுள் என்னும் வடிவத்தில் அமைந்தது. அதிலுள்ள அழகான பகுதிகள் எல்லாமே கானல்வரி, வேட்டுவர் வரி, ஆய்ச்சியர் குரவை போன்ற பாடல்கள்தான். மணிமேகலை முழுக்க முழுக்க ஆசிரியப்பாவில் அமைந்தது, கிட்டதட்ட உரைநடை போன்றது அந்த யாப்பு.

சிலம்பு நாடகத்தன்மை மிக்கது. மணிமேகலையில் நாடகச்சுவை மிகமிகக் குறைவு. ஆகவே சிலம்பில் உள்ள உணர்வெழுச்சிகள் எதுவும் மணிமேகலையில் இல்லை. சிலம்பு பெரும்பாலும் வாழ்க்கையைச் சித்தரிப்பது. மணிமேகலை வாழ்க்கையைச் சித்தரிப்பதில்லை என்றே சொல்லலாம். அதன் பெரும்பகுதி நேரடியான தத்துவ விளக்கங்கள் மட்டுமே.

ஆனால் இவையனைத்தையும் விட முக்கியமான ஒரு காரணமுண்டு. சிலம்பு யதார்த்தத்தின் எல்லையை மீறாத கவித்துவத்துடன் உள்ளது. மாறாக மணிமேகலை மந்திர மாயக்கதைகளால் ஆனது. இந்த அம்சம் இருபதாம்

நூற்றாண்டில் மணிமேகலையைப் பின்னுக்குத்தள்ளியது. 'பகுத்தறிவுக்கு ஒவ்வாத' நூலாக மணிமேகலையைத் தமிழறிஞர்கள் கருதநேர்ந்தது.

சொல்லப்போனால் பௌத்தம் இங்கே பகுத்தறிவாளர்களுக்கு உகந்த மதமாகவே இருந்தது. தமிழிலக்கியங்கள் சுவடிகளில் இருந்து மீட்டு எடுக்கப்பட்ட காலகட்டமும் பௌத்தம் பகுத்தறிவுக்கு உகந்த ஒரு தத்துவ மதமாக முன்வைக்கப்பட்ட காலமும் ஒன்றே. ஆனால் அந்தச் சித்தரிப்புக்கு நேர் மாறானதாக இருந்தது மணிமேகலை. அதன் புராணத்தன்மை எந்த இந்துநூலையும் விட அதிகம். ஆகவே அது கண்டுகொள்ளப்படவில்லை.

எழுபதுகளில் தமிழில் படிமம் என்னும் கருத்து அறிமுகமாகியது. இலக்கியத்தின் எல்லா வர்ணனைகளையும் உருவகங்களையும் கதைகளையும் படிமம் என்னும் இலக்கிய உத்தியாக அணுகலாமென்ற எண்ணம் ஏற்பட்டது. ஆனால் இந்த வாசிப்புமுறை நவீன இலக்கியத்துக்குள்ளேயே புழங்கியது. அந்த வாசிப்பு மரபிலக்கியத்துக்குப் போடப்படவில்லை. ராவணனின் பத்துத் தலைகள் படிமம் என்ற வகையில் எதை உணர்த்துகின்றன என்றோ சிலப்பதிகாரத்தின் இட்டசித்தி பவகாரிணி போன்ற குளங்கள் என்ன உட்பொருள் கொண்டவை என்றோ பேசப்படவில்லை.

ஆகவே அந்த வாசிப்புக்குள் மணிமேகலை வரவில்லை என்பது ஆச்சரியத்துக்குரியதல்ல. அப்படி மணிமேகலையின் தொன்மங்கள் படிமங்களாக வாசிக்கப்பட்டிருந்தால் மணிமேகலை மிகப்பெரிய ஒரு திறப்பை அடைந்திருக்கும். என் கருத்தில் அப்படிப்பட்ட ஒரு சிறந்த வாசிப்பு பிரேம் அவர்களால் நானும் நண்பர்களும் நடத்திவந்த 'சொல்புதிது' இதழில் வெளிவந்தது. கண்ணகி அறுத்து எறிந்த ஒற்றைமுலையே மணிமேகலையின் கையில் அட்சயபாத்திரமாக ஆகியது என்று பிரேம் சொன்னார். தாய்மையையும் கருணையையும் அறுத்து வீசி கண்ணகி விடுதலை அடைந்தாள். தாய்மையையும் கருணையையும் கண்டடைந்து மணிமேகலை விடுதலை பெற்றாள் என்றார் பிரேம். அபூர்வமான ஒரு வாசிப்பு அது.

மணிமேகலையின் படிமங்களின் ஆழம் என் வாசிப்பில் எழுச்சிமிக்க தருணங்களை அளித்துள்ளது. அதில் ஒன்று உதயகுமரனுக்கும் மணிமேகலைக்கும் இடையேயான உறவு. கண்ணகி மதுரையை எரித்தபின் மலைமேல் அமர்ந்த சேதி நாடெங்கும் பரவுகிறது. மாதவி கோவலனின் மகளாகிய மணிமேகலையுடன் தன் பொருட்களை எல்லாம் போதி மரத்தின் கீழ் அறவண அடிகள் முன்னர் தானம் செய்து துறவறம் ஏற்கிறாள்.

இந்நிலையில் மணிமேகலை ஒரு தாசிப்பெண் என்றும், அவளை அடையலாம் என்றும் மணிமேகலையின் பாட்டியும் மாதவியின் தாயுமான சித்ராபதி சோழனின் மகனான உதயகுமரன் மனதில் ஆசையை மூட்டுகிறாள். அந்நாளில் பூம்புகாரில் இந்திரவிழா நடைபெறுகிறது. அன்று நாடகப்பெண்டிரின் ஆடலும் பாடலும் நடக்கின்றன. மாதவியும் மணிமேகலையும் அவ்விழாவில் கலந்து கொள்ளவில்லை. இதனால் ஊர் மக்கள் பழித்துப் பேசுகின்றனர்.

சித்ராபதி மாதவியின் தோழியான வயந்தமாலையை அழைத்து மாதவியை அழைத்து வருமாறு கூறுகிறாள். மாதவியைக் காணச் சென்ற வயந்தமாலையிடம் மணிமேகலையை 'காவலன் பேரூர் கனையெரி ஊட்டிய மாபெரும் பத்தினி மகள்' என்று குறிப்பிடுகிறாள் மாதவி. தன் மகள் என்றல்ல கண்ணகியின் மகள் என்றே அவளை அறிமுகம் செய்கிறாள்.

அந்த அடையாளம் சூட்டல் முக்கியமானது. இனி அவள் கணிகை அல்ல என்கிறாள். அவள் பத்தினியின் மகள். அதைவிட முக்கிய மானது அவள் ஒரு மன்னனின் நகரை எரித்தவளின் வழிவந்தவள் என்ற குறிப்பு. அது உதயகுமரனுக்கு ஒரு எச்சரிக்கையும் கூட.

அப்போது அதைக்கேட்டுக்கொண்டே மாலை தொடுத்துக் கொண்டிருந்த மணிமேகலை கண்ணீர்விடுகிறாள். கண்ணீர் பட்டு பூமாலை நனைகிறது. மாலை அசுத்தமாகிவிட்டது. வேறு மலர்களைக் கொய்து கொண்டுவந்து புதிய மாலைகட்டு என்று மாதவி ஆணை யிடுகிறாள். மணிமேகலை தன் தோழி சுதமதியுடன் மலர் கொய்வதற்காக உபவனம் செல்கிறாள்.

அவள் செல்வதை உதயகுமரன் கேள்விப்படுகிறான். 'மதுமலர்த் தாரோன் மனமகிழ்வு எய்தி ஆங்கு அவள் தன்னை என் அணித்தேர் ஏற்றி ஈங்கு யான் வருவேன்' என்று வஞ்சினம் சொல்லி கிளம்பிச் செல்கிறான். அவனிடமிருந்து தப்பித்துக் கொள்ள எண்ணிய மணிமேகலை அங்கிருந்த பளிங்கினால் அமைக்கப்பட்ட பளிக்கறை மண்டபத்தில் புகுந்துவிடுகிறாள். உபவனத்துக்குள் வரும் உதயகுமரன் பளிங்குச்சுவர்கள் வழியாகத்தெரியும் அவளை பளிங்குச்சுவர்களில் வரையப்பட்ட ஓவியங்களாக நினைக்கிறான். சுற்றிச்சுற்றி வந்து ஓவியங்களைப் பார்த்து அவற்றின் அழகில் பிரமிக்கிறான்.

'ஓவியன் உள்ளத்து உள்ளியது வியப்போன் காவி அம் கண்ணி ஆகுதல் தெளிந்து தாழ் ஒளி மண்டபம் தன் கையின் தடைஇ' மீண்டான் என்கிறார் சாத்தனார். மணிமேகலை தன்னை ஏமாற்றிவிட்டாள் என உணர்ந்ததும் மணிமேகலையை உதயகுமரன் வசைபாடுகிறான்.

‘கற்புதான் இலள், நல் தவ உணர்வு இலள், வருணக்காப்பு இலள், பொருள்விலையாட்டி’ என்று இழிவு செய்கிறான்.

உதயகுமரன் சென்றபின் மணிமேகலை வெளியே வருகிறாள். அத்தனை இழிவு செய்தபின்னும் தன் மனம் உதயகுமரனை காதலிப்பதைச் சொல்கிறாள். ‘புதுவோன் பின்றைப் போனது என் நெஞ்சம் இதுவோ அன்னாய் காமத்து இயற்கை?’ என்று வியக்கிறாள்.

மணிமேகலையில் மிக நுட்பமான இடம் இது. இது நேரடியான ஒரு வாழ்க்கைச்சித்தரிப்பு அல்ல. ஆனால் வாழ்க்கையின் உண்மையைச் செறிவாக்கிப் படிமமாக முன்வைக்கும் இலக்கிய உத்தியின் மிகச்சிறந்த வடிவம் இது. ஆணுக்கும் பெண்ணுக்குமான உளப் போராட்டத்தின் சித்திரம் இதில் உள்ளது. இரு கூரிய வாட்கள் போல ஆணின் அகமும் பெண்ணின் அகமும் உரசிச்செல்லும் தருணம் இது.

ஆண் அகந்தையே வடிவாக இருக்கிறான். வெறும் காமத்தால் அவன் அவளை நாடி வருகிறான். உடைமைவெறியால் அவளைக் கொண்டு போக முனைகிறான். அவளோ அவனுடைய அவமதிப்பால் சுருங்கிச் சிறுக்கிறாள். தன்னை மறைத்துக்கொள்கிறாள். மாயத்தோற்றம் அளித்து அவனை அலைக்கழிக்கிறாள். ஆனால் அந்த மாயத்தோற்றங் களுக்குள் அவள் அத்தனைக்குப்பிறகும் அவன் மேல் காதலுடன் இருக்கிறாள்.

அந்தப் பளிக்கறை தமிழிலக்கியத்தின் மிக முக்கியமான படிமங்களில் ஒன்று. ஆணுக்கும் பெண்ணுக்கும் இடையே என்றும் இருக்கும் பளிங்கு அறையல்லவா அது? பெண் தன்னை அதற்குள் ஒளித்துக் கொள்கிறாள். வெளியே அந்தப் பளிக்கறை அவளைப் பலநூறு பிம்பங் களாகக் காட்டுகிறது. அன்னையாக, தோழியாக, எஜமானியாக இன்னும் என்னென்னவோ ஆக. அந்த பிம்பங்களை தடவித் தடவிப் பரிதவிக்கிறான் ஆண். அதற்குள் இருக்கும் பெண்ணை அவனால் அறியவே முடியவில்லை.

அவள் தன்னை ஏமாற்றிவிடுவதாக நினைக்கிறான். அவளை வெறுக்கிறான். அவமதிக்கிறான். ஆனால் அந்தப் பளிக்கறைக்குள் செல்ல அதன் வாசல்களைத் திறக்க மிக எளிய ஒரு வழி உண்டு என அவன் அறிவதில்லை. அவளை அதற்குள் ஒளியச்செய்த தன் அகந்தையை முறிப்பதுதான் அது. அது அவனால் முடியாது. அவன் தோற்று விலகும்போது அவள் உள்ளுக்குள் இருந்து அவனுடைய காதலுக்காகக் கண்ணீர் வடிக்கிறாள். எவ்வளவு பெரிய நாடகம்!

நான் சின்னப்பையனாக இருக்கும்போது லா.ச.ராவின் ஒரு சிறுகதைத் தொகுதி கையில் கிடைத்தது. அதில் ஆடுபுலி ஆட்டம் என்று ஒரு கதை.

ஓர் ஆணும் பெண்ணும் ஆடுபுலி ஆட்டம் விளையாடுகிறார்கள். ஆண் கட்டுமஸ்தான உடம்புடன் கண்களில் காமமும் வெறியும் துலங்க இருக்கிறான். அவள் கருமையாக பெண்மையின் குதூகலத்துடன் இருக்கிறாள். அவர்கள் விளையாடும்போது அவனை அவள் எளிதில் தோற்கடிக்கிறாள். அவனால் அந்த ஆட்டத்தின் நுட்பங்களை உள்வாங்க முடியவில்லை.

அவன் முதலில் அதை சாதாரணமாக எடுத்துக்கொள்கிறான். அவள் தன்னிடம் தோற்றுப்போவதாக விட்டுத்தரவேண்டும் என நினைக்கிறான். அவள் ஜெயித்துக்கொண்டே இருக்கிறாள். ஒவ்வொரு வெற்றிக்கும் அவள் கைகொட்டிச் சிரித்துக் கெக்கலிக்கிறாள். அவன் முகம் மாறிக்கொண்டே போகிறது. கோபம் அவனுக்குள் கொதிக்கிறது. ஒருகட்டத்தில் மொத்த ஆடுபுலிக்கட்டத்தையும் அப்படியே தூக்கி வீசுகிறான். அவளை இழுத்துப்போட்டு அடிக்கிறான். அவள் அலற அலற மிதித்துத் துவைக்கிறான்.

அவன் வெறி தணிகிறது. அவளுடைய கண்ணீரைப் பார்க்கிறான். மெல்ல மெல்ல இளகுகிறான். மீண்டும் ஆடுபுலிக்கட்டைகளை எடுத்து வைக்கிறான். அவளையே பார்க்கிறான். அவள் முறைத்துக் கொண்டு அமர்ந்திருக்கிறாள். அவன் அவளை மெல்ல சமாதானம் செய்கிறான். அவள் முறுக்கிக்கொள்ள அவன் தணிந்து போகிறான். மன்னிப்புக் கோரி கொஞ்சி சிரிக்க வைக்கிறான். மீண்டும் ஆடுபுலி ஆட்டம். தாயக்கட்டைகள் உருளும் ஒலி.

நான் இந்தக்கதையை அதன்பின் வாசித்ததில்லை. கிட்டதட்ட நாற்பதாண்டுகளுக்கு முன் வாசித்த நினைவில் சொல்கிறேன். கதைகளை இவ்வாறு நினைவிலிருந்து சொல்வது என்னைப்பொறுத்த வரை மிக முக்கியமானது. எளிதாகக் கதையை எடுத்து மீண்டும் வாசிக்கமுடியும் என்றாலும் அதைப் பலசமயம் செய்வதில்லை. காரணம், நானும் ஒரு கதைசொல்லி என்றவகையில் வாசித்த அந்தக்கதை இத்தனை நாட்களில் என் அகத்தில் எப்படி உருமாறி யிருக்கிறது, அக்கதையில் எவை என்னுள் தங்கியிருக்கின்றன, எவை என்னிடமிருந்து உதிர்ந்துவிட்டன என்பது எனக்கு என்னைக் காட்டக்கூடியது.

எல்லா வாசகர்களிடமும் அவர்கள் வாசித்த இலக்கியப்படைப்புகள் அப்படி அவர்களுடைய கதைகளாகத் தன்வயப்பட்டிருப்பதைக் காணலாம். கதைகள் வாய்மொழி மரபில் அப்படி உருமாறிய ஒரு வடிவில்தான் சேமிக்கப்படுகின்றன. ஒருசமூகமே ஒட்டுமொத்தமாக அப்படி ஒரு பொதுவான சுருக்கவடிவத்தை உருவாக்கிக்கொள்கிறது. பல புராணக்கதைகளின் நாட்டார் வடிவங்களில் இதைக் காணலாம்.

முப்பதாண்டுகளுக்கு முன் எனக்கு லா.ச.ராமாமிருதத்தின் அந்தக்கதை என் அப்பாவுக்கும் அம்மாவுக்குமான உறவை அப்படியே சித்தரிப்பதாகத் தோன்றியது. அந்த லீலையில்தான் நான் பிறந்தேன் என்பது பின்பு தோன்றிய எண்ணம். எங்களூரில் ஆண் பெண்ணை இழுத்துத் தெருவிலிட்டு அடிப்பதும் அவர்கள் மறுநாளே கூடிக் கொள்வதும் அன்றாடம் காணும் காட்சி. ஆணும் பெண்ணும் கொள்ளும் உறவில் உள்ள அந்த மூர்க்கம் என்றும் எனக்கு பிரமிப்பூட்டுவது.

பின்னர் எல்லோரா குகைகளுக்குச் சென்றிருந்தபோது அங்கே உமையும் சிவனும் தாயம் விளையாடும் சிலைகளைப் பார்த்தேன். மீண்டும் மீண்டும் அச்சிலைகள் பிரம்மாண்டமாக செதுக்கப் பட்டிருந்தன. அவை ராஷ்டிரகூடர் காலத்துக் கலைகளின் முத்திரை. அம்மை அலட்சியமாக நெளிந்த இடையுடன் கை ஊன்றிக் குறும்பாகச் சிரித்துக்கொண்டு அமர்ந்திருக்கிறாள். பெரும் தோள்களை ஒடுக்கி மிகக்கவனமாக அப்பன் காய்களை உருட்டுகிறான். அவன் முகத்தில் பதற்றம்.

அப்போதுதான் நான் லா.ச.ராவின் கதையை முழுமையாகப் புரிந்துகொண்டேன். நான் அப்படி அர்த்தப்படுத்திக்கொண்டேன் என்று சொல்ல வரவில்லை. உண்மையில் லா.ச.ரா.வே அவரது கதையில் அந்த ஆடுபுலி ஆட்டம் ஆடுபவர்களுக்கு உமையின் சாயலையும் சிவனின் சாயலையும் மிகத் துல்லியமாக அளித்திருந்தார் என்பதை நினைவுகூர்ந்தேன். அவர் காட்டியது ஆண்பெண் லீலையை மட்டுமல்ல, பிரபஞ் சலீலையையும் கூடத்தான்.

நுண்ணிய அகந்தையின் ஆடல் அது. அந்த ஆடுபுலிக்கட்டத்தில் மோதிக்கொள்வது அகந்தைகள்தான். வன்முறையின் வடிவான ஆணின் அகந்தை. அந்த வன்முறையைச் சீண்டி, உச்சம் கண்டு, தோற் கடித்துச் சிரித்து நிற்கும் பெண்ணின் அகந்தை. முடிவற்ற விளையாட்டு.

சாத்தனாரின் பளிக்கறையின் இன்னொரு வடிவம் இந்த ஆடுபுலிக் கட்டம். சக்தி தன்னை பிரம்மாண்டமான, முடிவிலாத தோற்றங்களாக ஆக்கிக்கொண்டு சிவனை வெல்கிறாள் என்கிறது தேவிபாகவதம். அதனால்தான் அவளுக்கு மகாமாயை என்று பெயர்.

ஆணுக்கும் பெண்ணுக்கும் இடையேயான இந்த மாயாவிளை யாட்டைத் தமிழிலக்கியம் சொல்லிச் சொல்லிப் பார்த்திருக்கிறது. தமிழிலக்கியத்தில் மிக அதிகமாகப் பேசப்பட்ட கரு இதுதான். கு.ப.ராஜகோபாலன், தி.ஜானகிராமன் முதல் இன்று வரை. ஆண் பெண் உறவைத் தமிழிலக்கியம் இந்த அளவுக்குப் பேச என்ன

காரணம்? நமக்கு ஆண் பெண் உறவு மிகச்சிக்கலானதாக இருக்கிறது என்பதனாலா? இருக்கலாம். ஆனால் அது உலகமெங்கும் அப்படித் தானே?

நம்முடைய சமூகச்சூழல் ஒருமுக்கியமான திருப்புமுனையில் இருக்கிறது. அது மானுட உறவுகளை ஆழமாக மாற்றியமைக்கிறது. அதனால்தான் இந்த அளவுக்கு நாம் ஆண் பெண் உறவின் மாயையையும் விளையாட்டையும் பார்க்கிறோமா? ஆமாம். அது உண்மை. ஆனால் அது மட்டும் அல்ல.

நெடுங்காலமாக ஆண் பெண் உறவென்பது இயற்கையின் தோற்றத்துக் கான உருவகமாக நம் மனதில் படிந்துள்ளது. இந்தப் பிரபஞ்சமே மாபெரும் ஆண்பெண் லீலை என நம் மரபு சொல்லிச் சொல்லி நம்முள் ஏற்றியிருக்கிறது. சாதாரணமாக நம்முடைய நாட்டுப்புற உரையாடல் களிலேயே இந்த வகைப் பேச்சுக்களை நாம் காணலாம். ஒரு பெருமழையை ஒரு கூடலாக விவசாயிகள் சொல்லிக் கேட்டிருக்கிறேன். வசந்தகாலத்தை பூமி பூப்படைந்து நிற்பதாகச் சொல்வதைக் கேட்டிருக்கிறேன்.

நம் இன்றைய நவீனக் கவிதைகளில் எல்லாமே இயற்கையின், பிரபஞ்சத்தின் மாபெரும் ஆடல் ஆண் பெண் உறவு என்ற உருவகம் வழியாகவே அணுகப்படுகிறது. ஏன் சினிமாப்பாடல்களில்கூட ‘இயற்கை என்னும் இளைய கன்னி ஏங்குகிறாள் துணையை எண்ணி’ என நாம் சாதாரணமாகப் பாடிக்கொண்டிருக்கிறோம்.

இந்த அடிப்படை மன உருவகமே நம்மை மீண்டும் மீண்டும் ஆணுக்கும் பெண்ணுக்கும் இடையேயான மாயாவிளையாட்டை இத்தனை தூரம் கவனிக்கச்செய்கிறது. சிலசமயம் தன்னியல்பாலேயே ஒரு நுண்ணிய பாலியல் முடிச்சை மட்டும் தொடக்கூடிய ஒரு கதையை நம் வாசிப்பு பிரபஞ்ச தளத்துக்குக் கொண்டுசென்று விடுகிறது.

உதாரணம் வண்ணதாசனின் ஒரு கதை. கனிவு என நினைக்கிறேன். அது நெல்லையில் சென்ற நூற்றாண்டில் வாழ்ந்த ஒரு பிள்ளைவாளின் கதை. ஆச்சி நல்ல கறுப்பு. களையான பெரிய முகம். உருண்ட உடல். பெரிய மூக்குத்தியும் நகைகளுமாகக் குடும்பமாள வந்தவள். அடக்கமும் மென்மையும் கொண்டவள்.

அவள் மேல் ஆயானுக்குக் காமம். ஆனால் கூடவே ஒவ்வொருமுறையும் அந்த உறவுக்குப்பின் இனம்புரியாத கோபம் எழுகிறது. தினசரி அடி உதை. தான் ரசித்து ஆளும் ஒரு உடல்மீது அத்தனை வெறுப்பு எப்படி எழுகிறதென அவருக்கே தெரியாது. ஆச்சியால் அழ மட்டுமே முடிகிறது. அந்த விருப்புவெறுப்பின் அலை ஆயானைப் போட்டு சுழற்றியடிக்கிறது.

ஆயானுக்கு எஸ்டேட்டில் கங்காணி வேலை. அங்கே துரைதான் நிர்வாகி என்றாலும் புதியதாக துரைசானி வந்ததும் எல்லாம் அவள் கைக்குச் செல்கிறது. துரை கொஞ்சநாள் ஊரில் இல்லை. மிக இயல்பாக துரைசானிக்கும் ஆயானுக்கும் உறவு ஏற்படுகிறது. துரைசானியின் உடல் உறை உருவி வந்த நாகம் போல. வாழைத்தண்டு போல வெண்மை. அவளுடைய வேகம் தீப்பிழம்பு போல ஆயானை அள்ளிக்கொள்கிறது.

ஆயான் அன்று இரவு திரும்பும்போது அவரது நண்பரான வாட்ச்மேன் சொல்கிறார் 'ஆயான் இப்போது நிறைந்ததா? இனிமேலாவது ஆச்சியை வாழவிடு.' ஆயான் பேசாமல் போகிறார். ஆனால் அதன்பின் உண்மையிலேயே ஆச்சியுடனான உறவு சீரடைகிறது. கொஞ்சம் கொஞ்சமாக அவர்கள் நெருங்குகிறார்கள். ஒன்றாக இணைந்த மனத்துடன் வாழ ஆரம்பிக்கிறார்கள்.

வெகுநுட்பமாக, தனக்கே உரிய பூடகத்தன்மையுடன் இந்தக்கதையை வண்ணதாசன் சொல்லியிருப்பார். முதல் வாசிப்பில் இந்தக்கதை ஆணின் அகங்காரமும் காமமும் தீயும் காற்றும்போல இணையும் சித்திரத்தை அளிக்கும் கதை என்ற எண்ணமே எனக்குள் வந்தது. அவனுடைய காமம் அடைதலாக, வெற்றிகொள்ளுதலாக அவனுக்குள் செதுக்கப்பட்டிருக்கிறது. அது அவனை அடையும் தோறும் மேலே தேடச்சொல்கிறது.

பின்னர் எப்போதோ ஒருமுறை ஏதோ ஒரு பயணத்தில் இந்தக்கதை நினைவில் மீண்டபோது சட்டென்று புன்னகைத்துவிட்டேன். ஆமாம், மரபில் தழல்நிறமானவள் உமை, கருநிறமானவள் காளி. இங்கே அது தலைகீழாகியிருக்கிறது. உமையின் தண்மையும் காதலும் ஆணுக்குத் தேவையாகிறது. கூடவே காளியின் வெம்மையும் காமமும் தேவையாகிறது. ஒன்று பிறிதை சமன் செய்கிறது.

இதுவும் ஒரு ஆடுபுலியாட்டம். இந்தக் களத்தில் இரு பெண்களைக் காயாக நகர்த்தி ஆண் ஆடுகிறான். தன் அகங்காரத்தைக் காமத்தாலும் காமத்தை அகங்காரத்தாலும் நிறைத்துக்கொள்கிறான். விசித்திரமான அந்த மாயாநடனத்தை ஒரு நவீனச்சிறுகதைக்குள் கண்டேன்.

மணிமேகலை ஐந்தாம் நூற்றாண்டில் எழுதப்பட்டிருக்கலாம். ஆயிரத்தைந்நூறாண்டுகளாக ஓடி வந்துகொண்டிருக்கிறது நதி. சாத்தனார் ஆணுக்கும் பெண்ணுக்கும் இடையே கண்ட அந்தப் பளிக்கறையின் மீது விரிந்த பிம்பங்களை நாம் இன்னும் எழுதி முடிக்கவில்லை.

உண்மையில் அந்தப் பளிக்கறை தாண்டி உள்ளே ஊறிய பெண்ணின் கண்ணீரைத்தான் சுற்றிச்சுற்றி வந்து, தடவித்தடவிப் பார்த்து, மீண்டும் மீண்டும் ஏமாந்து, மெல்ல எழுத முயன்றுகொண்டிருக்கிறோம்.

நானும் எழுதுவது அதையே. மீண்டும் மீண்டும் எழுதியிருக்கிறேன். என்னுடைய நைனிடால் என்ற கதையை நினைவுறுகிறேன். அவள் எப்போதும் நைனிடால் என்ற ஊரைக் கற்பனை செய்து கொண்டிருக்கிறாள். சொல்லிச் சொல்லி அந்த ஊர் ஒரு மந்திரமாக மாறி நாவில் ஓடிக்கொண்டிருக்கிறது. நைனிடாலுக்குச் சென்றால் எல்லாம் சரியாகிவிடும். அவளுக்கும் கணவனுக்குமான உறவில் மங்கி மங்கி வரும் வண்ணங்கள், ஓய்ந்து விட்ட சங்கீதம் எல்லாம்.

கணவனை சொல்லிச் சொல்லிக் கிளப்பிக்கொண்டு நைனிடால் வருகிறாள். அழகிய நகரம். அழகிய ஏரி. பனிமூடிய மலைச்சிகரங்கள். எங்கும் காதலிளம் தம்பதிகள். ஆனால் அவள் மிக அந்தரங்கமாக உணர்கிறாள், நைனிடால் பூமி மீதுதான் இருக்கிறது. வேறு எங்கும் இல்லை.

இங்கே என் வீட்டருகே ஒரு மின்னழுத்தமானி இருக்கிறது. அங்கே தொலைவில் கோதையாறு மின்னுற்பத்திச் சாலையில் இருந்து மின்சாரம் கிராமங்களும் மலைகளும் தாண்டி இங்கே வந்துசேர்கிறது. கண்ணுக்குத்தெரியாத ஒரு நதி போல மின்சாரம். நான் இந்த மின்னழுத்தமானியில் இருந்து என் வீட்டுக்கும் ஓர் இணைப்பை இழுத்துக்கொள்கிறேன். என் வீட்டுக்கு ஒளிக்காக. நான் இருப்பது தெரிய.

நன்றி.

(12-4-2012 அன்று துபாய் அமீரகத்தமிழ் மன்றத்தில் ஆற்றிய உரை)

இலக்கியமும் நவீன இலக்கியமும்

தமிழகத்து கோயில்களின் சடங்குகளைப்பற்றிய ஓர் உரையாடலில் குமரிமைந்தன் சொன்னார், 'நான் நாத்திகன். ஆனால் கோயில் சடங்குகளை மாற்றக்கூடாது என்றே சொல்வேன். ஏனென்றால் அவை மாபெரும் பண்பாட்டு ஆவணங்கள். அவற்றில் நாம் இன்னும் அறிந்திராத தமிழ்ப்பண்பாட்டுத் தகவல்கள் உறைந்துள்ளன.'

நான் அதைப்பற்றி மேலும் யோசித்துக்கொண்டிருந்தேன். ஒரு பொருளை மதச்சடங்குக்கும், கோயில்வழி பாட்டுக்கும் பயன்படுத்துகிறோமா இல்லையா என்பது எவ்வளவு முக்கியமான தகவல்! உதாரணமாக கன்யாகுமரி மாவட்டத்தில் கிட்டதட்ட 16 வகையான வாழைப் பழங்கள் பயிராகின்றன. ஆனால் ஒரே ஒரு பழத்தை மட்டுமே நாம் இறைவனுக்கு நிவேத்யமாக படைக்க முடியும். அது கதலிவாழைப்பழம். அதில் வெள்ளைக் கதலி, ரசகதலி, செங்கதலி என மூன்று வகை உண்டு.

சங்க காலத்தில் வாழைக்கு கதலி என்றுதான் பெயர். ஆம், சங்ககாலம் முதல் நம்மிடம் உள்ள வாழைப்பழம் அதுதான். ஆகவேதான் நம் தெய்வங்களுக்கு அவை பிரிய மானவையாக உள்ளன. சடங்குகளை மாற்றக்கூடாது என்ற நம் மரபுசார்மனம் அந்தப்பழத்தின் தனியடை யாளத்தை, அதன்மூலம் அந்தப் பழத்தின் வரலாற்றை இன்றுவரை பேணிவருகிறது.

மட்டிப்பழம், நேந்திரன் பழம், பேயன்பழம், பூவன்பழம், மொந்தன்பழம், சிங்கன்பழம் போன்ற பிற பழங்கள்

அனைத்துமே கடந்த ஈராயிரம் வருடங்களில் நம்மிடம் வந்துசேர்ந்த பழங்கள் மட்டும்தான். வெறும் அறுபது வருடங்களுக்குள் வந்த பழம்தான் பச்சை நாடாப்பழம். நாம் அவற்றை ஏற்றுக்கொண்டு விட்டோம், நம் தெய்வங்கள் இன்னமும் ஏற்கவில்லை.

பழங்களில் கொய்யாவும் ஆரஞ்சும் இன்னமும் கடவுள் அருகே செல்லவில்லை. ஆப்பிள் சொல்லவே வேண்டாம். காய்களில் வழுதுணை என்று சொல்லப்படும் நீளமான பச்சைக்கத்தரிக்காய் நம்முடையது. ஊதாநிறமுள்ள குண்டு கத்தரிக்காய்கள் வரவு. ஆகவே அது சடங்குகளுக்கு உரியது அல்ல.

நமக்கு இலக்கியத்திலும் இத்தகைய ஒரு மானசீகமான பிரிவினை உள்ளது. நம்முடையது என சிலவற்றை நாம் பேணி வருகிறோம். பிற அனைத்தையும் பிறிது என தமிழன்னையின் கருவறைக்குப் புறத்தே தள்ளி வைத்துவிடுகிறோம். அந்த மனநிலையை ஒட்டுமொத்தமாக நான் குறைசொல்ல மாட்டேன். நம் அடையாளங்களும் தனித் தன்மையும் முக்கியமானவைதான். அவை பேணப்படவும் வேண்டும். நெடுங்கால செவ்வியல் மரபு உள்ள பண்பாடுகளில் இந்த மனநிலை உருவாகிவிடுகிறது. ஆனால் அந்த மனநிலை நம்மை மாற்றங்கள் அற்றவர்களாக ஆக்கிவிடும். தேங்கச்செய்துவிடும்.

ஒரு பண்பாடு தன் மையத்தை நிலையானதாக வைத்துக்கொள்ளவும், கூடவே அனைத்து பாதிப்புகளையும் ஏற்றுக்கொண்டு தன்னை மாற்றியமைத்துக்கொள்ளவும் ஒரே சமயம் முயலவேண்டும் என்று நான் எண்ணுகிறேன். இந்த இரு விசைகளும் ஒன்றுடன் ஒன்று முரண்பட்டு அந்த முரணியக்கம் மூலமாக உருவாகும் வளர்ச்சியே ஆரோக்கியமானது. மையத்தை காக்கும் நிலைச்சக்தி இல்லையேல் அந்தப்பண்பாடு காலப்போக்கில் வெறும் எதிரொலிகளின் தொகுப்பாக மாறி மறையும். புதியன புகும் இயக்க விசை இல்லையேல் அப்பண்பாடு காலப்போக்கில் இறுகி அழியும்.

தமிழின் நல்லூழ் என்னவென்றால் எப்போதுமே இதில் இவ்விரு விசைகளும் தீவிரமாக இருந்துள்ளன என்பதே. சிலசமயம் நிலைச் சக்தியும் சில சமயம் செயல்சக்தியும் முன்னூக்கம் பெறுகின்றன. அதற்கேற்ப அந்தக்காலகட்டத்தின் இயல்பு அமைகிறது. நிலைச்சக்தி ஓங்கிய நாட்களில் இலக்கணங்கள் உருவாகின்றன. உரைநூல்களும் வழிநூல்களும் அதிகமாக வெளிவருகின்றன. செயல்சக்தி ஓங்கும் போது புத்திலக்கிய அலை கிளம்புகிறது.

தமிழிலக்கிய வரலாற்றை எடுத்துப்பார்த்தால் பதினேழு பதினெட்டாம் நூற்றாண்டுகளை நிலைச்சக்தி மேலோங்கிய காலம்

எனலாம். இலக்கியம் தேங்கிக்கிடந்தது. புராணங்களும் சிற்றிலக்கியங்களும் எழுதப்பட்டன. அவை கோயில்களையும் சிறு மன்னர்களையும் சார்ந்து வாழ்ந்த கவிராயர்களால் அந்தச் சபைகளைச் சேர்ந்த சிலருக்காக உருவாக்கப்பட்டன. இந்தக் காலகட்டமே ஒட்டு மொத்தமாக தமிழகத்தில் பெரிய அரசுகள் இல்லாமலாகி வறுமையும் பண்பாட்டுத்தேக்கமும் நிலவியகாலம்தான். தமிழகம் நிலப்பிரபுக்களின் பிடியில் இருந்தது.

அந்தத் தேக்க காலத்தில் இருந்து மிகுந்த வீச்சுடன் எழுந்த மாற்றத்தின் விசையையே நாம் சுப்ரமணிய பாரதி என்று சொல்கிறோம். பாரதியும் ஒரு கவிராயராக எட்டயபுரம் அரசரின் சபையில் இருந்தவர்தான். ஆனால் அந்தப் பதவியை உதறி அவர் சென்னைநகரின் இதழியல் உலகுக்கு வந்துசேர்ந்தார். அந்தப்பயணமே பண்டைய இலக்கியத்தில் இருந்து நவீன இலக்கியம் நோக்கிய நகர்வின் அழகிய குறியீடு. ஒன்று எட்டையபுரம், இன்னொன்று சென்னை!

பாரதியே தமிழ் நவீன இலக்கியத்தின் முக்கியமான புள்ளி. தன் கவிதையை பாரதி நவகவிதை என்றே எப்போதும் சொல்கிறார். புதியன வேண்டும் என்ற குரலை நாம் பாரதியிடம் மீண்டும் மீண்டும் கேட்கிறோம். 'புத்தம்புதிய கலைகள் மெத்த வளருது மேற்கே... அத்தனையும் கொணர்ந்திங்கு சேர்ப்போம்' என்ற அறைகூவலை அவனது கவிதைகளும் கட்டுரைகளும் எழுப்பிக்கொண்டே இருந்தன. பாரதியின் ஒட்டுமொத்த அறிவியக்கத்தையே புதுமைநாட்டம் என்று சொல்லலாம்.

ஆகவேதான் பாரதி நவீன இலக்கியத்தின் எல்லா துறைகளிலும் புதிய அலை உருவாக முதற்புள்ளியாக அமைந்தான். தமிழின் நவீன உரைநடையின் தொடக்கம் அவனே. தமிழ் இதழியலும் அவனிட மிருந்தே ஆரம்பிக்கிறது. தமிழ்க் கலைச்சொல்லாக்கம் அவனால் தொடங்கி வைக்கப்பட்டது. தமிழ்ச் சிறுகதையும் தமிழ் நாவலும் அவன் விதையிட்டவை. தமிழ்ப் புதுக்கவிதைக்கும் அவனே பிதா. பாரதி தொடங்கிவைத்ததே தமிழ் நவீன இலக்கியம்.

பாரதி எட்டயபுரம் ஜமீந்தாரில் இருந்து இதழியலுக்கு வந்தது என்பது மிகக்கூர்ந்து கவனிக்கப்படவேண்டிய பரிணாமம். கவிராயர்களின் புரவலர்கள் நிலக்கிழார்கள். அவர்களின் ரசிகர்களும் அவர்களே. ஆனால் நவீன இலக்கியத்தின் புரவலர்கள் வாசகர்கள் என்னும் ஒரு பெரும்கூட்டம். அதாவது பொதுமக்கள். அவர்களுக்காகவே நவீன இலக்கியம் எழுதப்பட்டது. பாரதியே அதை சொல்கிறான், நவீன இலக்கியத்திற்கு புரவலர்கள் மக்கள்தான் என்று.

வரலாற்று ரீதியாகப் பார்த்தால் பழைய இலக்கியத்தையும் நவீன இலக்கியத்தையும் மிக எளிதாக பிரித்துவிடலாம். பழைய இலக்கியம் அரசர் சபைகளை நோக்கி, சான்றோரை நோக்கி பேசுகிறது. நவீன இலக்கியம் மக்களை நோக்கி பேசுகிறது. பழைய இலக்கியம் நிலப்பிரபுத்துவக் காலகட்டத்தைச் சேர்ந்தது. நவீன இலக்கியம் ஜனநாயக காலகட்டத்தைச் சேர்ந்தது. பழைய இலக்கியம் மாறாத மதிப்பீடுகளை முன்வைக்கிறது. புத்திலக்கியம் மாறும் காலத்தில் அவற்றின் இடமென்ன என்று பார்க்கிறது.

சின்ன சங்கரன் கதை என்ற நூல் பாரதியால் எழுதப்பட்ட ஒரு நகைச்சுவை நாவல். முடிக்கப்படவில்லை. அதில் ஒரு ஜமீந்தாரின் சித்திரம் வருகிறது. அவர் ஊதிப்பெருத்துப்போன மனிதர். அவர் காலையில் குதிரைச்சவாரி மேற்கொண்டாகவேண்டும். ஏன் என்றால் அவர் மன்னர். ஆனால் இருப்பது ஒரே குதிரை. அதுவும் வயதான சோனிக்குதிரை. காலையில் அதை நிற்கச்செய்வதற்கு வேலைக்காரர் உதவி தேவை.

அது நான்கு கால்களில் நின்றதும் ஜமீந்தார் ஏறி அதன் மேல் அமர்கிறார். காலுக்கு ஒருவர் என வேலைக்காரர் நின்று ஜமீந்தாரை தாங்கிக்கொண்டு செல்கிறார்கள். அதாவது அந்தரத்திலே செல்லும் ஜமீந்தாருக்கு கீழே குதிரை ஒன்றும் அறியாமல் தள்ளாடிச் செல்கிறது. நிலப்பிரபுத்துவ காலகட்டங்களையும் அதன் ஆசாரங்களையும்தான் பாரதி கிண்டல் செய்கிறான். அதை செத்த குதிரை என்று சொல்கிறான். செத்த காலத்தின் உப்பிப்போன அரசு அமைப்பு. அவன் அதிலிருந்து தப்பி தன் இடத்தை புத்திலக்கியச்சூழலில் கண்டுகொண்டிருந்தான்.

ஆகவே இவ்வாறு சொல்லலாம், எதற்காக நவீன இலக்கியம் பிறந்தது? ஏன் அது தேவையாகிறது? நவீன இலக்கியம் ஜனநாயக யுகத்தின் சிருஷ்டி. ஜனநாயகமே நவீன இலக்கியத்தை உருவாக்குகிறது. முந்தைய காலகட்டத்தைச் சேர்ந்த ஒரு கவிராயருக்கும் பாரதிக்கும் இடையே உள்ள வேறுபாட்டை கவனித்தாலே இது புரியும். கவிராயருக்கு எந்த அரசியலும் இல்லை. மக்களிடம் அவருக்கு எந்த ஒரு பொறுப்பும் இல்லை. அவரது கடமை மன்னரிடம் மட்டுமே. அவரது அறம் என்பது மரபான அறம் மட்டுமே. அவர் மக்களுக்கு மனமகிழ்ச்சியூட்ட, ஆசியளிக்க எழுதுகிறார்.

ஆனால் பாரதிக்கு அரசியல் இருந்தது. அவன் ஒரு புரட்சியாளன். கிளர்ச்சியாளன். அவன் தன்னை மக்களை வழிநடத்துபவனாகவே எண்ணிக்கொண்டான். மக்களை மகிழ்விப்பவனாகவோ அல்லது ஆசியளிப்பவனாகவோ நினைக்கவில்லை. அவனது அறம் என்பது நவீன ஜனநாயக அறம்தான். தன் காலகட்டத்தின் ஒட்டுமொத்தமான

பொறுப்பையும் அவன் எடுத்துக்கொள்கிறான். ‘சேரவாரும் ஜகத்தீரே’ என்று அழைக்கிறான். ‘இனியொரு விதிசெய்வோம்’ என்று அறை கூவல் விடுக்கிறான்.

ஆகவே பாரதி கவிராயர்களுக்கு மட்டுமே புரியும் கவிதை வடிவங்களை கைவிட்டுவிட்டு மக்களுக்குப் புரியும் சிந்து போன்ற வடிவங்களை கையாள்கிறான். ஒரு காவியம் எழுதும்போதுகூட சிறிது மொழிப்பயிற்சி உள்ள மக்கள்கூட எளிதில் கற்று இன்புறும் நூலாக அது இருக்கவேண்டும் என்று அவன் அக்கறைகொள்கிறான். நவீன இலக்கியத்தின் வடிவங்கள் அனைத்தும் இவ்வாறு நேரடியான வாசக உறவு மூலம் உருவானவை. மரபின் வடிவங்கள் நேற்றில் இருந்து வந்துசேர்பவை. நவீன இலக்கியத்தின் வடிவங்கள் நிகழ்காலத்தில் இருந்து உருவாகக்கூடியவை என்று சொல்லலாம்.

பாரதியைப் பார்த்தால் இன்னொரு விஷயம் தெரியும். ‘கலைச் செல்வங்கள் அனைத்தும் கொணர்ந்திங்கு சேர்ப்பீர்’ என்று அவன் கூவுகிறான். ‘திறமான புலமையெனில் வெளிநாட்டார் அதை வணக்கம் செய்தல் வேண்டும்’ என்கிறான். அவனுக்கு ஓர் உலகம் தழுவிய பார்வை இருந்தது. இலக்கியம் ‘மறைவாக நமக்குள்ளே பழங்கதைகள்’ பேசுவதாக இருக்கக் கூடாது என்றும் அது உலகுடன் உரையாடும் ஊடகமாக இருக்கவேண்டும் என்றும் அவன் நினைத்தான். இந்த உலகளாவிய நோக்கும் நவீன இலக்கியத்தின் அடிப்படைகளில் முக்கியமானதாகும்.

நவீன இலக்கியத்திற்கும் பண்டைய இலக்கியத்திற்கும் உள்ள முக்கிய மான வேறுபாடு இது. நவீன இலக்கியத்திற்கு ஓர் உலகப்பீடம் உள்ளது. தல்ஸ்தோயும் ஷெல்லியும் அமர்ந்திருக்கும் பீடத்திலேயே பாரதியும் புதுமைப்பித்தனும் அமர்கிறார்கள். ஆனால் மாம்பழக்கவி சிங்கராயரின் பீடம் என்பது கம்பனும் கபிலனும் அமர்ந்திருப்பதுதான்.

ஜனநாயகம், உலகளாவிய நோக்கு ஆகிய இரண்டும் நவீனத்துவத்தின் இரு முக அடையாளங்கள். இவ்விரு கூறுகள் இலக்கியத்தில் செயல்படும்போதே அந்த இலக்கியம் நவீன இலக்கியமாகிறது. தமிழில் பாரதி அந்த மாற்றத்தை உருவாக்கினான்.

ஜெர்மனிய பெருங்கவிஞரான கதே உலகம் முழுக்க உள்ள இலக்கியம் ஒன்றே என்ற நோக்கில் உலக இலக்கியம் என்ற சொல்லை கையாண்டார். அதன்பின் இலக்கியத்தை அதன் இட கால அடையாளங்களை மீறிச்சென்று உலக இலக்கியமாக அணுகும் போக்கு ஐரோப்பியச்சூழலில் உருவாகியது. உலகையே ஒன்றாக்க முயன்ற காலனியாதிக்கமும் அந்த மனநிலைக்கு உதவியது.

காலனியாதிக்கத்தின் விளைவாக உலகமொழிகளில் இருந்து ஆக்கங்கள் பிரெஞ்சு ஆங்கில மொழிகளுக்கு மொழியாக்கம் செய்யப் பட்டன. அம்மொழிகளில் உலக இலக்கியம் ஒரே பெரும் அமைப்பாக கிடைக்க ஆரம்பித்தது. அம்மொழிகளைக் கற்றவர்களுக்கு உலக இலக்கியம் என்ற போதம் எளிதில் உருவானது. அம்மொழிகளை அறியாதவர்களிடம் அந்த பிரக்ஞையே இல்லாத நிலை இருந்தது. இன்றும் அந்நிலை தொடர்கிறது.

யோசித்துப்பாருங்கள் பாரதிக்கு முந்தைய எந்தக் கவிஞனுக்கும் உலக இலக்கியம் என்ற எண்ணமே இல்லை. தான் எழுதுவது உலக இலக்கியத்தின் பெரும்பரப்பில் அமைகிறது என்ற பிரக்ஞையுடன் எழுதிய முதல்படைப்பாளி பாரதி. உலக இலக்கியப் பிரக்ஞையே இலக்கியவாதியை நவீன இலக்கியவாதி ஆக்குகிறது. அது எளிதில் ஒருவனை தன் குறுகிய எல்லைகளில் இருந்து விடுதலை கொள்ளச் செய்கிறது.

காலனியாதிக்கம் மூலம் பொதுவான கல்வி உலகம் முழுக்க பரவிய போது ஜனநாயகக்கோரிக்கைகள் உலகமெங்கும் உருவாயின. அந்த இரு அம்சங்களும் இணைந்தே நவீன இலக்கியம் பிறந்தது. அதற்கு ஐரோப்பிய இலக்கியங்கள் முன்னுதாரணங்களாக அமைந்தன. பாரதிக்கும்கூட ஷெல்லி மிகப்பெரிய முன்னுதாரணமாக அமைந் தான். மானுட உரிமைக்கும் சமத்துவத்துக்கும் அறைகூவும் போராளி யாக கவிஞனின் ஆளுமை மாறுவதை நாம் ஷெல்லியில் காண்கிறோம். நவ கவிஞன் என்ற வடிவத்தின் முதல்பெரும் சிலை அவன். பாரதி நமது ஷெல்லி.

இவ்வாறுதான் தமிழில் நவீன இலக்கியம் உருவானது. அதன்பின் நாம் சொல்லும் முக்கியமான பெயர் புதுமைப்பித்தன். பெயரே சொல்வது போல அவர் புதுமைக்காக நிலைகொண்டவர். அந்தத் துடிப்பே அவரது எழுத்து. இன்றைய நவீன இலக்கியத்தின் மாபெரும் முன்னோடி அவர். இன்று நாம் எழுதும் எல்லா இலக்கிய வகைகளிலும் புதுமைப்பித்தன் வெற்றிகரமாக முதல்முயற்சி செய்திருக்கிறார். புராணங்களை மறு உருவாக்கம் செய்வது, யதார்த்தவாதக் கதை, உருவகக்கதை, பேய்க்கதை, துப்பறியும் கதை, மையமற்ற கதை, நேர்கோட்டுத்தன்மை இல்லாத கதை என அவர் முயலாத கதை வடிவங்களே இல்லை.

பாரதியும் புதுமைப்பித்தனும் நவீன இலக்கியத்தின் இரு மூதாதையர். அதன் பின் ஒரு பெரும் தொடர்ச்சி நமக்குண்டு. கு.ப.ராஜகோபாலன், லா.ச.ராமாமிர்தம், க.நா.சுப்ரமணியம், சி.சு.செல்லப்பா, கு.அழகிரிசாமி, தி.ஜானகிராமன், சுந்தர ராமசாமி, அசோகமித்திரன், ப.சிங்காரம்... இன்று வரை அந்த மரபு தொடர்கிறது.

இவர்களில் பாரதியும் புதுமைப்பித்தனும் மரபை அறிந்து அதையும் உள்வாங்கி எழுதிய நவீன படைப்பாளிகள். சுந்தர ராமசாமியும் அசோகமித்திரனும் மரபில் இருந்து துண்டித்துக்கொள்ள வேண்டும் என்று எண்ணியவர்கள். இவர்கள் அனைவரிடமும் ஓங்கிநிற்பது மாற்றத்துக்கான புதுமைக்கான விழைவே.

ஆம், நவீன இலக்கியம் நமக்கு 'வந்துசேர்ந்த' ஒன்றுதான். அது புதுமைநாடுவதை தன் ஆதார இயல்பாகக் கொண்டது. ஆகவே மாற்றத்தையே அது விரும்புகிறது. மரபில் இருந்து தன் வடிவத்தை எடுத்துக்கொள்வதை விட்டுவிட்டு அது சமகாலத்தில் இருந்து எடுத்துக்கொள்கிறது. அது தன்னை உலகளாவிய ஒரு போக்கின் பிரதிநிதியாக நிறுத்திக்கொள்கிறது. அது ஜனநாயகத்தின் இலக்கிய வடிவம். ஆகவே அது இன்றைய இலக்கியம்.

மரபான இலக்கியவாதிகள் இன்றும் மன்னர்களை நோக்கியே பாடுகிறார்கள். மகிழ்விக்கவே இலக்கியம் படைக்கிறார்கள் என்பதைக் காணலாம். பரிசில் கோரி பாடிய அந்த சங்ககாலக் குரலையே இன்றும் நாம் மேடைதோறும் பார்க்கிறோம். ஐயா நீர்தான் இமையமலைக்கே உயரத்தை கற்பித்தவர் என்று பரங்கிமலை பாண்டித்துரையைப்பற்றி பாட அவர்களுக்கு கூச்சமே இல்லை. அவர்கள் பாடும் சொற்களில் பெரும்பகுதி இச்சகம்பேசுதலே.

ஆனால் ஏதோ ஒருவகையில் அவர்கள் நம் நிலப்பிரபுத்துவ மரபை சேர்ந்தவர்களாக இருப்பதனால் அவர்கள் நமக்கு ஏற்கெனவே அறிமுகமானவர்கள் போல் இருக்கிறார்கள். ஆகவே நாம் அவர்களை உடனே ஏற்றுக்கொள்கிறோம். அவர்களை நம்முடைய கவிஞர்களாக எண்ண ஆரம்பிக்கிறோம். ஒரு தனிமனிதன் முகஸ்துதி செய்தால் நமக்கு கூச்சமாக இருக்கிறது, கவிஞன் செய்தால் அது அவனுடைய தொழில்தானே என்று நினைத்துக்கொள்கிறோம். பெண்ணின் கையைப்பிடித்து இழுப்பது தப்பு, ஆனால் வளையல்விற்பவனின் தொழிலே அதுதானே, இல்லையா?.

அத்துடன் மரபான இலக்கியவாதிகளை போலிசெய்யும் வணிக இலக்கியவாதிகளையும் நாம் எளிதில் ஏற்றுக்கொள்கிறோம். எதனால் நாம் ஒரு மேலோட்டமான வணிக இலக்கியத்தை இலக்கியம் என ஏற்கிறோம் என்று பார்த்தால் ஒன்று தெரியும், அது நம் மரபின் கலைச்செல்வங்களை எளிமையாக திருப்பிச் சொல்லியிருக்கும் என்று. அதாவது அது ஒரு போலித்தங்கம். ஒரு கல்யாண புரோக்கர் சொன்னாராம் பையன் கலெக்டர் என்று. பிடிபட்டதும் அவர் வாதாடினார், டிக்கெட் கலெடக் ராக இருந்தாலும் கலெக்டர் கலெக்டர்தானே?

எங்கே நவீன இலக்கியம் மரபிலக்கியத்தை சரியாக சமன் செய்ய வில்லையோ, எங்கே மக்கள் நவீன இலக்கியத்தை புறக்கணித்து மரபை மட்டுமே போற்றுகிறார்களோ அங்கே போலிமரபிலக்கியம் உருவாகும். அது நவீன இலக்கியத்துக்கு பதிலாக கொண்டாடப்படும். தமிழில் நிகழ்வது அதுவே.

வணிக இலக்கியவாதி நமக்கு பிடித்ததைச் சொல்கிறான். அவன் ஒரு விற்பனையாளன். கோல்கேட் மாதிரி. நாம் கொஞ்சபேர் நமக்கு கடுக்காய் ருசியிலே பற்பசை வேண்டுமென்றால் உடனே கொண்டு வந்துவிடுவார்கள். என்ன தேவை சொல்லுங்கள் என நம் வாசல்முன் நிற்கிறான் வியாபாரி. ஞானம் அப்படி வந்து நிற்காது. அதை நாம் தேடிச்செல்லவேண்டும். அது எப்படி இருக்கிறதோ அப்படி அதை ஏற்க பழகவேண்டும்.

நவீன இலக்கியவாதி நம்மை சீண்டுகிறான். நம் நம்பிக்கைகளையும் கருத்துகளையும் மாற்றிக்கொள்ளச் சொல்லி நம்மை அறைகூவுகிறான். அவனை நம்மால் எளிதில் ஏற்றுக்கொள்ள முடிவதில்லை. ஆகவே அவனை நாம் பலசமயம் புறக்கணிக்க விரும்புகிறோம். புரியவில்லை என்று சொல்லிவிடுகிறோம். நவீன இலக்கியவாதியை அடக்கம் இல்லாதவன் என்றும் கிறுக்கு என்றும் சொல்லிவிடுகிறோம்.

ஒருமுறை சுந்தர ராமசாமியிடம் கேட்டேன், வணிக எழுத்தாளர்கள் எழுத்தாளர் மாதிரி தோன்றுகிறார்கள். ஜிப்பா போடுகிறார்கள். நீண்ட மயிர் வைத்துக்கொள்கிறார்கள். கழுத்திலே ஆணி போட்டு இறுக்கியதுபோல விரைப்பாக இருக்கிறார்கள். வயாகரா விளம்பர மாடல் போல கம்பீரமாக எந்நேரமும் இருக்கிறார்கள். ஏன் நவீன இலக்கியவாதி அப்படி இருப்பதில்லை?

சுந்தர ராமசாமி சொனனர் 'அது வேஷம். சட்டையை கழட்டிவிட்டால் அந்த ஆசாமிகள் சாதாரண லௌகீக ஆசாமிகளாக ஆகிவிடுவார்கள். ஆனால் நவீன இலக்கியவாதி ரோட்டிலே நடந்துபோனால் தெரியும் அவன் வேறு ஆள் என்று. கத்தரிக்காயை போட்டுக் கட்டிவைத்த மூட்டைக்கும் பூனையை போட்டு கட்டி வைத்த மூட்டைக்கும் உள்ள வேறுபாடுதான். நவீன இலக்கியவாதிக்குள் ஏதோ ஒன்று நிமிண்டிக் கொண்டே இருக்கிறது... அதுதான் அவனை எழுதச்செய்கிறது.'

அதை மாற்றத்துக்கான துடிப்பு என்பேன். ஒரு செடியில் தளிரின் நுனியில் மட்டுமே அதன் உயிர்விசை உச்சத்தில் இருக்கிறது. வளர் வளர் என அந்தச்செடி அதனிடம் சொல்லிக்கொண்டிருக்கிறது. அந்தச்சுருள் காற்றில் ஆடுகிறது. தவிக்கிறது. எது கிடைத்தாலும் பற்றிக்கொண்டு மேலே எழுகிறது. அதுதான் நவீன இலக்கியம். அது ஒருசமூகத்தின் வளர்ச்சி நுனி. அது தீயின் நாக்கு. அது உலகையே

உண்ண விரும்புகிறது. அது பாம்பின் இருநாக்கு. அதன் கண்ணும் காதும் மூக்கும் அதுவே.

நாம் வளர வேண்டுமென்றால், இன்றைய ஜனநாயக யுகத்தின் ஆதாரமாகிய பண்புகள் நம்முள் உருவாகவேண்டும் என்றால் நவீன இலக்கியம் அன்றி வேறு வழி இல்லை. நவீன இலக்கியம் வலுவாக இல்லாத மொழியில் ஜனநாயகம் காலப்போக்கில் அழியும். ஜனநாயகம் இல்லாத நாட்டில் காலப்போக்கில் நவீன இலக்கியமும் அழியும். இரண்டும் ஒன்றுடன் ஒன்று தொடர்புள்ளவை. ஆரோக்கிய மான சமூகம் தன் மரபை அழியவிடாது பேணிக்கொள்ளும். நவீன இலக்கியத்தை எல்லா திசைகளில் இருந்தும் அள்ளிக்கொள்ளும்.

நாம் கருவறையில் வைத்து கும்பிடுவதற்கு மரபை வைத்துக் கொள்வோம். கதலிப்பழம் நம்மிடம் இருக்கட்டும் வழிபாட்டுக்காக. ஆனால் கோயில் பிரசாதத்தை மட்டுமே உண்டோம் என்றால் ரத்தசோகை பிடித்து அழிவோம். நமக்கு விதவிதமான உணவுகள் தேவை. அவை உலகமெங்கும் இருந்து வரட்டும். அவற்றில் இருந்து நாம் நமது உணவை உருவாக்குவோம். அதுவே நம்மை வல்லமை மிக்கவர்களாக ஆக்கும்.

மரபும் நவீனமும் சந்திக்கும் ஆரோக்கியமான புள்ளியில் நிகழட்டும் நமது இன்றைய இலக்கியம்.

நன்றி.

(07-09-2010 அன்று பினாங்கு சுல்தான் அப்துல் அலீம் ஆசிரியர் பயிற்சிப் பள்ளியில் நடத்திய உரை)

இன்றைய நாவல்

ஸ்ரீவில்லிபுத்தூருக்குள் நுழைவதற்குள் மடவார் வளாகம் என்று ஓர் ஆலயம் கண்ணில்படும். சிவன் கோயில். அதற்கு நேர் முன்னால் ஒரு பிரம்மாண்டமான குளம். அதற்கப்பால் மேலும் பெரிய ஓர் ஏரி. காரை நிறுத்திவிட்டு அந்த ஏரிக்கரையில் ஏறி நின்று பார்த்தபோது மடவார் வளாகத்து ராயகோபுரத்தின் பிம்பம் குளத்துநீரில் தெரிந்ததைக் கண்டு வியந்து நின்றுவிட்டேன். கோபுரத்தின் காலடியில் அது கலைந்து போட்ட சேலை போல கிடந்தது. மெல்ல அலைகளில் நெளிந்தாடிக்கொண்டிருந்தது. நடனமிடும் கோபுரம். அதன் நூற்றுக்கணக்கான சுதைச் சிற்பங்கள். சிகரவளைவுகள். தெய்வங்களும் பூதங்களும் புன்னகையுடன் கூட்டு நடனமிட்டார்கள். தகழியில் முகம்பார்க்கும் பெண் போல கோபுரம் குனிந்து தன் முகத்தைப் பார்த்து பிரமித்து நின்றது.

பின்னர் ஓர் உரையாடலில் நண்பர் ஒருவர் கேட்டார், நாவலுக்கும் நவீன நாவலுக்கும் என்ன வேறுபாடு என்று. நான் சொன்னேன், அந்தக் கோபுரத்திற்கும் நீர்பிம்பத்திற்கும் உள்ள வேறுபாடுதான் என. புதிய நாவல் பழைய நாவல்களின் நடனம் மட்டுமே. தல்ஸ்தோயின் 'போரும் அமைதியும்' இல்லையேல் கப்ரியேல் கர்ஸியா மார்க்யூஸின் 'நூறாண்டுக்காலத் தனிமை' இல்லை. மண்ணில் ஊன்றிய அடித்தளத்தின் மீது நிலை கொள்ளாமல் தன்னைப்பற்றி தானே காணும் கனவில் ஊன்றி நிற்கிறது புதிய நாவல்.

அப்படியென்றால் காவியம்? காவியங்களின் இன்றைய வடிவமல்லவா நாவல் என்பது? ஆம், காவியம் அந்த மடவார்வளாகத்து கோபுரத்திற்குப் பின்னால் எழுந்து நிற்கும் மேற்கு மலைகளைப் போன்றது. வடிவமற்ற வடிவமும், நீலம் கவிந்த காலாதீத மௌனமும் கொண்டு ஓங்கி நிற்பது. அதன் காலடியில் பற்பல கோபுரங்களுடன் வீடுகளுடன் நகரம் விழுந்துகிடக்கிறது. நகரின் மீது காலையில் நீண்டு வரும் அதன் நிழல் மாலையில் சுருங்கி அதற்குள் சென்று மறைகிறது. தன் வற்றாத நீரூற்றுகளால் அது நகரத்துக்கு அமுதூட்டுகிறது. நகரம் மீது அதன் மூச்சு எப்போதும் ஓடுகிறது. தூங்கும் நகரத்தின் மீது மெல்லிய பெருமூச்சின் நீராவி பறக்க அது கனிவுடன் குனிந்து பார்த்து அமர்ந்திருக்கிறது.

எல்லா கோபுரங்களும் மலைகளை நோக்கி மனிதன் செய்த யத்தனங்களே. ஒவ்வொரு ஊரிலும் உள்ள கோபுரங்களுக்கு அந்த ஊரின் மலைகளுடன் ஆழமான காட்சியுறவிருக்கிறது. பாறைகள் அடர்ந்த தென்னக மலைகளே தட்சிணபாணி கோபுரங்களாயின. சுண்ணப்பாறையடுக்குகள் கொண்ட மேற்கத்திய மலைகள் நாகரபாணியாயின. காற்றில் அரித்த பாலைவன மலைகள் மசூதிகளின் கும்மட்டங்களாயின. பனியுருகி வழியும் மலைகளை நோக்கி ஊசிக்கோபுரங்கள் எழுந்துவந்தன.

ஒரு மொழி தன் செவ்வியலாகக் கொள்ளும் காவியங்களுக்கும் அதில் உருவாகும் நாவல்களுக்கும் உள்ள பொதுவான ஒற்றுமை நுண்நோக்கில் ஆச்சரியப்படச்செய்வது. திரு கெ.சுப்ரமணியம் அவர்களின் மொழியாக்கத்தில் (விடியல் பதிப்பகம்) வெளிவந்திருக்கும் மகாகவி தாந்தேயின் விண்ணோர் பாட்டு (டிவைன் காமெடி) நூலை படித்துக் கொண்டிருந்தபோது நாம் வாசித்திருக்கும் பெரும்பாலான ஐரோப்பிய பெருநாவல்களுக்கு இந்த காவியத்தில் இருந்து ஒரு நீள்கோட்டை வரைந்துவிடமுடியும் என்ற எண்ணம் ஏற்பட்டது.

வீரம் மூலமும் தியாகம் மூலமும் நரகத்திற்கும் சொர்க்கத்துக்கும் செல்லும் நாயகனின் பயணங்களைத்தானே அத்தனை நாவலாசிரியர்களும் சொல்லியிருக்கிறார்கள்? தல்ஸ்தோயின் நகல்வடிவமான பியரியின் பயணங்களை எண்ணிப் பார்க்கிறேன். உயர்குடி வாழ்க்கையின் களியாட்டங்கள் முதலில். அதன் பின் கிராமிய வாழ்க்கையும் ஆன்மிகநூல்களும். அதன்பின்னர் நெப்போலியனின் படைகளிடம் கைதியாகி ஒரு நீண்ட நரகப்பயணம். உயிர்த்தெழுதலில் நெஹ்லுயுடோவின் சைபீரியப்பயணம். தஸ்தயேவ்ஸ்கியின் ரஸ்கால்நிகாஃபின் சைபீரியப்பயணம். மீண்டும் மீண்டும் நாம் ஐரோப்பிய நாவல்களில் இந்த ஆழ்படிமத்தின் விரிவாக்கத்தைத்தானே கண்டு கொண்டிருக்கிறோம்?

மார்ஷல் புரூஸ்டின் 'இறந்தகாலத்தை நிவைல் மீட்டுதல்' கூட வேறு ஒரு தளத்தில் அத்தகைய சொர்க்க-நரக பயணம்தான். அகத்துக்குள் செல்லும் யாத்திரை அது. குழந்தைப்பருவத்தின் இழந்த சொர்க்கம். இளமையின் கண்டடையப்பட்ட குதூகலமான நரகம். தாந்தேயின் பயணம் ஏழு அடுக்குகள் கொண்டது. நினைவுகளின் ஏழு அடுக்குகள் வழியாகச் செல்லும் மார்ஷல் புரூஸ்டின் நாவலும் அற்புதமாக அந்தப்பயணத்திற்குச் சமானமான ஒன்றையே காட்டுகிறது.

நவீன நாவல் இந்த பேரிலக்கியங்களில் இருந்து எப்படி முளைத்தெழுகிறது? இன்றையநாவலுக்கு செவ்வியல் வெகுதூரத்தில் உள்ளது. அதன்முன் பேரிலக்கியங்களாக உள்ளவை முந்தைய தலைமுறையின் ஆசிரியர்கள் உருவாக்கிய படைப்புகளே. ஒவ்வொரு மொழியும் அவர்கள் தாண்டிச்செல்லவேண்டிய உச்சங்களை தன் அடுத்த தலைமுறைக்கு முன் வைக்கிறது. ஆங்கிலநாவலுக்கு ஜேம்ஸ்ஜாய்ஸின் 'யுலிஸஸ்'. ருஷ்யநாவலுக்கு தல்ஸ்தோயின் 'போரும் அமைதியும்'. அமெரிக்கநாவலுக்கு ஹெர்மன் மெல்வில்லின் 'வெள்ளைமலை'. பிரெஞ்சுநாவலுக்கு மார்ஷல் புரூஸ்டின் இறந்தகாலத்தை நிவைல் மீட்டுதல்' ஜெர்மனிய நாவலுக்கு தாமஸ் மன்னின் 'மந்திரமலை' ஸ்பானிஷ் நாவலுக்கு செர்வானிஸின் 'டான்குயிஜாட்'.

வங்கநாவல் தாராசங்கர் பானர்ஜியின் 'ஆரோக்கியநிகேதனம்'. இந்திநாவல் பிரேம்சந்தின் 'கோதான்'. கன்னட நாவல் சிவராமகாரந்தின் 'மண்ணும் மனிதரும்'. உருதுநாவல் குர் அதுல் ஐன் ஹைதரின் 'அக்னிநதி'. தமிழ்நாவல் தி.ஜானகிராமனின் 'மோகமுள்'. புதியநாவலாசிரியன் அந்த பெரும்படைப்புகள் வழியாகவே தன் ஆளுமையை உருவாக்கிக் கொண்டிருப்பான். அவற்றின் வழியாகவே தன் மொழியையும் படிமங்களையும் கண்டடைந்திருப்பான். அவற்றைத் தாண்டிச்செல்லாமல் அவனால் புதிதாக எதையும் உருவாக்க முடியாது.

நான் தல்ஸ்தோயை நினைக்கும் போதெல்லாம் என் மனதில் வரும் சித்திரம் இதுதான், கண்கள்மீது கையை வைத்து தூரத்து தொடுவானைப்பார்த்து நிற்கும் நரைத்த தாடிகொண்ட கிழவர். தன் முதுமையின் அத்தனை விவேகத்தாலும் எதிர்காலம் குறித்த ஒரு கனவை உருவாக்கிக் கொண்டவர். அவரது கண்கள் அந்தக்கனவில் இரு வைரங்கள் போல எரிந்துகொண்டிருப்பதை என்னால் காண முடிகிறது.

பழைய நாவல்கள் பெரும் இலட்சியக்கனவுகள் கொண்டவை. எதிர்காலத்தை உற்றுநோக்குபவை. எதிர்காலம் நம்பிக்கையில்

ஊன்றியது. இலட்சியவாதம் கலந்த நம்பிக்கை என்பது இரும்பால் ஆன அடித்தளம் கொண்டது. அதன்மீது எழுப்பப்படும் கோபுரங்கள் என்றும் அசையாத உறுதிகொண்டவை. நிரந்தரமானவை.

பழைய வேடிக்கைக் கதை. புதிதாக குச்சிஐஸ் வந்த காலகட்டம். சந்தைக்குப்போன பாட்டி பேரப்பிள்ளைகளுக்காக இரண்டு குச்சிஐஸ் வாங்கி மடியில்கட்டிக்கொண்டு திரும்பினாள். வீட்டுக்குச் சென்று பார்த்தபோது இருகுச்சிகளும் மடியில் ஒரு குளிரும் மட்டுமே இருந்தன. முந்தைய நவீனத்துவ யுகத்தால் நமக்களிக்கப்பட்ட இலட்சியவாதத்தின் சில்லிப்பு மட்டுமே நம்முடைய கையில் இன்று எஞ்சியுள்ளது. அதன் வெறும் முதுகெலும்பும்.

இந்த வெறுமையில் இருந்தே நாம் எழுத ஆரம்பிக்கிறோம். இந்த முதுகெலும்பில் இருந்து முலைததும்பும் ஒரு பாலூட்டியை அல்லது சீறி எழும் ஒரு ஊனுண்ணியை உருவாக்கிக் கொள்ளமுடியுமா என்று பார்க்கிறோம். ஆகவேதான் நாம் நாவல்களை மீண்டும் எழுதுகிறோம்.

கல்யாண சௌகந்திக மலர் தேடிச் சென்ற பீமனின் பாதைக்குக் குறுக்காக கிடந்தது கிழ வானரம். சென்ற யுகத்தின் மாபெரும் உருவம். அதன் வாலை அசைக்கக்கூட முடியவில்லை பீமனால். நம் ஒவ்வொரு மொழியிலும் குறுக்கே கிடக்கிறது நம் பேரிலக்கியவாதிகளின் வால்.

நாம் அவர்களால் உருவாக்கப்பட்டவர்கள். அவர்களின் மொழியால் சிந்தனையால் நம்மை கட்டமைத்துக்கொண்டவர்கள். நாம் நம்மை உடைத்து மறு ஆக்கம் செய்யும்போது அவர்களை உடைத்து வார்க்கிறோம். கஜுராஹோவின் ஆலயங்களைப் பார்க்கும்போது அவற்றின் அஸ்திவாரங்களில் சிற்பங்களின் உடைந்த உருவங்கள் கன்னாபின்னாவென்று தெரிவதைக் காணலாம். அவை வேறு எங்கோ இருந்த ஆலயங்களை உடைத்துக் கொண்டுவந்து கட்டியவை. அதைப்போல உள்ளன இன்றைய ஆக்கங்கள்.

நள்ளிரவில் நாம் வீடு திரும்புகிறோம். நம்முடைய குளிர்சாதனப் பெட்டி ரீங்கரித்துக்கொண்டிருக்கிறது. அதைத்திறந்து சமைத்துக் குளிரவைத்த உணவை மீண்டும் எடுத்துச் சமைத்து உண்கிறோம். நமக்களிக்கப்பட்ட அனைத்தையும் நாம் மீண்டும் எழுதிக் கொண்டிருக்கிறோம் இல்லையா? நாம் எழுதுவதெல்லாம் நம்முடைய முன்னோர் எழுதிய நாவல்களின் மறுவடிவங்களை அல்லவா? நம்முடைய கையில் அவர்கள் தங்கள் கியூப் விளையாட்டுச் சதுரத்தின் நிறங்களை கலைத்துத் தந்துவிட்டுச் சென்றுவிட்டார்கள். நாம் அதை மீண்டும் அமைக்க பல்லாயிரம் பல லட்சம் சாத்தியக் கூறுகள் வழியாகச் செல்கிறோம். முடிவில்லாத வண்ணக்கலவை களை உருவாக்குகிறோம் அல்லவா?

கிஷ் ஜென் சீன வம்சாவளியினரான அமெரிக்க எழுத்தாளர். இயற்பெயர் லிலியன் ஜென். அவரது பெர்த்மேட்ஸ் என்ற சிறுகதையை நினைவுகூர்கிறேன். ஒரு அமெரிக்க நகரத்தில் வாழும் சீன வம்சாவளியினனான 38 வயதான ஆர்ட் வூவின் கதை அது. ஒரு 'டைனோசர்' தொழில்துறையில் வேலை. எப்போதும் பயணம். செல்லுமிடங்களில் ஆகக்கடைசியான தரமுள்ள ஓட்டலை ஏற்பாடு செய்யும் பயண அமைப்பாளனிடம் அதைவிட மலிந்த அறை கிடைக்காதா என்று கேட்கும் வாழ்க்கை. கையில் கனக்கும் ஒரு பை.

ஆர்ட் வூ ஒரு தர்மசத்திரத்தில் தங்கி தன்னுடைய வியாபார வேலை செய்ய முயல்கிறான். வாழ்க்கையை 'அணுகிக் கவனிப்பவன்' என்று தன்னைப்பற்றி நினைத்துக்கொள்கிறான். தனக்கென சில பார்வைகள் உண்டு என்று நம்புகிறான். அந்தப்பார்வையில் முக்கியமானது எதற்குமே எதிர்வினையாற்றாமல் இருப்பது. எதையுமே உள்ளே வாங்கிக்கொள்ளாமல் இருப்பது. எப்படியாவது வாழ்க்கையின் ஒரு சந்தர்ப்பத்தைக் கடந்துசென்றுவிடுவது. அவ்வளவுதான்.

ஆர்ட் வூ தன் மனைவி லிசாவை விவாகரத்து செய்திருக்கிறான். காரணம் அவளால் அவனது 'அணுகுமுறை'யை சகித்துக்கொள்ளவே முடியவில்லை. அவள் மீண்டும் மீண்டும் கருத்தரித்து கரு கலையும் போது அதை உணர்ச்சியில்லாமல் அணுகுகிறான் ஆர்ட் வூ. கடைசியாக அவளது நான்காவது கருவில் வளரும் குழந்தைக்கு மிக அபூர்வமான ஒரு பிறவிக்குறைபாடு இருக்கிறது என டாக்டர் சொல்கிறார். அதன் எலும்புகளில் சுண்ணச்சத்து இல்லை. ஆகவே அவை மிக மென்மையாக தொட்டாலே ஒடிந்துவிடுவதுபோல இருக்கிறது. அக்குழந்தை பிறந்தால் அதை மெல்ல தூக்கினாலே எலும்புகள் உடைந்துவிடும். அந்த அதிர்ச்சியை நிதானமாக அணுகும் ஆர்ட் வூவை லிசா பக்கத்திலேயே வரக்கூடாது என்று சொல்லி விடுகிறாள்.

ஆனால் அவனது மேலாள் அவனை உச்சகட்ட இனவெறியுடன் வசை பாடுவதை வூ அதேபோலத்தான் எதிர்கொள்கிறான். அவனுடைய இளைய அதிகாரியான பில்லி ஷோர் அவனை வேலையில் வென்று துடிப்புடன் முன்செல்வதையும் அப்படியே அவன் பார்க்கிறான். அவனுக்கு வேலைபோய்விடும் தகவல் சத்திரத்தில் இருக்கும்போது கிடைக்கிறது. அதிலும் அவன் ஈடுபாடு கொள்வதில்லை. ஆனால் அவன் அந்ததர்மசத்திரத்தில் சந்திக்கும் ஒரு கருணை அவனை இளகச் செய்கிறது. தன்னுடைய பாதுகாப்புக்கவசத்துக்கு அடியில் அவன் யாருமறியாமல் உருகுகிறான்.

ஆர்ட் லூவின் வாழ்க்கையில் ஒருநாள்தான் அந்தக்கதை. ஆனால் என்னை மிகவும் கவர்ந்ததும் இப்போதும் நினைவில் நிற்பதும் அந்த மையப்படிமம். எலும்புகள் உடையும் குழந்தை. வெண்ணெயாலான எலும்புகள் கொண்ட ஒரு சமூகமே உருவானது போல கற்பனைசெய்து கொண்டேன். அவர்கள் மென்மையான புழுக்களைப்போல் இருப்பார்கள். அவர்கள் நடக்கமாட்டார்கள், நெளிவார்கள். அவர்கள் வாழும் இல்லங்களும் எலும்புகளை இழந்து மென்மையானவையாக ஆகிவிடும். அவையும் வெண்ணெய்போலக் குழையும். நிழல்போல நடனமிடும்.

எலும்புகள் இல்லாமலான ஒரு காலகட்டத்தின் இலக்கியம் நாம் எழுதுவது. ஆகவேதான் இது நெளிந்தாடுகிறது. மல்லார்மேயின் ஒரு சிறுகதையில் ஒரு வரி. எலும்புகள் மட்டும் இல்லாமல் இருந்தால் இன்னும் சிறப்பாக மனிதர்கள் உடலுறவு கொள்ளமுடிந்திருக்கும். ஆமாம், இப்போது மனிதனுக்குச் சிறப்பாகச் சாத்தியமாவது அதுதான் போல. முயங்கிப்பின்னி நெளிந்து கொண்டிருக்கும் மனித உடல்களினால் ஆனது நமது சமகாலக் கலையின் காட்சிப்படிமம். திரைகளில் சொற்களில்...

இன்றைய நாவல் நேற்றைய நாவலின் உருகி வழியும் வடிவம் என்று சுருக்கமாகச் சொல்லலாம். நேற்றைய நாவலின் மையமழிந்த பிரதி. நேற்றைய நாவலை வைத்துக் கொண்டு ஆடும் ஒரு விளையாட்டு. புனைவு அல்ல, புனைவாடல். சமீபகாலத்துத் தமிழ்நாவல்கள் அனைத்துமே சீரான புனைவை உருவாக்குவதற்குப் பதில் புனைவைக் கலைத்து விளையாடவே செய்கின்றன என்பதை நினைத்துக்கொள்கிறேன்.

இப்போது ராபர்ட்டோ பொலானோவின் **2666** நாவலை வாசித்துக் கொண்டிருக்கிறேன். இந்த நாவலை எப்படி உள்வாங்கிக்கொள்வது என்பதற்கு ஒவ்வொருவரும் அவரவருக்கான வழிகளை தேடிக் கொள்ளவேண்டும். என்னுடைய வாசிப்பில் இது ஒரு விசித்திரமான புராணம். புனர்ஜன்மங்கள் மூலம் சிக்கலாக்கப்பட்ட ஒன்று.

ஐரோப்பிய இலக்கியத்திற்கு கோதிக் மரபு என்ற ஒரு காலகட்டம் உண்டு. மனிதமனத்தின் அச்சங்களின் கீழ்மைகளின் வெளிப்பாடாக அமைந்த இலக்கியங்கள் அவை. கோதிக் காலகட்டம் என்பது கிறித்தவ மேலாதிக்கத்தால் வரலாறு முழுமையாகவே மறைக்கப் பட்ட காலகட்டம். வரலாற்றின் வன்முறைகள் அநீதிகள் துயரங்கள் புனிதவரலாறு என்ற பளபளப்பான திரையால் மூடப்பட்டன. அந்த புதைக்கப்பட்ட வரலாறு மானுடக் கற்பனையின் விபரீதமான எல்லா சாத்தியக்கூறுகளையும் பயன்படுத்திக்கொண்டு கதைகளாக தொன்மங் களாக விசித்திரமான படிமங்களாக முளைத்தெழுந்து வந்தது.

கோதிக் காலகட்டம் ஐரோப்பியக் கற்பனையை எப்போதுமே அதிரச்செய்கிறது. மந்திரச்சடங்குகள் ரசவாதிகள், விசித்திரமான நிலவெளிகள், கைவிடப்பட்ட மண்கோட்டைகள், மரணமில்லாத கரிய நினைவுகள், நிலா நடுங்கும் குளிர்ந்த இரவுகள். நாம் குறைந்த பட்சம் ஒரு கோதிக் நாவலையாவது படித்திருப்போம். பிராம் ஸ்டாக்கரின் டிராக்குலா.

பலகாலமாக கோதிக் நாவல்கள் மேல் ஆர்வம் கொண்டு வாசித்து வந்தவன் நான். எம்.ஆர்.ஜேம்ஸ், மேரிகொரெல்லி, ஆர்தர் மேச்சன், ராபர்ட் ஹிக்கின்ஸ்,இ.எஃப் பென்சன் என எத்தனை ஆசிரியர்கள்... பிரபஞ்சம் மர்மமானது என்ற ஒற்றைவரியில் இருந்து ஆரம்பிக்கிறது அவர்களின் இலக்கியம். விசித்திரமான மர்மங்கள் வழியாகச் செல்லும் அந்தப்புனைவு முறையே ஒரு மாபெரும் மர்மம்தானே என்ற எண்ணத்தில் இருந்து பிறந்த நாவல் 2666 என்று படுகிறது. எழுதப்பட்ட கண்டெடுக்கப்பட்ட பல்வேறு பிரதிகளின் பித்துப்பிடிக்கச்செய்யும் சூதாட்டமாக இருக்கிறது இந்தப்பெரிய நாவல். ஆம், மொத்த கோதிக் இலக்கியக் காலகட்டமும் நீர்நிழல்வெளியாக நெளிந்தாடுகிறது இதில்.

ஜேக்கப்பின் இந்தச் சிறிய நாவல் ‘மரங்களுக்கிடையில் ஒரு மொனாஸ்டிரி’ ஓர் ஆரம்ப முயற்சி. இது இன்றைய நவநாவலை அடைய முயல்கிறது. எழுதப்பட்ட நாவல்கள் வழியாக ஒரு நாவலை உருவாக்குகிறது இது.

ஓ.வி.விஜயனின் ‘கஸாக்கின் இதிகாசம்’ என்ற நாவல் மலையாள இலக்கியத்தின் வழியில் கிடக்கும் தூக்கமுடியாத வால். ஜேக்கப்பின் தலைமுறையைச் சேர்ந்த எந்த ஒரு வாசகனும் இந்த நாவலை வாசித்துக்கொண்டுதான் உள்ளே நுழைந்திருப்பார்கள். அந்த நாவலின் மொழி வழியாகவே சிந்திக்க ஆரம்பித்திருப்பார்கள். மரங்களுக் கிடையே ஒரு மொனாஸ்டிரி உண்மையில் கஸாக்கின் இதிகாசத்தின் ஒரு நீர் நிழல்.

பாவ உணர்ச்சி மண்டிய சமகாலத்தில் இருந்து உடைந்து விழுந்த வனாக ரவி கஸாக்குக்கு வந்திறங்குகிறான். காவி வேட்டியுடன் தனிமை நிறைந்த மனத்துடன். ஆனால் ரவியின் பிரக்ஞை கூர்மையாக இருக்கிறது. அங்கதமும் கற்பனைகளுமாக அது கசாக்கை மிக எளிதில் தன்வயப்படுத்திக்கொள்கிறது. ரவி கஸாக்கில் தேடுவது தன்னை நிகழ்த்திக்கொள்வதற்கான ஓர் இடத்தை. காலத்தில் பொருட்கள் பயணம்செய்வதன் தடயமாக தூசியைக் காணும் அவனது தரிசன மனம் காலாதீதமாக நின்றுகொண்டிருக்கும் செதலி மலையை நோக்கி மீண்டும் மீண்டும் எழுகிறது.

மரங்களுக்கிடையே ஒரு மொனாஸ்டிரியின் அதுல் அர்த்தமில்லாத உழைப்பும் சலிப்பும் மண்டிய சமகாலத்தில் இருந்து உடைந்து விழுந்தவனாக மொனாஸ்டிரிக்கு வருகிறான். ரவியிடம் இருக்கும் கூர்மையும் அங்கதமும் அவனிடம் இல்லை. சலிப்பும் சோர்வும் மட்டுமே. அவன் பார்வையில் விரிவது மலைகள் காவல் நிற்கும் உயிர்த்துடிப்பான ஒரு கிராமம் அல்ல. மாறாக காலியான அறைகளுக்குள் வெறுமை நிறைந்த ஒரு மடாலயம்.

அது சென்றுபோன ஒரு காலகட்டத்தின் அடையாளம். மெல்லமெல்ல வணிகமயமாக்கப்பட்டு அடையாளம் இழக்கிறது அது. எந்த உலகில் இருந்து அதுல் தப்பி வந்தானோ அந்த உலகை நோக்கி அதுவும் சென்றுகொண்டிருக்கிறது. கடலில் இருந்து தப்ப தெப்பம் ஒன்றை அள்ளிப்பற்றியவன் தெப்பமும் கடலில் மூழ்குவதைப் பார்ப்பதுபோல அதுல் மொனாஸ்டிரியின் அழிவை பார்த்து நிற்கிறான்.

ரவி செதலியையும் கஸாக்கையும் விட்டு விட்டு மீண்டும் தன் தேடலுடன் வெளியே செல்லும்போது தன் மாயக்கற்பனையில் பெய்யும் பெருமழையில் கரையும் மொனாஸ்டிரியை நோக்கி பரிதவித்துக் கூச்சலிடும் அதுலில் இந்நாவல் முடிகிறது. முற்றிலும் புதிய ஒருகாலகட்டத்தின் பதற்றத்தை அது பதிவுசெய்கிறது.

ஜேக்கப்பின் நாவல் ஒரு நாவலாக ஆகவில்லை என்றே சொல்வேன். அது நாவலுக்கான ஆசை மட்டுமே. இன்றைய நாவல் நவீனத்துவ நாவலைப்போல குறுகலான சிறிய கட்டமைப்பு கொண்டதல்ல. அது கோபுரத்தின் நிழல். ஆனாலும் கோபுரம்தான். அத்தனை சிற்ப நுட்பங்களுடனும் அத்தனை கலையழகுகளுடனும்தான் அது நெளிந்தாடுகிறது.

சென்ற செவ்வியல் காலத்து மாபெரும் நாவல்களைப்போலவே அகன்றது இன்றைய நாவல். செவ்வியல் நாவல்களைக் கலைக் களஞ்சியங்கள் எனலாம் என்றால் இவற்றை கலைக்கப்பட்ட கலைக்களஞ்சியங்கள் எனலாம். செவ்வியல் நாவல்களின் அத்தனை உழைப்பையும் அத்தனை கலைத் தியானத்தையும் இந்நாவல்களும் கோருகின்றன. எளிய சுயமைய அணுகுமுறைமூலம் இன்றைய நாவலை அடைந்துவிடமுடியாது.

அந்தச்சவாலை ஜேக்கப் அடுத்த நாவலில் சந்திப்பாரென நம்புகிறேன்.

நன்றி.

(25-11-2009 அன்று திருவனந்தபுரத்தில் ஜேக்கப் ஆப்ரஹாமின் நாவலை வெளியிட்டு ஆற்றிய உரை)

கடலோசை

அனைவருக்கும் என் வணக்கம்,

நண்பர்களே, டி.எஸ்.எலியட் 'தத்துவமும் இலக்கியமும்' என்று ஒரு கட்டுரை எழுதியிருக்கிறார். அந்தக் கட்டுரையில் ஒரு வரி வரும். 'இலக்கியம் தத்துவத்தை முன்வைப்பதில்லை, தத்துவசிந்தனையை பிறப்பிக்கும் மனநிலையை உருவாக்குகிறது.'

அந்தவரியை நான் என் நோக்கில் தொடர்ந்து வளர்த்தெடுத்துக் கொண்டிருக்கிறேன். 'இலக்கியம் அரசியலை முன்வைப்பதில்லை, அரசியலை உருவாக்கும் மனநிலையையே அது அளிக்கிறது', 'இலக்கியம் சமூக சிந்தனையை முன்வைப்பதில்லை, சமூகத்தைப்பற்றி சிந்தனைசெய்யும் மனநிலையை உருவாக்குகிறது'

அப்படியானால் இலக்கியம் அளிப்பது என்ன? ஒரு மன எழுச்சியை. அந்த மனஎழுச்சி ஒருவரில் தத்துவமாக ஒருவரில் அரசியலாக இன்னொருவரில் சமூக சிந்தனையாக விளையலாம். அந்த மன எழுச்சி என்பது ஓர் உண்மையான வாழ்வனுபவத்தை நாம் அடையும்போது அது நமக்களிக்கும் மன எழுச்சிக்கு நிகரானது. அதாவது இலக்கியமென்பது ஒரு நிகரான வாழ்வனுபவம்.

இந்த நிகரான வாழ்வனுபவத்தை இலக்கியம் எப்படி உருவாக்குகிறது? நுண்தகவல்கள் அதில் மிக முக்கியமான பங்கை ஆற்றுகின்றன. நாம் ஒவ்வொருவரும் கண்டு ஆனால் நம் மனதில் பதியப்பெறாத ஏராளமான

தகவல்களால் ஆனது ஒரு நல்ல இலக்கியத்தின் உடல். அதன் செல்லே அதுதான். அந்தத்தகவல்களை வாசிக்கும்போது நம் கண்முன் ஒரு நிலமும் அங்குவாழும் மக்களும் அவர்களின் வாழ்வின் அலைகளும் உண்மையாகவே திறந்துகொள்கின்றன.

நல்ல இலக்கியம் வாழ்க்கையை காட்சியனுபவமாக நமக்கு முன் நிறுத்துகிறது. நான் ருஷ்யாவை பார்த்ததில்லை. ஆனால் செண்ட் பீட்டர்ஸ்பர்க்கின் தெருக்களில் உறைபனியில் நடந்திருக்கிறேன். நான் போரைப் பார்த்ததில்லை. ஆனால் ஒரு மாபெரும் படை இன்னொன்றை எதிர்கொள்ளும் சித்திரம் என் கண்முன் நிற்கிறது. தஸ்தயேவ்ஸ்கி தல்ஸ்தோய் கதைகளின் வழியாக!

ஒரு வாழ்வனுபவத்தின்போது நம் புலன்கள் அறியும் அனைத்து அனுபவங்களையும் இலக்கிய அனுபவம் நம் கற்பனையைத் தூண்டி நம்மை அடையச்செய்கிறது. நாம் அந்த வாழ்க்கைக்குள் நுழைந்து அங்கே வாழ ஆரம்பிக்கிறோம். அதுவே இலக்கியத்தின் முதல் தளம்.

அடுத்தபடியாக இலக்கியம் மனித மனத்துக்குள் ஆழமாகச் செல்கிறது. மனித எண்ணங்களும் உணர்ச்சிகளும் செல்லும் திசைவேகங்களை அது கூர்ந்து அவதானித்து நுட்பமாக எழுதிக் காட்டுகிறது. மேலான படைப்பாளி எந்த மனதுக்குள்ளும் செல்லக் கூடியவனாக இருப்பான். அது மிக எளிது. எல்லா கதாபாத்திரங் களிலும் தன்னை அவன் கூடுமாற்றிக்கொள்கிறான். ஆழத்தில் எல்லா மனமும் ஒன்றுதான். ஆகவே அவன் தன்னைப்பற்றி எழுதினால் உலகையே எழுதியவனாகிறான்.

மூன்றாவதாக படைப்பாளி வாழ்க்கையின் தருணங்களை எழுதுகிறான். தொடர்ந்து தன் சூழலில் உள்ள வாழ்க்கையைக் கவனிப்பதன் மூலமாகவும் அதில் உணர்ச்சிகரமாக ஈடுபடுவதன் மூலமாகவும் அவன் மானுடத்தருணங்களை கண்டுகொண்டே இருக்கிறான். அவற்றை தன் படைப்பில் மீண்டும் உருவாக்குகிறான். மேம்படுத்துகிறான். புதிதாக கற்பனைசெய்கிறான்.

அவ்வாறு நிகரான வாழ்வனுபவமாக அமைந்து நம்மில் சிந்தனை களை உருவாக்குவதே இலக்கியம். அதன்றி இலக்கியவாதி முன்வைக்கும் சிந்தனைகளுக்கு அந்த அளவில் எந்த மதிப்பும் இல்லை. அதன் அடிப்படையில் ஒருபோதும் இலக்கியம் மதிப்பிடப் படுவதும் இல்லை. சரியான சிந்தனையை முன்வைப்பதனால் ஒரு படைப்பு சிறப்பானதாக ஆவதில்லை. தவறான சிந்தனையை முன்வைத்த படைப்பு மோசமான ஆக்கமாக ஆவதும் இல்லை.

நான் சென்ற தினங்களில் கான்பர்ராவில் ஆழியாள் எனும்பேரில் கவிதைகள் எழுதும் மதுபாஷிணி ரகுபதி வீட்டில் தங்கியிருந்தேன்.

ரகுபதி அவர்களின் அழகிய சிறிய மகள் துகிதை. துகி வைத்த விழி வாங்காமல் ஒரு கார்ட்டூன் நிகழ்ச்சியைப் பார்ப்பதைக் கண்டேன். அந்தக் கார்ட்டூனில் டோரா என்று ஒரு சிறுமி. துகி டோராவுடன் தன்னை அடையாளப்படுத்திக்கொண்டிருக்கிறாள். எனென்றால் டோராவுக்கும் கறுப்பு முடி, பெரிய கண்கள்.

டோரா செய்வதையெல்லாம் மலர்ந்த முகத்துடன் கனவில் அமர்ந்திருக்கும் துகி செய்கிறாள் என்பதைக் காணமுடிந்தது. டோரா வழியாக துகி அடையும் அனுபவம் என்ன? அது ஒரு மாபெரும் விடுதலைக் கொண்டாட்டம். குழந்தைக் கதைகளை தொல்பழங்காலம் முதல் எடுத்துப் பார்த்தால் இதைக் காணலாம்.

தவழ்ந்து எழும் ஒரு குழந்தை கண்டடையும் எல்லைகள் பயங்கர மானவை. அந்த எல்லைகள் குழந்தையை அச்சுறுத்துகின்றன. சோர்வுறச்செய்கின்றன. குழப்புகின்றன. அதனால் ஒரே சமயம் இரு நாற்காலிகளில் அமர முடிவதில்லை. காக்காவும், செடியும், நாற்காலியும், புத்தகப்பையும் அதனிடம் பேசுவதில்லை. அதனால் பறக்க முடிவதில்லை. வண்ணத்துப்பூச்சிகளுடன் சேர்ந்து வானில் துள்ள முடிவதில்லை. ஏன் அழகான ஒரு வால்கூட இல்லை! என்ன கொடுமை!

குழந்தைக்கதைகள் அந்த எல்லையை குழந்தை எளிதில் தாண்டச் செய்கின்றன. மரம் பறவைகள் பாறை எல்லாமே குழந்தையுடன் பேசுகின்றன. டோராவுடன் அவளுடைய புத்தகப்பை பேசுகிறது! துகி வாழும் கற்பனைப்பரப்பில் அவள் மிகப்பெரிய ஓர் உலகை உருவாக்கிக் கொண்டிருக்கிறாள்!

வெற்றிடத்தைக் காற்று நிரப்புகிறது என்பது அறிவியல் விதி. காற்று இல்லாவிட்டால் இந்தக்கட்டடங்கள் சரிந்துவிடக்கூடும். இந்த மரங்கள் வீழ்ந்துவிடக்கூடும். நம் மனதின் இடைவெளிகளை எல்லாம் கற்பனையே நிரப்புகிறது. நாம் வாழாத வாழ்க்கையெல்லாம் நம்முள் நிகழ்கிறது. நாம் இழந்த மண்ணில் நம்மால் வாழ முடியும். நாம் இழந்த மனிதர்களுடன் வாழமுடியும்.

இலக்கியம் மனிதனுக்கு அளிக்கப்பட்டதைவிட பெரிய வாழ்க்கையை அவனுக்கு அளிக்கிறது நண்பர்களே. இங்கே அமர்ந்திருக்கும் ஆசி. கந்தராஜா அவர்கள் என்னைவிட பலமடங்கு அதிகம் பரப்பளவுள்ள வாழ்க்கையைப் பெற்றவர். பலநாடுகள் கண்டவர். ஓயாது பயணம் செய்பவர். ஆனால் அவரது வாழ்க்கை கூட மிகச்சிறியதே. ஓஷோ சொல்கிறார், எந்த அளவுக்கு பரபரப்பானதாக இருந்தாலும் ஒரு மனிதனின் ஒட்டுமொத்த வாழ்க்கை என்பது ஒரு மணிநேரத்தில் சொல்லி முடித்துவிடக்கூடியதே என்று.

அந்தச் சிறிய வாழ்க்கையை இலக்கியம் மூலம் நாம் பெரிதாக்கிக் கொள்கிறோம். ஒரு வாழ்க்கைக்குள் பல வாழ்க்கை வாழ்கிறோம். அந்த வாழ்க்கைகள் மூலம் நம் அனுபவத்தை, நம் விவேகத்தை, நம் சிந்தனையை பெரிதாக்கிக் கொள்கிறோம். இலக்கியம் அதற்காகவே எழுதப்படுகிறது.

நண்பர்களே, ஈழ இலக்கியத்தைப்பற்றி நான் சில கருத்துகளைச் சொல்லிவருகிறேன். சில மதிப்பீடுகளை முன்வைக்கிறேன். அதன் அளவுகோல் என்ன என்பதையே இங்கே சொன்னேன். எனக்கு வாழ்க்கையை அளியுங்கள் என்பதே என் கோரிக்கை. நான் உங்கள் வாழ்க்கையை உங்கள் சொல் வழியாக அனுபவிக்க வகைசெய்யுங்கள். அதுவே என் நோக்கில் சிறந்த இலக்கியம். சிந்தனைகளை அதில் இருந்து நானே உருவாக்கிக் கொள்வேன்.

அதுவல்லாமல் உங்கள் சிந்தனைகளை, உங்கள் அரசியலை, உங்கள் பூசல்களை முன்வைக்கும் இலக்கியத்தை நான் ஏற்க முடியாது. அது எனக்கு ஒன்றும் அளிப்பதில்லை. அது உங்களுக்குள் என்ன பொருள் அளித்தாலும் எனக்கு அதனால் எந்த லாபமும் இல்லை.

மேலான இலக்கியம் நாம் அறிந்த ஒன்றையே நமக்கு அளிக்கிறது. அது எதையும் நிரூபிப்பது இல்லை. நிரூபணம் இல்லாமலேயே நாம் ஒன்றை நம்புவது இலக்கியத்தில் மட்டுமே. ஒரு விஷயம் இலக்கியத்தில் நுட்பமாகச் சொல்லப்பட்டுவிட்டதென்றால் ஆம் இது உண்மை என நம் மனம் உடனே ஒப்புகிறது.

அதுவே இலக்கியத்தின் வலிமை. இலக்கியம் ஆசிரியனால் எழுதப் பட்டிருக்கலாம். அனுபவம் என்னுடையதல்லவா? நானடைந்த அனுபவம் எனக்களிக்கும் ஒரு கருத்து என் கருத்து அல்லவா? அதற்கு எனக்கு ஏன் நிரூபணம்?

நண்பர்களே, இன்னொரு வரி இங்கே நினைவுக்கு வருகிறது. சமஸ்கிருதத்தில் ஒரு பழமொழி உண்டு. ''ரிஷி அல்லாதவன் கவிஞன் அல்ல'. விவேகமும் ஞானமும் கனியாத ஒருவன் கவிஞன் அல்ல. எழுதுவதன் மூலம் வாழ்க்கையின் ஆழத்துக்குச் செல்பவனே கவிஞன். அதன் சாரத்தைக் கண்டு முதிர்ந்தவனே கவிஞன்.

நான் அந்தவரியை மேலும் விரிவடையச்செய்துகொள்வேன். 'கவிஞன் அல்லாதவன் ரிஷி அல்ல' ஆம், ஒருவன் விவேகமும் ஞானமும் கொண்டுவிட்டான் என்றால் இயல்பாகவே அவன் கவிஞன் ஆகிவிடுகிறான். மேலான ஞானம் தன்னளவிலேயே மேலான இலக்கியமும் ஆகிறது.

ஏனென்றால் மேலான ஞானம் ஒருபோதும் ஒரு கருத்து மட்டுமாக இருப்பதில்லை. அது ஓர் அனுபவமாக இருக்கிறது. தன்னளவிலேயே அது ஓர் வாழ்க்கைக்கூறாக இருக்கிறது. அந்த ஞானம் நமக்கு 'தெரிவது' இல்லை நமக்கு 'அனுபவமாகிறது.'

சலீம் அலி இந்தியாவின் மகத்தான பறவையியலாளர். பறவையியலின் ஒரு ரிஷி. 'எந்தப்பறவையும் உன்னைப்பார்க்கவில்லை என்று எண்ணாதே, நீ பார்க்கும் முன்னரே அது உன்னைப் பார்த்திருக்கும்' என்ன அற்புதமான வரி. எத்தனை அர்த்தங்களை திறந்து அளிக்கும் வரி. 'பறவை மண்ணில் பலவீனமானது' எத்தனை உக்கிரமான அனுபவத்தை அளிக்கும் வரி.

எல்லா ஞானங்களும் மொழியில் வந்துசேர்கின்றன. ஆறுகள் கடலில் சேர்வதுபோல. இலக்கியம் மொழியில் அடித்துக்கொண்டிருக்கும் அலை.

நன்றி.

(18-4-2009 அன்று சிட்னி வுட்ஸ்ஸ்டாக் கம்யூனிட்டி சென்டர் கான்பரன்ஸ் ஹாலில் எஸ்.பொன்னுத்துரை அவர்களின் மகனும் மித்ர பதிப்பகத்தின் உரிமையாளருமான பொன்.அநுர அவர்கள் ஏற்பாடுசெய்த சந்திப்பில் ஆற்றிய உரை.)

நவீன இலக்கியம் ஏன் புரிவதில்லை?

நவீன இலக்கியத்திற்கும் மரபிலக்கியத்திற்கும் என்ன வேறுபாடு? பழைய ஒரு நகைச்சுவை உண்டு. ஓட்டலில் சாப்பிடச்சென்றவர் கேட்கிறார் 'தோசைக்கு தொட்டுக் கொள்ள என்ன இருக்கிறது?' பரிமாறுபவர் பதில் சொல்கிறார், 'கெட்டிச்சட்னி இருக்கிறது, துவையல் இருக்கிறது.'

கேட்பவருக்கு கொஞ்சம் குழப்பம். 'இரண்டுக்கும் நடுவே என்ன வேறுபாடு?' பரிமாறுபவர் யதார்த்தமாகப் பதில் சொல்கிறார் 'இரண்டு நாள் வேறுபாடு.'

ஆம், நவீன இலக்கியத்திற்கும் மரபிலக்கியத்திற்கும் இடையே உள்ள வேறுபாடு இரண்டாயிரம் வருடம்தான். நவீன இலக்கியத்தின் தலை இந்த நூற்றாண்டில் உள்ளது. வால் மரபிலக்கியத்தில் விழுந்து கிடக்கிறது. மரபிலக்கியத்தின் தலை ஈராயிரம் வருடம் முன்பு நம் வரலாற்றின் தொடக்கப்புள்ளியில் கிடக்கிறது. வால் இந்தக்காலத்தில் விழுந்து அசைந்துகொண்டிருக்கிறது. இரு பாம்புகளும் ஒன்றை ஒன்று விழுங்க முயல்கின்றன. ஓயாத ஒரு சுழல் உருவாகிறது.

வழக்கமாக நான் சந்திக்கும் ஒரு கொந்தளிப்பான குரல் ஒன்றுண்டு. ஒரு தேவதேவன் கவிதையை வாசித்துவிட்டு ஒரு பெரியவர் கேட்டார். 'ஐயா நான் நாற்பதாண்டு காலமாக தமிழிலக்கியம் வாசிக்கிறேன். நற்றிணை முதல் பாரதிவரை கற்றிருக்கிறேன். எனக்கே இந்த கவிதை புரியவில்லை. அப்படியானால் இவை யாருக்காக எழுதப்படுகின்றன?'

இப்படிக் கேட்ட பெரியவரிடம் நான் சொன்னேன். ‘ஐயா நற்றிணையோ பாரதியோ படித்தால் புரிந்துகொள்ள முடியாத, தமிழே படிக்காத இந்த இளைஞருக்கு இந்தக்கவிதை எளிதாகப் புரிகிறதே, எப்படி என்று யோசித்தீர்களா? யோசித்தால் எது நவீன இலக்கியம் என்று எளிதில் புரிந்துகொள்ள முடியும்.’

ஆனால் பெரியவர் அந்தக் கேள்வியைச் சந்திக்க தயாராக இருக்கவில்லை. மீண்டும் ‘எனக்கே புரியவில்லையே’ என்ற குரலை எழுப்பினார். நான் சொன்னேன், ‘ஐயா இப்போது சிக்கல் நவீன இலக்கியத்தை புரிந்துகொள்வதல்ல, உங்களைப் புரிந்துகொள்வது தான்.’

இலக்கியம் மொழியில் எழுதப்படுவதில்லை என்று சொன்னால் ஆச்சரியப்பட மாட்டீர்கள்தானே? தமிழ்க்கவிதை தமிழில் மட்டும் அமைந்திருந்தால் தமிழ் தெரிந்த அனைவருக்கும் அது புரிந்துவிடும் அல்லவா? ஓர் அகராதியை வைத்துக்கொண்டு அதை எவரும் புரிந்து கொள்ள முடியும் அல்லவா?

அப்படியானால் தமிழ்க்கவிதை எதில் அமைந்திருக்கிறது? தமிழ் மொழிக்குள் நுண்மையாக அமைந்துள்ள இன்னொரு குறியீட்டு மொழியில் அமைந்துள்ளது. அதை மீமொழி (meta language) என்று நவீன மொழியியலில் சொல்கிறார்கள். அது மொழியின் இரண்டாவது அடுக்கு. இப்படி பல அடுக்குகளை உருவாக்கிக்கொண்டுதான் எந்த மொழியும் செயல்பட முடியும். நம்மை அறியாமலேயே இப்படி பல அடுக்குகள் நம் மொழியில் உள்ளன.

மொழியையே குறியீட்டு ஒழுங்கு (symbolic order) என்று மொழியியலாளர்கள் சொல்கிறார்கள். ஓர் ஒலிக்குறிப்பு ஒரு பொருளை அல்லது நிகழ்ச்சியை அல்லது உணர்ச்சியை சுட்டிக்காட்டுவதுதான் மொழியின் ஒழுங்கு இல்லையா? படி என்றதுமே உங்களுக்கு ஒரு பொருள் நினைவுக்கு வருகிறது. படி என்ற ஒலி அந்த பொருளுக்கான ஒலி அடையாளம். இறங்குதல் என்ற ஒலி ஒரு செயலுக்கான ஒலிக்குறியீடு.

இரண்டையும் இணைத்து படி இறங்குதல் என்று சொன்னால் ஒரு நிகழ்ச்சி குறிப்பிடப்படுகிறது. இதுதான் மொழியின் செயல் பாட்டுக்கான அடிப்படை. இவ்வாறு நாம் மொழிக்குறியீடுகளை இணைத்து இணைத்து மொழி என்ற அமைப்பை விரிவாக்கிக் கொண்டே செல்கிறோம். இதைத்தான் பேச்சு என்றும் எழுத்து என்றும் சொல்கிறோம். இதையே மொழியின் முதல் குறியீட்டு ஒழுங்கு என்கிறோம்.

மொழிக்குள் இன்னொரு குறியீட்டு ஒழுங்கு இருக்க முடியும். படி என்ற பொருளையே இன்னொன்றுக்கு குறியீடாக ஆக்க முடியும் அல்லவா? அப்போது படி என்னும்போது அது அந்தப்பொருளைச் சுட்டிக்காட்டி கூடவே அந்தப்பொருள் எதற்கு குறியீடோ அதையும் சுட்டிக்காட்டுகிறது அல்லவா?

ஒரு கவிதையில் 'படி இறங்குதல்' என்று வந்தால் அது ஒரு வீழ்ச்சியை குறிக்கலாம். ஒரு தரம் இறங்குவதை குறிக்கலாம். இதற்கு இரண்டாம் கட்ட குறியீட்டு ஒழுங்கு என்று பெயர் (secondary symbolic order). அது மொழிக்குள் செயல்படும் இன்னொரு மொழி. அதில்தான் இலக்கியம் எழுதப்படுகிறது. உங்களுக்கு தமிழ் மட்டும் தெரிந்தால் இலக்கியத்தை புரிந்துகொள்ள முடியாது. தமிழுக்குள் செயல்படும் அந்த இரண்டாவது தமிழை அறிந்திருந்தால் மட்டுமே இலக்கியம் புரிய ஆரம்பிக்கும்.

இது இன்றுள்ள இலக்கியத்திற்கு உள்ள விதி அல்ல, எப்போதும் இலக்கியத்தின் செயல்முறை இதுவே. இலக்கியத்துக்கான இந்த இரண்டாவது மொழியை இலக்கிய ஆசிரியர்களும் இலக்கிய வாசகர்களும் சேர்ந்து உருவாக்கிக்கொண்டே இருக்கிறார்கள். அது ஒரு தொடர்ச்சியான செயல்பாடு. அந்த இரண்டாவது மொழி அனைவருக்கும் பொதுவாக ஒரு பண்பாட்டுச்சூழலில் திரண்டு வந்தபடியே இருக்கிறது.

என் கண்களில்
இன்று இல்லை வாள்

என்ற புதுக்கவிதை வரி உங்களுக்கு புரிகிறதா? சிலர் புரியவில்லை என்று சொல்லக்கூடும். புதுக்கவிதை என்ற பெயரில் சிலர் இப்படித் தான் புலம்பிக்கொண்டிருக்கிறார்கள் என்று வசைபாடக்கூடும். மன்னிக்கவும் இது புதுக்கவிதை அல்ல. இது வெள்ளிவீதியாரின் குறுந்தொகைப் பாடல்,

கண்ணே நோக்கி நோக்கி
வாள் இழந்தனவே

என்கிறார் அவர். இங்கே வாள் என்பது கூர்மை, ஒளி என்பதற்கான அடையாளமாக நிற்கிறது. கண்கள் நோக்கி நோக்கி வாளை இழந்தன என்றால் உடனே அந்த அனுபவம் நமக்குக் கிடைக்கிறது.

ஏன் கூர்மை ஒளி என்று நேரடியாகச் சொன்னால் என்ன? சொல்லலாம் தான். ஆனால் வாள் என்னும்போது சட்டென்று அவ்விரண்டும் ஒரு திட்டவட்டமான காட்சி அனுபவமாக கிடைக்கிறது. இதுதான் இலக்கியத்தின் வழி. அது சொல்லி தெரியவைக்க முயல்வது இல்லை. அனுபவமாக ஆக்க முயல்கிறது.

இதே போல சங்க காலத்தில் மழை என்ற சொல் குளிர்ச்சி என்ற பொருளில் பயன்படுத்தப்பட்டிருப்பதைக் காணலாம். தொடி என்றால் தொடுக்கப்பட்ட முறையில் அமைந்த நகை என்று பெயர். இழை என்றால் இழையும் தன்மை கொண்ட நகை என்று பெயர். ஆனால் இச்சொற்கள் எல்லாமே நகையணிந்த பெண்ணையும் குறிக்கும். தொடீ, இழாய் என்று அழைத்தால் பெண்ணைத்தான் அழைக்கிறார்கள்.

இது சங்ககாலத்து இரண்டாவது குறியீட்டு ஒழுங்கு அல்லது மீமொழி. சங்கப்பாடல்களை வாசிக்கிறவர்கள் இவற்றை எவ்வாறு புரிந்து கொள்கிறார்கள்? வேறு ஒன்றும் இல்லை, இவற்றுக்கான அர்த்தம் ஏற்கெனவே சொல்லப்பட்டிருக்கிறது. அதாவது இந்த மீமொழிக்கும் ஓர் அகராதி உள்ளது. அதை உ.வே.சாமிநாதய்யர், அவ்வை துரைசாமிப்பிள்ளை, புலியூர் கேசிகன் என யாராவது எழுதி யிருப்பார்கள். அதைக்கொண்டுதான் அந்தக் கவிதையை புரிந்து கொள்கிறார்கள்.

அதேபோல நவீனக்கவிதைக்கும் ஒரு பொழிப்புரை இல்லையே என்றுதான் கேட்கிறார்கள். சங்கப்பாடல்களை ஒருவர் பொழிப்புரை இல்லாமல் உள்வாங்கிக்கொள்ள முடியும் என்றால், கம்பனை புரிந்து கொள்ள முடியும் என்றால், புதுக்கவிதை ஒரு பொருட்டே அல்ல. அவற்றுடன் ஒப்பிட்டால் இது மிகமிக எளிமையானது.

ஒரு பண்பாட்டில் உள்ள இந்த மீமொழியை பொழிப்புரை அல்லது அகராதியைக் கொண்டு புரிந்துகொள்ளலாம்தான். தமிழ்ப்புதுக்க விதையில் பறவை என்று சொன்னால் அது விடுதலை, வானுடன் உள்ள தொடர்பு என்ற பொருளையே அளிக்கிறது என்று சொல்லலாம்தான். ஆனால் அந்த வழியைக் கொண்டு இன்று வரும் ஒரு புதிய கவிதையை புரிந்துகொள்ள முடியாது. இலக்கணம் பின்னால் ஊர்ந்து ஊர்ந்து வரும், இலக்கியம் முன்னால் பறந்து சென்றுகொண்டிருக்கும்.

ஆகவே இந்த மீமொழி எவ்வாறு உருவாகிறது என்று தெரிந்து கொள்வதே சரியான வழி. இந்த மீமொழிக்கு ஒரு உருவாக்கமுறை உள்ளது. ஓர் தொடர்புறுத்தல் முறை உள்ளது. அந்த முறை என்ன என்று தெரிந்துகொண்டால் இயல்பாக அந்த மொழி நமக்கு தெரிந்துவிடும். அந்த மொழியில் எது சொல்லப்பட்டாலும் நமக்கு புரியும்.

அந்த மீமொழியை கற்றுக்கொள்வது மிக எளிது. ஒரே ஒரு வருடம் கவிதைகளை கூர்ந்து வாசித்தாலே போதும் அது அந்தரங்கமாக நமக்கு பிடிபடும். ஏன், ஒரு நல்ல விவாத அரங்கை உருவாக்கி தேர்ந்த கவிஞர்களுடன் அமர்ந்து ஒரு இரண்டுநாள் பேசினாலே போதும். ஊட்டியில் அவ்வாறு நான் அமைத்த அரங்குகளில் வந்து பங்கெடுத்த

எளிய வாசகர்கள் ஒரேநாளில் புதுக்கவிதையின் ரகசிய மொழி கிடைத்துவிட்டது என்றார்கள்.

அதை நான் விளக்கப்போவதில்லை. ஒரே ஒரு விஷயம் மட்டும் சொல்கிறேன். பெரும்பாலும் இந்த மீமொழி என்பது இயற்கையை ஆழ்ந்து கவனித்து அதில் உள்ள காட்சி நுட்பங்களை குறியீடுகளாக ஆக்கி அக உணர்ச்சிகளை சொல்லுவதன் மூலம் உருவாகி வருகிறது.

பறவையில் சிறகாக
இருப்பது
மனிதனில் கை

இது கல்பற்றா நாராயணன் எழுதிய ஒரு கவிதைவரி. ஒரு குழந்தை போல இயற்கையை கவனிப்பதில் இருந்து இந்தவரி வருகிறது. எந்த விஷயம் பறவையில் சிறகாக இருக்கிறதோ அதுவே மனிதனில் கை. சிறகொடிந்த பறவை பறவையே அல்ல. அதேபோலத்தான் கையில்லாத மனிதன். கைகளுக்கு விலங்கு போடுதலைப்பற்றி பேசும் கவிதை இது.

கைவிலங்கிடப்பட்டவன் அளவுக்கு சுதந்திரமிழந்தவன் வேறு யார்?

என முடிகிறது. மனிதனின் கைகளை ஒரு கணம் அவன் சிறகாக கற்பனைசெய்ய முடிந்தால் அதன்பின் இக்கவிதை முழுமையாகவே நம் கைக்கு வந்துவிடும்.

மீண்டும் முதல் கேள்விக்கு வருகிறேன். நவீன இலக்கியம் என்பது என்ன? இப்போது ஒரு பதிலை நான் சொல்ல முடியும். நவீன கவிதை இன்றைய நவீன மீமொழியில் எழுதப்பட்டது. மரபுக்கவிதை மரபான மீமொழியில் எழுதப்பட்டது.

என்ன வேறுபாடு? மிக எளிமையான வரலாற்றுச் சித்திரமே இதற்கான பதில். மரபான மீமொழி தமிழுக்குள், நம் சூழலுக்குள் மட்டும் இருந்து பல ஆயிரம் வருடங்களாக மெல்ல மெல்ல உருவாகி வந்தது. ஆனால் பதினெட்டாம் நூற்றாண்டில் இருந்து உலகம் மாற ஆரம்பித்தது. ஐரோப்பியர்கள் உலகம் முழுக்கச் சென்று காலனியாதிக்கத்தை உருவாக்கினார்கள். உலகம் முழுக்க இருந்து இலக்கியங்களை தங்கள் மொழிக்கு மொழியாக்கம் செய்தார்கள். அவ்வாறாக உலக இலக்கியம் என்ற ஒன்று உருவானது.

அந்த உலக இலக்கியத்தை ஆங்கிலம் பிரெஞ்சு போன்ற மொழிகள் வழியாக உலகமெங்கும் கொண்டுசென்றார்கள் ஐரோப்பியர்கள். அந்த மொழிகளைக் கற்றவர்கள் உலக இலக்கியத்தை பற்றிய எண்ணத்தை அடைந்தார்கள். தமிழில் பாரதி அந்த பிரக்ஞையை அடைந்த முதல்

கவிஞன். ஆகவே அவன் நவீனக் கவிஞன். அவன் தமிழில் எழுதினாலும் தமிழுக்குள் அவன் பிரக்ஞை நிலைகொள்ளவில்லை. உலக இலக்கியத்தின் பரந்தவெளியில் நின்றுகொண்டு அவன் எழுதினான்.

இங்கே என்ன நடக்கிறது என்றால் தமிழுக்குள் உள்ள இந்த இரண்டாவது குறியீட்டு ஒழுங்கு, அதாவது மீமொழி, உலகம் தழுவியதாக ஆகிவிடுகிறது. இலக்கியத்துக்கு உலகம் முழுக்க ஒரே குறியீட்டு மொழி ஒன்று உருவாகி வந்தது. அதனால்தான் நமக்கு பாப்லோ நெரூதாவும் மயகோவ்ஸ்கியும் புரிகிறார்கள். இருபதாம் நூற்றாண்டின் மாபெரும் சாதனை என்றால் இப்படி உலகம் முழுமைக்குமாக ஒரு இலக்கிய மீமொழி உருவானதேயாகும்.

இங்கே ஒன்றை கவனிக்க வேண்டும். பாரதி உலக இலக்கியப் பிரக்ஞையுடன் அந்தப் பரப்பில் நின்று எழுதினார். அவருக்குப்பின் வந்த பாரதிதாசனுக்கு அந்தப் பிரக்ஞை இல்லை. பாரதிதாசனின் மரபில்வந்த கவிஞர்களுக்கும் அந்தப் பிரக்ஞை இல்லை. அவர்கள் தமிழ் கவிராயர் மரபிலேயே நிற்கிறார்கள். ஆகவேதான் பாரதியின் வசனகவிதைகள் போன்றவை புரியவில்லை என்பவர்கள் பாரதிதாசனை நன்றாக புரிகிறது என்கிறார்கள்.

என் கிண்ணத்தின்
தேநீர்
இந்தக்காலையின் தழல்.
எரிகிறது இந்தமேஜை
என் வீடு
இந்நகரம்

என்ற ஜப்பானியக் கவிதையின் அழகியல் நமக்கு உடனே புரிகிறது. ஒரு பெரும் தாபத்தை இந்தக்கவிதை சொல்கிறது. சிவப்புநிறமான தேநீர் காலை ஒளியில் தீச்சுடர் போல ஆவது ஒரு ஜப்பானிய அனுபவம். ஆனால் நமக்கு அது உடனே பிடி கிடைக்கிறது. அந்தத் தழலில் எரியும் துயரத்தை நம்மால் உடனே உள்வாங்க முடிகிறது.

இங்கிருந்துதான் நவீன இலக்கியம் மரபிலக்கியத்தில் இருந்து துண்டுபட்டு தனியாக ஆகிறது. மரபிலக்கியத்துக்குள் உள்ள மீமொழி இங்கேயே உருவாகி இந்த எல்லைக்குள் நிற்பது. நவீன இலக்கியத்துக்கான மீமொழி உலகளாவிய மீமொழியின் ஒரு பகுதியாகச் செயல்படுகிறது.

ஏன் அந்தப்பெரியவருக்கு மரபான கவிதை புரிகிறது? அவர் உரைகள் மூலம் ஆசிரியர்கள் மூலம் மரபுக்கவிதையின் மீமொழியை

கற்றிருக்கிறார். நவீனக் கவிதையின் மீமொழியை அவர் கற்கவில்லை. அதை அவர் பொருட்படுத்தவில்லை. எனக்கு பாட்டு தெரியுமே ஆகவே நான் ஏன் பரதம் ஆடமுடியாது என்று கேட்கிறார். நண்பர்களே, அவை இரண்டும் வேறு வேறு.

மரபு இலக்கிய வாசிப்புக்கும் நவீன இலக்கிய வாசிப்புக்கும் இடையே முக்கியமான ஒரு வேறுபாடு உள்ளது, அதையும் இங்கே குறிப்பிட வேண்டும். எப்போதுமே நம் மரபு இலக்கிய வாசகர்கள் சொல்லும் சில வரிகள் உண்டு. 'இந்தப் படைப்பில் சொல்லவந்ததை தெள்ளத் தெளிவாக வெள்ளிடைமலையாக சொல்லியிருக்கிறார் ஆசிரியர்.'

இதே நோக்கில்தான் நம் கல்வித்துறை இலக்கியம் கற்றுக் கொடுக்கிறது. 'இந்தக்கவிதையின் திரண்ட பொருள் யாது, நான்கு பக்கங்களுக்கு மிகாமல் விளக்குக.'

இந்த மனநிலை கவிதையை, இலக்கியத்தை அறிவதற்கு மிகமிக எதிரானது. ஒரு ஆக்கத்தில் ஆசிரியர் 'சொல்லவந்த கருத்து' என்ன என்று தேடுவதும் அதை அவர் 'ஐயம்திரிபற' சொல்லியிருக்க வேண்டும் என எதிர்பார்ப்பதும்தான் உண்மையில் நவீன இலக்கியத்தில் இருந்தே மரபான வாசகர்களை பிரிக்கிறது.

ஒரு படைப்பில் உள்ளது ஓர் அனுபவம். அது ஓர் அக அனுபவம். அந்த அக அனுபவத்தை நாம் கருத்துகளாக ஆக்கிக்கொள்ளலாம். அக்கருத்துகள் அந்த ஆசிரியர் சொன்னவை அல்ல, நாம் அடைந்தவை. நமக்கு ஒரு வாழ்க்கை அனுபவம் கிடைக்கிறது, அதில் இருந்து நாம் சில சிந்தனைகளை அடைகிறோம். அச்சிந்தனைகள் அந்த அனுபவத்துக்குள் உள்ளனவா என்ன? அதே அனுபவத்தை அடைந்த இன்னொருவர் இன்னொரு கருத்தைத்தானே அடைகிறார்? அதேபோன்றதே இலக்கிய அனுபவம். அது நிஜ வாழ்க்கை அனுபவம்போன்ற ஒன்றை நம் கற்பனையில் நிகழ்த்துகிறது.

நம்முடைய கற்பனையை தூண்டி விடக்கூடிய இயல்பே இலக்கியப் படைப்பை ஆழம் மிக்கதாக ஆக்குகிறது. இதையும் நாம் நம் அனுபவத்தில் இருந்தே உணரலாம். ஓர் அனுபவத்தில் நம்மால் புரிந்துகொள்ளமுடியாத ஒரு புதிர் இருந்தால், அதை நாம் வகுத்துக் கொள்ள முடியவில்லை என்றால், நாம் அதைப்பற்றியே சிந்திப்போம் இல்லையா? நம் மனம் அதைநோக்கியே சுழன்றுகொண்டிருக்கிறது இல்லையா?

ஆகவேதான் முக்கியமான இலக்கிய ஆக்கங்கள் முழுமையாக எல்லாவற்றையும் சொல்வதில்லை. எவ்வளவு குறைவாகச் சொல்ல முடியுமோ அவ்வளவு குறைவாகச் சொல்லி மிச்சத்தை வாசகக்

கற்பனைக்கே விட்டுவிடுகின்றன. அதிகமாக கற்பனைசெய்ய வைக்கும் இலக்கியம் அதிகநேரம் நம்முடன் இருக்கிறது. நம்மை அதிகமாக பயணம் செய்ய வைக்கிறது.

ஆகவே பொருள்மயக்கம் என்பது இலக்கியத்தின் முக்கியமான அழகியல் உத்தி. தெள்ளத்தெளிவாக இருப்பது இலக்கியத்தின் பலவீனம். நீதிநூல்கள் தெளிவாக இருக்கலாம். ஆனால் அதை இலக்கியத்தில் எதிர்பார்க்கக் கூடாது. கொன்றை வேந்தன் வாசிப்பது போல பிரமிள் புதுக்கவிதையை வாசித்தால் 'என்ன இது ஒண்ணுமே புரியலை, என்னதான் சொல்லவரார்?' என்ற குழப்பமே எஞ்சும்.

வில்லியம் எம்ப்சன் என்ற விமர்சகர் ஏழுவகை பொருள்மயக் கங்களைப் பற்றி எழுதியிருக்கிறார். அந்த பொருள்மயக்கங்கள் இலக்கியத்துக்கு ஆழத்தையும் அழகையும் அளிப்பவை. இன்றுவரை பாடத்திட்டத்தில் உள்ள நூல் அது.

பொருள்மயக்கம் என்பது இன்றுள்ள ஓர் இயல்பு அல்ல, எல்லா காலத்திலும் இலக்கியத்தின் அழகியலாகவே உள்ளது. குறுந்தொகை நற்றிணை பாடல்கள் குறள்பாடல்கள் பல அற்புதமான பொருள்மயக் கங்களுடன் உள்ளன. பல நூறு ஆண்டுகளாக அவற்றுக்கு மீண்டும் மீண்டும் உரைகள் எழுதப்படுகின்றன. எவ்வளவு உரைகள் எழுதப்பட்டபின்னரும் அவற்றின் பொருள்மயக்கம் புதிய சிந்தனைகளை உருவாக்கியபடி நீடிக்கத்தான் செய்கிறது.

அறத்தா றிதுவென வேண்டா சிவிகை
பொறுத்தானோ டூர்ந்தான் இடை.

இந்த ஒரு குறளுக்கு மட்டும் எத்தனை வகையாக பொருள் கொள்ளப்பட்டுள்ளது என்று நோக்கினால் எம்ப்சன் என்ன சொல்கிறார் என்று புரியும். 'பல்லக்கில் செல்பவன் சுமப்பவன் இருவரையும் வைத்து அறத்தின் வழி இதுவே என நினைக்கவேண்டாம்' இவ்வளவுதான் குறள். இது முற்பிறப்பின் வினைப்பயனைச் சொல்வது என்பது பரிமேலழகர் கூற்று. சமண ஊழ்வினையைச் சொல்கிறது என்பது நச்சினார்க்கினியர் உரை.

இப்போதுள்ள இதுவே அறத்தின் எப்போதுமுள்ள வழி என்று நினைக்காதே, வண்டியும் ஓர்நாள் ஓடத்தில் ஏறும் என்றுதான் வள்ளுவர் சொல்கிறார் என்றே நான் வாசிக்கிறேன். இன்னும் பல வாசிப்புகளுக்கு இதிலே இடமுள்ளது. இன்னும் இன்னும் சிந்திக்கச் செய்கிறது இந்தக்குறள்.

ஆகவே பொருள்மயக்கம் எப்போதும் இலக்கியத்தில் உள்ளது. அதுவே அதன் வழி. ஆனால் மரபிலக்கியம் உரைகள் உரைகள்மீது

உரைகள் என எழுதப்பட்டு விளக்கப்பட்டுள்ளது. ஆகவே பலர் பொருள்மயக்கம் பற்றி யோசிக்காமலேயே மரபிலக்கியத்தை வாசித்துக்கொண்டிருக்கிறார்கள். அவர்களுக்கு நவீன இலக்கியம் சிக்கலாக இருக்கிறது, காரணம் இங்கே உரை இல்லை. பொருள் மயக்கம் முகத்தில் அறைகிறது.

ஒரு கதை. ஒரு ரோமாபுரி இளவரசியை அடிமை காதலித்தான். மன்னர் அதை அறிந்துவிட்டார். மன்னர் ஒரு குரூர நகைச்சுவைக்கு ஏற்பாடு செய்தார். கொலோசியத்திலே அந்த அடிமையை விட்டார். அவன் முன்னால் இரு வாசல்கள். ஒன்றுக்குள் பசித்த புலி. அதைத்திறந்தால் மரணம். இன்னொன்றுக்குள் ஒரு பேரழகி. அதை தேர்வுசெய்தால் விடுதலையும் இன்பவாழ்வும். அதில் எதை வேண்டுமானாலும் அந்த அடிமை திறக்கச் சொல்லலாம். அவன் விதி அவனாலேயே தீர்மானிக்கப்படும்.

அடிமை ஓரக்கண்ணால் இளவரசியை பார்த்தான். அவளுக்கு உண்மை தெரியும். அவள் உதவுவாள் என நினைத்தான். அவள் கண்களால் சுட்டிக்காட்டினாள். அவன் தேர்வுசெய்தான். அவ்வளவுதான், கதை முடிந்தது.

கடைசிவரை இளவரசி என்ன சொன்னாள் என ஆசிரியர் சொல்ல முன்வரவில்லை. இன்றுவரை முடிவிலாது விவாதிக்கப்படுகிறது இக்கதை. ஒரு பெண்ணுள் ஓங்கியுள்ளது தாய்மையே என நீங்கள் எண்ணினால் அவள் அந்த பெண் இருந்த அறையைச் சுட்டிக்காட்டியிருப்பாள் என்பீர்கள். பெண்ணுக்குள் இருப்பது காதலிதான் காமம்தான் என்றீர்கள் என்றால் அவள் ஒருபோதும் தன் காதலனை இன்னொரு பேரழகிக்கு விட்டுக்கொடுக்க மாட்டாள்.

இந்த பொருள்மயக்கம் மூலமே இந்தக்கதை முடிவிலாத கற்பனைச் சாத்தியங்களை திறந்து வைக்கிறது. அடுக்கடுக்கான சிந்தனைகளை உருவாக்குகிறது. நவீன இலக்கியங்கள் அனைத்தும் இந்த வழியையே தேர்வுசெய்கின்றன.

ஆகவே நவீன இலக்கியத்தை அறிந்துகொள்ள இரு அடிப்படை புரிதல் தேவை என்று சொல்லிக்கொள்கிறேன். ஒன்று, நவீன இலக்கியம் உலகளாவிய ஒரு மீமொழியில் உள்ளது. அந்த மீமொழியை பயிலவேண்டும். இரண்டு, நவீன இலக்கியம் தெளிவுபடுத்துவதன் மூலம் நம்மிடம் தொடர்புகொள்ளவில்லை. மாறாக பொருள் மயக்கங்கள் மூலம் நம் கற்பனையை விரியச்செய்து நம்மை சிந்திக்க வைக்கிறது. அது எதைச் சொல்லவருகிறது என்று பார்க்கக்கூடாது. அந்தப் படைப்பு அளிக்கும் அனுபவத்தை நம் சொந்த கற்பனைமூலம் விரியச்செய்யவேண்டும்.

இவ்விரு அடிப்படைத்தெளிவும் இருந்தால் நவீன இலக்கியத்துக்குள் நுழைவது மிக எளிது. நவீன இலக்கியம் என்பது நவீன சிந்தனைகளின் அழகியல் வடிவம். நவீன உலகின் ஆன்மிக உலகம். நவீன இலக்கியம் மூலமே ஒருவர் நவீன உலகின் அழகியலையும் ஆன்மிகத்தையும் உணர முடியும். அதற்கு மரபிலக்கியம் போதாது.

ஆனால் இலக்கியம் ஒரு பொது நோக்கில் ஒன்றுதான். கம்பனுக்கும் தேவதேவனுக்கும் பெரிய தூரம் ஒன்றும் இல்லை. தூரம் என்பது நாம் நம்முடைய காலகட்டத்தின் சில இயல்புகளால் உருவாக்கிக் கொள்வதே. இந்தப் புரிதலும் நமக்கு தேவை. இது இருந்தால்தான் நம்மால் இலக்கியத்தின் மூலம் அடையக்கூடிய உச்சத்தை அறிய முடியும்.

மரபிலக்கியம் மட்டுமே அறிந்த ஒருவர் நவீன உலகை இழக்கிறார். நவீன இலக்கியம் மட்டும் அறிந்த ஒருவர் முழுமை நோக்கை இழக்கிறார். இரண்டும் ஒன்றே. இரண்டும் வேறு வேறாக கற்கப்பட்டு ஒன்றாக உணரப்படவேண்டும்.

நவீன இலக்கியத்துக்கும் மரபிலக்கியத்துக்கும் என்ன தூரம்? தேவதேவன் கவிதை வரி இது.

> அசையும்போதே தோணி அசையாதபோதோ தீவு
> தோணிக்கும் தீவுக்கும் நடுவே
> மின்னற்பொழுதே தூரம்

நவீன இலக்கியம் அசையும் தோணி. மரபிலக்கியம் அசையாத தீவு. தூரம் மின்னற்பொழுதுதான். கணநேரம். ஆனால் பல்லாயிரம் காதம். ஆம், பல்லாயிரம் காதம்தான் ஆனால் ஒரே ஒரு கணம்.

நன்றி.

(10-09-2010 அன்று சுங்கைப்பட்டாணி
எழுத்தாளர் சந்திப்பில் ஆற்றப்பட்ட உரை)

பத்து சட்டைகள்

அன்புள்ள நண்பர்களுக்கு,

சென்ற ஜூலையில் நான் அமெரிக்கா சென்றபோது சென்னை வந்து ஒருநாள் தங்கியிருந்தேன். என்னை வசந்த பாலன் ஒரு துணிக்கடைக்கு அழைத்துச்சென்றார். ரூ. 999 க்குமேல் உள்ள துணிகள் மட்டுமே விற்கும் ஒரு கடை அது. நான் அந்தமாதிரி கடைகளுக்குச் செல்வதில்லை. என்னுடைய துணிக்கடை என்பது ரூ. 99 க்கு கீழே விற்கக்கூடிய கடையாகவே இருக்கும்.

அந்தக்கடையில் என்ன எடுப்பது என்றே எனக்குத் தெரியவில்லை. 'சார் ஒரு நல்ல ஜீன்ஸ் -டி ஷர்ட் எடுங்க' என்றார் வசந்தபாலன். நான் ஜீன்ஸ் போட்டது பத்து வருடம் முன்பு. அப்போது சின்னப்பையனாக இருந்தேன் என்று நினைப்பு. இலக்கிய உலகை திருத்திவிடலாம் என்ற திட்டமெல்லாம்கூட இருந்தது என்றால் கண்டிப் பாக சின்னப்பையன்தான் இல்லையா?

'சீச்சீ நானா ஜீன்ஸா?' என்றேன். 'இல்லை ஒண்ணு இருக்கட்டும்' என்று சொல்லி கட்டாயப்படுத்தி வாங்கி போட்டுக்கொண்டு வரச்சொன்னார். நான் உள்ளே போய் ஒரு குட்டி அறைக்குள் நின்றுகொண்டு உடை மாற்றினேன். சட்டென்று தூக்கிவாரிப்போட்டது. கண்ணாடிப்பிம்பம் என்னை வேடிக்கை பார்த்தது. வேறு அந்நியனுடன் இருப்பது போல.

வெளியே வந்து 'வசந்தபாலன், இது வேண்டாம். இது வேறென்னவோ போல இருக்கிறது' என்றேன். 'ஏன் சார்?' 'இதை போட்டா நான் ஜெயமோகன் மாதிரி இல்லை' என்றேன். 'சார் இதை போட்டுக்கிட்டா நீங்க வேற ஜெயமோகன். அந்த வழக்கமான சட்டையில் நீங்க பேங்க் ஆபீசர் மாதிரி இருக்கீங்க... எங்க, லோன் வேணுமான்னு கேட்டிருவீங்களோன்னு பயமா இருக்கு.'

வேறுவழியில்லாமல் ஜீன்ஸையும் சட்டைகளையும் அமெரிக்கா கொண்டுபோனேன். ஆனால் வழக்கமான முழுக்கை சட்டையில்தான் நான் போனேன். அமெரிக்காவில் முதல்முறையாக பாஸ்டனில் பாஸ்டன் பாலாவுடன் உலவச்சென்றபோது ஒன்றைக் கவனித்தேன். அந்த நகரத்திலேயே நான் மட்டும்தான் அப்படி சம்பிரதாய உடை அணிந்திருந்தேன். மற்றபடி ஆண் பெண் எல்லாருமே டி ஷர்ட் தான். பாஸ்டன் பாலா சாயம்போன ஒரு டி ஷர்ட்டை அணிந்திருந்தார்.

'இங்கெல்லாம் ஹாலிடேன்னா எவருமே வழக்கமான டிரெஸ் போட்டுக்க மாட்டாங்க சார்... டி ஷர்ட் ஷார்ட்ஸ் தான்' என்றார் பாஸ்டன் பாலா. ஆனால் அங்கே யாரும் நம்மை கவனிப்பதில்லை. இருந்தாலும் எனக்கு சங்கடமாக இருந்தது. ஆனால் என்னிடம் இருந்தது இரண்டே டி ஷர்ட்டுகளும் ஒரு ஜீன்ஸும்தான். ஆகவே அடிக்கடி மாற்ற முடியாது.

ஆகவே ஒன்று செய்தேன், முழுமையான சுற்றுலா இடங்களுக்குப் போகும்போது அந்த டி ஷர்ட்டுகளை மாற்றி மாற்றி போட்டுக் கொண்டேன். கண்ணாடிச்சன்னல்களில் பார்ப்பதை தவிர்த்தேன். வேறு ஒரு ஜெயமோகன் அமெரிக்காவைப் பார்ப்பதற்கா நான் கஷ்டப்பட்டு வந்தேன்?

நாலைந்துநாளில் பழகிவிட்டது. அப்போதுதான் நான் ஒன்றைக் கவனித்தேன், டி ஷர்ட் போட்ட அந்த ஜெயமோகன் கொஞ்சம் வேறு மாதிரியான ஆள். கொஞ்சம் சல்லிசாக இருக்கிறார். அதிகமாக யோசிப்பதில்லை. சின்ன விஷயங்களில் அவருக்கு அடிக்கடி மனம் ஈடுபடுகிறது.

ஒன்று கண்ணில்பட்டது, விடுமுறையின்போது ஒரு பூங்காவில் அமெரிக்கக் கறுப்பர் ஒருவர் இளநீலநிறத்தில் முழுசூட் உடை அணிந்துசென்றுகொண்டிருந்தார். அப்பழுக்கில்லாத கனவான் உடைகள். தொப்பி பூட்ஸ். நான் பாஸ்டன் பாலாவிடம் கேட்டேன். 'அவர்களின் உடை வழக்கம் இது. வெச்சால் குடுமி சிரைச்சால் மொட்டை. ஒன்று கலர்கலராக சட்டை பளபளக்கும் பாண்ட் இரும்புச் சங்கிலிகள் என்று இருப்பார்கள். இல்லாவிட்டால் இப்படி

இருப்பார்கள்' என்றார். 'அந்த உடைக்கு எதிர்வினை இந்த உடை. இந்த உடைக்கு எதிர்வினை அந்த உடை. அவர்கள் எதையுமே எதிர்வினையாகத்தான் செய்வார்கள். இந்த நாட்டில் அவர்களின் உளவியல் அப்படிப்பட்டது.'

உடைகள் வழியாக எதைத் தேடுகிறோம்? எதைச் சொல்கிறோம்? எதை முன்வைத்துக்கொண்டே இருக்கிறோம்? நான் நெடுநாள் கையில்லாத சட்டையே போட்டதில்லை. பதினோராம் வகுப்பு படிக்கும்போது போட்டிருக்கிறேன். அதன்பின் முழுக்கைச் சட்டைதான். ஆனால் ஒருமுறை நண்பன் தண்டபாணி என் வீட்டுக்கு வந்திருந்தான். உங்களுக்கு தெரிந்த ஆசாமிதான். யுவன் சந்திரசேகர் கதைகளில் கிருஷ்ணனுக்கு மாயமந்திர 'மாற்றுமெய்மை' கிலிகளை மூட்டும் சுகவனம் கிட்டதட்ட அவன்தான். அவன் ஒரு கோடுபோட்ட அரைக்கை சட்டை வைத்திருந்தான். 'டேய் இதை போடுடா' என்றான்.

போட்டுப்பார்த்தால் எனக்கு பாதி உடல் நிர்வாணமாக இருப்பது போல் இருந்தது. இரு கைகளும் இரு அந்நியர்கள் இருபக்கமும் நெருக்கிக்கொண்டு நிற்பது போல இருந்தன. 'அய்யய்யே' என்றேன். 'நல்லா இருக்குடா' என்று இழுத்துக்கொண்டு வெளியே சென்று விட்டான். அந்தச் சட்டையை எனக்கே கொடுத்துவிட்டான். அதன்பின் நான் அடிக்கடி கையில்லாத சட்டை போட ஆரம்பித்தேன். அது என்னை கொஞ்சம் இலகுவாக்குகிறது என்று பட்டது.

'ஆடைகள் ஒருவனின் சருமங்கள்' என்று மனுஷ்யபுத்திரன் ஒரு கவிதையில் சொல்கிறார். இறந்தவனின் சட்டைகள் என்ற கவிதை. இறந்து போனவனின் சட்டைகளை என்ன செய்வது? அவற்றை எப்படி எரிக்க முடியும்? இறந்தவனை மீண்டும் கொல்வதா? இன்னொரு வருக்குக் கொடுத்து விடலாமா? இறந்தவன் நம் எதிரே திடீரென்று வந்து திடுக்கிட வைப்பானே... என்ன செய்வது? எதுவுமே செய்ய முடியாது, இறந்தவனை என்ன செய்கிறோம்?

ஆடைகள் உடலுக்காகவே அளவிடப்படுகின்றன என்று தோன்றும். ஆனால் உண்மையில் அப்படியா? அடிப்படை அளவுகள் மட்டும் தானே உடலுக்குரியவை. பிற எல்லா அளவுகளும் மனதின் அளவுகள் தானே? நிறங்கள் வடிவங்கள் அடையாளங்கள் எல்லாமே மனத்தின் அளவுகளுக்குப் பொருந்துபவை அல்லவா?

அப்படியானால் ஆடைகள் யாருடைய சருமம்? அவை நம் அகத்தின் புறச்சருமம் அல்லவா? நாம் நம்மை ஆடைகள் வழியாக முன்வைக்கிறோம். நான் சம்பிரதாயமானவன் நான் நேர்த்தியானவன் நான் எளிதானவன். நாம் ஆடைகள் வழியாக நம் சமூகசுயத்தை உருவாக்கிக்கொள்கிறோம்.

ஆனால் நாம் அதுவா? இல்லை நம் விருப்பங்கள்தாமா அவை? அந்த ஆடைகள் வழியாக நாம் கடந்துசென்றுகொண்டே இருக்கிறோம். ஆடைகளுக்குள் நாம் ஒளிந்துகொண்டிருக்கிறோம். என் ஆடைகளுடன் பேசு என எதிரில் இருப்பவர்களிடம் சொல்கிறோம்.

நான் தனிப்பட்ட முறையில் ஆடைகளை எப்படித்தேர்வுசெய்கிறேன்? என்னுடைய முதல் எண்ணமே வித்தியாசமாக தெரியக்கூடாது என்பதே. என்னை எவரும் தனியாகக் கவனிக்கக் கூடாது. சாலையில் ஒருவர் தூக்கிய புருவத்துடன் என்னைப்பார்த்தால் கொஞ்சம் அதிர்ச்சி ஏற்படுகிறது. எதுவோ தப்பாக ஆகிவிட்டது என்ற எண்ணம் எழுகிறது.

நான் சாதாரணமாக இருக்கவேண்டும். அதற்காகவே உடை. அந்த உடை எனக்கு இச்சமூகத்தில் ஓர் இடத்தை உருவாக்கி அளிக்கிறது. நான் என் அலுவலகத்தில் பெரும்பாலும் பழைய மிகச்சாதாரண உடைகளையே அணிவேன். ஏனென்றால் நான் ஒரு இடைநிலை ஊழியன், குமாஸ்தா. என்னைப்போன்றவர்கள் எந்த உடை அணிகிறார்களோ அதுவே எனக்கும். அதிகாரிகள் அணிவதுபோல நான் அணிவதில்லை. என் இருபத்தைந்தாண்டுக்கால அலுவலக வாழ்க்கையில் சட்டையை உள்ளே விட்டு பான்ட் போட்டுக்கொண்டு நான் அலுவலகம் சென்றதே இல்லை.

ஓரளவுக்கு நேர்த்தியான ஆடைகளை வெளியே செல்லும்போது அணிகிறேன். ஒரு நடுத்தர வர்க்கத்து அரசூழியன் என என்னை அவர்கள் எண்ணட்டும். நல்ல கணவன், நல்ல அப்பா, நல்ல குடிமகன். வம்புதும்பு கிடையாது. தப்பாக எதுவுமே செய்துவிட மாட்டேன். டீஏ அரியர்ஸ், சம்பளக் கமிஷன், ரியல் எஸ்டேட் விலை, சூர்யா விஜய் அஜித் ஜெயலலிதா ஸ்டாலின் தவிர எதையுமே பேசாதவன். அதாவது ரொம்ப ரொம்ப நார்மலானவன். அதற்குள் எனக்கு வசதியாக ஒளிந்துகொள்ள இடமிருக்கிறது. நல்லது.

ஆனால் அதற்குள் நான் இருக்கிறேன். அந்தச் சட்டைகள் அசையும் உயிர் என்னுடையது. என்னுடைய உற்சாகங்களையும் தயக்கங்களையும்தானே அந்தச் சட்டைகள் நடிக்கின்றன? நீங்கள் அவற்றை பார்த்தால் என்னை பார்க்கிறீர்கள்.

நண்பர்களே இந்த பத்து நூல்களும் பத்து சட்டைகள். மாற்றி மாற்றி போட்டுக்கொண்டு பத்து என்னை நான் காட்டியிருக்கிறேன். அரசியல் தத்துவம் ஆன்மிகம் இலக்கியம்... இவற்றுக்குள் நான் இருக்கிறேன். ஆனால் ஒளிந்திருக்கிறேன்.

கேரளத்துக் கோயில்களில் உள்ளே நுழைய சட்டைகளைக் கழற்ற வேண்டும். யாழ்ப்பாணத்திலும் அந்த வழக்கம் உண்டு என்பார்கள். ஒரு கதை உண்டு. இதயம்பேசுகிறது மணியன் நல்லூர் கந்தசாமி கோயிலுக்குச் சென்றபோது சட்டையைக் கழற்ற தயங்கினாராம். அப்போது அங்கே இருந்த சாது அப்பாத்துரை (இவரைப்பற்றி பிரமிள் ஒரு சிறு நூல் எழுதியிருக்கிறார். சாது அப்பாத்துரையின் தியானதாரா) 'ஏம்பா இந்தச் சட்டையைக் கழட்டவே இந்த மாதிரி கஷ்டப்படுறியே. அங்க போறப்ப அந்தச் சட்டைய எப்டி கழட்டுவே?' என்று கேட்டாராம்.

அனைத்துச் சட்டைகளையும் கழற்றிவிட்டு செல்லவேண்டிய சில சன்னிதிகள் உண்டு. சட்டைக்கு மெய்ப்பை என்று ஒரு சொல் உண்டு. மெய்யே ஒரு பைதான். பையை தூக்கிப்போட்டுவிட்டு மெய்யை மட்டுமே அது எடுத்துக்கொள்கிறது.

நான் சட்டைகளைக் கழற்றும் இடம் ஒன்று உண்டு. மெய்யாகவே நானிருக்கும் இடம். அங்கே எல்லா ஆடைகளையும் கழற்றிவிடுவேன். சருமத்தையும் சதைகளையும் எலும்புகளையும். ஆம், என் புனைகதைகளில் நான் என்னை நிர்வாணமாக்கிக் கொள்கிறேன். நான் அவற்றை எழுதுவதே அதற்காகத்தான்.

ஒருவன் நிர்வாணமாக கையில் வேட்டியுடன் சாலையில் சென்றானாம். பிடித்து விசாரித்த போலீஸ்காரரிடம் 'அய்யா நான் உடைமாற்றிக்கொள்ள ஒரு மறைவிடம் தேடி அலைகிறேன்' என்றானாம். புனைவிலக்கியம் எழுத அமரும்போது நான் பலசமயம் அப்படி உணர்வதுண்டு. நிர்வாணமாக வந்தமர்ந்து கொண்டு நான் ஆடைகளை அணிய ஆரம்பிக்கிறேன்.

ஏனென்றால் அந்த நிர்வாணத்தை அத்தனை பேரும் பார்க்க நான் விரும்பவில்லை. நான் உடை களையும் நடனம் ஆடுபவன் அல்ல. அது யோகியின் நிர்வாணம். அங்கே என்னை வந்து பார்க்க வேண்டுமானால் நீங்களும் சட்டைகளை கழற்ற வேண்டும். எனது நிர்வாணத்தை உங்கள் நிர்வாணத்தால்தான் புரிந்துகொள்ள முடியும்.

அதற்காகவே இத்தனை மொழியாக பெரிய ஒரு சுழல்பாதையை அமைக்கிறேன். வாழ்க்கையின் அத்தனை அம்சங்களாலும் ஆக்கப் பட்ட ஒரு வட்டப்பாதை அது. அன்பு பாசம் காதல் துரோகம் வெறுப்பு என எல்லா உணர்ச்சிகளாலும் ஆனது. எல்லா தத்துவங்களும் வரலாறுகளும் அரசியலும் பேசப்படுவது.

ஒவ்வொரு விஷயமும் ஒரு முள். ஒவ்வொன்றிலும் சிக்கி நீங்கள் உங்கள் உடைகளை இழந்தால் ஒழிய அந்த இடத்திற்கு வர முடியாது.

அவ்வாறன்றி நான் அறிவுஜீவி நான் அரசியல்ஜீவி நான் இலக்கியஜீவி என்று அவரவர் சட்டைகளுடன் அந்தப்பாதையின் ஏதோ ஒரு வழியில் நின்று சுழன்றுகொண்டிருப்பவர்களை தினமும் பார்க்கிறேன்.

அந்த எல்லைகளைக் கடந்து என் அந்தரங்கமான கருவறைக்குள் வந்தீர்கள் என்றால் என் நிர்வாணம் ஏன் என்று உங்களுக்குத்தெரியும். நான் கருவறைக்குள் இருக்கிறேன். இன்னமும் நான் உருவாகவே இல்லை.

அவ்வாறு வரும் வாசகன் கண்டடையும் அந்த ஜெயமோகன் யார்? அது அந்த வாசகனின் ஓர் அந்தரங்கமான ஆடிப்பிம்பமாக இருக்கும் என்று நான் ஊகிக்கிறேன்.

ஆகவே இந்த பத்து வாசல்களை உங்களுக்காக திறந்து வைக்கிறேன். வருக.

(19-12-2009 அன்று சென்னை தேவநேயப்பாவாணர் அரங்கில்
ஆற்றிய உரையின் முன்வரைவு)

பூவிடைப்படுதல்

தமிழிலக்கியத்தை நான் இரண்டு வகையில் கற்றுக் கொண்டேன். ஒன்று, பள்ளிக்கூடத்தில் பாடத்திட்டத்தில் அடங்கிய வடிவத்தில். அது பேச்சிப்பாறையில் இருந்து அளந்து திறந்துவிடப்படும் நீர் ஓடும் கால்வாய் போல இருபக்கமும் சிமெண்ட்டால் கட்டிய கரைகளும் கச்சிதமான படிகள் கட்டப்பட்ட துறைகளும் கொண்டது. தேவையான இடங்களில் பாறைகள். எங்கும் எப்போதும் ஒரே வேகம், ஒரே ஆழம்.

இன்னொன்று, பள்ளிக்கு வெளியே மரபான முறையில் தமிழறிந்த ஆசிரியரிடம் சென்று கற்றுக்கொண்டது. அது முத்துக்குளிவயலில் சிற்றோடைகளாக ஊறி, கன்னியின் கூந்தலிழைகள் போல ஒன்றாகி, முப்பிரிப் பின்னலாக முறுகி, நீல நீர்ப்பெருக்காகி மலையிறங்கி மண் மணக்க ஊருக்குள் வரும் கோதையாறு போன்றது.

அதன் திசைகள் மழைக்கேற்ப மாறும். அதன் எல்லைகள் அடிக்கடி உடைந்து மீறும். தென்னையும் மூங்கிலும் தாழையும் நாணலுமாக இருபக்கமும் உயிரின் பசுமை காவல்காப்பது அந்தப் பெருக்கு. கொக்குகளும் மீன்கொத்திகளும் மடையான்களும் பறந்து பறந்து முத்தமிடுவது. மீன்களும் முதலைகளும் ஆமைகளும் நீர்க்கோலிகளும் நீந்தித் திளைப்பது. தென்றல் காற்றில் புல்லரிப்பது. தமிழ் என்றால் என்ன என்று நான் கண்டது அங்கேதான். அறியா வயதில் எனக்குத் தமிழ் கற்றுத் தந்தவர்களை இப்போது வணங்குகிறேன்

பள்ளியில் எனக்கு வந்த தமிழாசிரியர் சொன்னார். 'தமிழ்ப்பாடல்களை அசை பிரித்துப் புரிந்துகொள்ளவேண்டும்' என்று. அன்று மாலை என் தமிழய்யா சொன்னார் 'முட்டாக்கூமுட்டைக அப்டித்தான் சொல்லுவானுக... தமிழ்ப் பாட்ட அசைபோட்டுப் புரிஞ்சுகிடணும்லே.'

இருவகை வழிகள். ஒன்று அசை பிரித்தல். இன்னொன்று அசை போடுதல். அசைபிரிப்பது ஆராய்ச்சியின் வழி. அறிந்துகொள்ளுதலின் வழி. வகுத்துக்கொள்ளுதலின் வழி. அதைத்தான் நமக்குக் கல்வி நிறுவனங்கள் கற்றுத்தருகின்றன. அசைபோடுதல் கவிதை வாசகனின் வழி. உணர்ந்துகொள்ளுதலின் வழி. உள்வாங்குதலின் வழி, வாழ்க்கையாக ஆக்கிக்கொள்வதன் வழி. அதை நமக்குக் கல்வி நிறுவனங்கள் சொல்லித்தருவதில்லை. சொல்லித்தரவும் முடியாது. அது நம்முடைய சொந்த ரசனையுணர்வால் நம்முடைய வாழ்க்கையனுபவங்களால் நாமே அடையும் ஒரு நுண்மை மட்டுமே.

அந்த நுண்மை அகத்திலே வாய்க்காத ஒருவருக்கு எந்தப் பெரும் பண்டிதரும் கவிதையைக் கற்றுத் தந்துவிட முடியாது.

தேவதச்சன் எழுதினார். 'காற்றில் வினோத நடனம்புரியும் இலைகளை கைவிரல்களால் பற்றுகிறேன். ஒவ்வொரு முறையும் இலைதான் சிக்குகிறது. நடனம் மட்டும் எங்கோ மறைந்துவிடுகிறது' என.

காற்றில் இலை ஆடும் அந்த மகத்துவ நடனத்தை நம் விரலால் தொட முடியாது. இந்த விரல் நம் அன்றாட அலுவல்களுக்கானது. உழைப்பதற்கும் உண்பதற்குமானது. ஆக்குவதற்கும் அழிப்பதற்குமானது. இவற்றுக்கெல்லாம் அப்பாலுள்ள அதிதூய விரல்களால் தொட்டறிய வேண்டியது அந்த நடனம்.

ஆனால் சில விஷயங்களைக் கற்பிக்கமுடியும். எது கவிதை அல்ல என்று நாம் சொல்லமுடியும். எப்படி வாசிக்கக்கூடாது என்று சொல்ல முடியும். அவை திட்டவட்டமாக சொல்லத்தக்கவை. சங்க இலக்கியங்கள் அச்சுக்கு வந்து பொதுவாசிப்பை எட்டியபின் இந்த முக்கால் நூற்றாண்டாக அவற்றை நாம் ஒருவகைத் தொல்பொருட்களாகவே வாசித்து வருகிறோம். தமிழரின் பண்டை வாழ்க்கையை அறிந்துகொள்வதற்கான தடயங்களாக அவற்றைப் பார்க்கிறோம்.

ஒரு கவிதைவாசகனின் பார்வையே வேறாக இருக்கும் என நான் நினைக்கிறேன். அவனைப்பொறுத்தவரை சங்கக்கவிதை என்பது நேற்றின் மிச்சம் அல்ல. கவிதைக்குக் காலம் இல்லை. அது இன்று-நேற்று-நாளையில் இல்லை. அது நித்தியமான நிகழ்காலத்தில் உள்ளது. என்றுமுள்ள இக்கணத்தில் அது நிகழ்கிறது.

ஆகவே பண்டைய வாழ்க்கையைத் தெரிந்துகொள்ள வாசகன் சங்கக் கவிதையை வாசிப்பதில்லை, இன்றைய வாழ்க்கையை இக்கணத்து வாழ்க்கையை உணர்ந்துகொள்ளவே அவற்றை வாசிக்கிறான். தமிழனையும் தமிழ்ப்பண்பாட்டையும் தெரிந்துகொள்ள அவற்றை அவன் வாசிப்பதில்லை. மனிதர்களை, மானுடத்தை உணர்ந்து கொள்ள அவற்றை வாசிக்கிறான். தமிழகத்தைத் தெரிந்துகொள்ள அவன் வாசிப்பதில்லை தன் அகத்தை அறிந்துகொள்ள வாசிக்கிறான்.

நடுவே இருப்பது ஒரு பொற்கதவம். மரபின் பண்பாட்டின் காலத்தின் பெருங்கதவம். நான் இந்தப்பக்கம் நின்று மெல்லப் பணிவுடன் அதைத் தட்டுகிறேன். அந்தப்பக்கம் நின்றுகொண்டு அந்தக் கவிஞன், என் முதுமூதாதை அதைக்கேட்டு அதன் மணித்தாழை மெல்ல விலக்குகிறான். அந்தத் தாழ் விலகும் மெல்லிய ஒலி எனக்குக் கேட்கும் கணம் ஒன்றுண்டு. கவிதை திறந்துகொள்ளும் அற்புதத் தருணம் அது. அதை ஒருமுறை உணர்ந்தவனுக்கு சங்கக்கவிதைகள் சென்றகாலத்தின் புதிர்மொழிச்சுருள்கள் அல்ல. மனக்குகையில் ஒளியேற்றும் மந்திரங்கள். புராதனச் சுவரோவியங்கள் அல்ல, மடியில் தவழும் குழந்தைகள்.

அந்த வாசிப்புக்கான வழி என்ன? அதைப் பயிற்றுவிக்க முடியாது. ஆனால் நான் எப்படி வாசிக்கிறேன் என சொல்லமுடியும். அந்த வாசிப்பு வழியாக நாம் ஒரு வாசிப்பை உருவாக்கிக்கொள்ளமுடியும். அந்த வாசிப்புமுறையையே என் ஆசிரியர் அசைபோடுதல் என்று சொன்னார்.

அசைபோடுதல் என்றால் என்ன? எனக்கு அதற்கான வழிமுறை ஒன்று உண்டு. நான் கவிதையைக் கூர்ந்து வாசிப்பேன். முதலில் கவிதையின் ஒட்டுமொத்தமான பொருளையும் சொற்களின் பொருள்களையும் புரிந்துகொள்வேன். உடனே அந்தக்கவிதை என் மூளைக்குத் தெளிவாகி விடுகிறது. அதன்பின் அந்த கவிதையின் அர்த்தத்தைப் பற்றிக் கவலைப்பட மாட்டேன். அப்படியே கவிதையை வாசிப்பேன். சூயிங் கம் மெல்வது போலக் கவிதையை வாய்க்குள் சொல்லிக் கொண்டே இருப்பேன். பலமுறை. ஒருகட்டத்தில் கவிதை வெறும் மொழியாக மாறிவிடும்.

அந்த வாசிப்பில் எங்கோ அக்கவிதையின் முக்கியமான சில சொற்சேர்க்கைகள் எனக்குள் பதிவாகிவிடும். பாலைநிலத்து விதைகள் போல எனக்குள் புதைந்து கிடக்கும். வாழ்க்கையின் தருணங்களில் எப்போதோ ஏதோ ஒரு துளி நீர் பட்டு சட்டென்று அக்கவிதை எனக்குள் முளைத்தெழுந்து வரும். அது ஒரு பெரும் பரவசம். அப்போது அது அந்தக் கவிஞனின் கவிதை அல்ல, என்னுடைய கவிதை. அந்தக்

கவிதை அக்கவிஞனின் அகத்தில் நிகழ்ந்தபோது அவன் எந்த உச்சநிலையில் நின்றானோ அங்கே அப்போது நான் நின்று கொண்டிருப்பேன். அந்த சிகரநுனியில் அவனை நான் ஆரத்தழுவிக் கொள்வேன்.

பத்தாண்டுக்கு முன்னால் நான் மூணாறு அருகே இரவிகுளம் மலர்மலைச்சரிவில் ஒரு வனவிடுதியில் தங்கியிருந்தேன். சங்ஙம்புழ கிருஷ்ணபிள்ளை பாடியது போல 'எவிடெ திரிஞ்ஞு ஒந்நு நோக்கியாலும் அவிடெல்லாம் பூத்த மரங்கள் மாத்ரம்' காடே ஒரு பெரிய பூவாக மாறிவிட்டது. நடுவே மலை ஒரு பெரும் மகரந்தக்கொத்து.

அருகே இருந்த விடுதியில் ஒரு காதலிணை. அந்த இளைஞன் என்னை அடையாளம் கண்டுகொண்டான். பாஷாபோஷிணி இதழில் வந்த என் அனுபவக்கதைகளை வாசித்திருந்தான். சுருக்கமாக ஒரு சில வார்த்தைகள் பேசினோம். அப்போதுகூட அந்தப் பெண் அவன் தோளுடன் ஒட்டியிருந்தாள். அவன் தோளில் போடப்பட்ட ஒரு மாலை போலிருந்தாள். சிலசமயம் அவன் மார்பில் பச்சைகுத்தப்பட்ட படம் போலிருந்தாள். காதலின் நிறைநிலையில் புற உலகமே இல்லாமல் ததும்பிக்கொண்டிருந்தாள். அவள் கண்கள் அவனையன்றி எதையும் பார்க்கவில்லை.

மறுநாள் அவன் கிளம்புவதாகச் சொன்னான். நான் 'ஏன், நேற்றுத்தானே வந்தீர்கள்? அதற்குள்ளாகவா?' என்றேன். 'இல்லை, போகலாம் என்று சொல்கிறாள்' என்றான். 'ஏன்? மலைச்சரிவே பூத்து மலர்ந்திருக்கிறதே' என்றேன். 'ஆமாம் அதுதான்சார் பிரச்சினை...' என்றான். 'காடே இப்படிப் பூத்திருக்கும்போது என்னால் அதை மறக்க முடியவில்லை. அடிக்கடி காட்டைப்பற்றி பேசுகிறேன். அது அவளுக்குப் பிடிக்கவில்லை. எர்ணாகுளத்துக்குப் போய் பூக்களே இல்லாத ஒரு இடத்தில் சாதாரணமாக ஓர் அறை போட்டு அங்கே தங்கவேண்டும் என்று சொல்கிறாள்.'

சிரித்துக்கொண்டு 'அது சரிதான்... உங்களுக்கு நடுவே எதற்கு இவ்வளவு பூக்கள்?' என்றேன். உடனே ஒரு குறுந்தொகை வரி நினைவில் மலர்ந்தது 'பூவிடைப் படினும் யாண்டுகழிந் தன்ன' காதலனும் காதலியும் தழுவிக்கொள்ளும்போது நடுவே பூ ஒன்று வந்தாலும்கூட ஒரு ஆண்டு முழுக்கப் பிரிந்திருந்தது போல உணர்கிறார்கள்.

அந்தத் தருணத்தால் தூண்டப்பட்டு 'பூவிடைப்படினும்' என்ற வரியைப் பித்துப்பிடித்தவன் போலச் சொல்லிக்கொண்டே இருந்தேன். அந்த வரியில் இருந்து பறந்து எழுந்து சிறகடித்து மீண்டும் மீண்டும் அதிலேயே வந்தமர்ந்துகொண்டிருந்தேன். ஆம், அதுவே

அசைபோடுதல். கவிதையை நமக்குள் இருந்தே எடுத்து நாமே சுவைத்தறிதல்.

ஒரு மலர் குறுக்கே வந்தால்கூட பெரும் தடையாக ஆகுமளவுக்கு உறவு நெருக்கமாக ஆகும் தருணங்கள் உண்டா வாழ்க்கையில்? அப்படிப் பட்ட உறவென்பது சாத்தியமா? இந்த மண்ணில் இரு உயிர்கள் நடுவே அப்படி ஒரு முழுமையான லயம் நிகழ முடியுமா?

அந்தக்காட்சியை சிறைக்குடி ஆந்தையார் காட்டிய கோணத்தில் நிகழ்த்திக்கொள்கிறேன். இருவர், இருவர் மட்டுமே உள்ள இடத்தில் இருவர் மட்டுமே இருக்கும் நிலையில் இருக்கிறார்கள். உள்ளம் இணைந்து உடல் இணைந்து. நடுவே ஒரு மலர் வந்தாலும் உச் என ஒலி எழுப்பி அவள் அதைத் தட்டி விடுகிறாள். ஒரு மலரின் தடை கூட இல்லாத முழுமையான லயம்.

ஆனால் உண்மையில் அது முழுமையா? இல்லை முழுமைக்கான ஏக்கம் அல்லவா? இணைகையில் இன்னும் இன்னும் என ஏங்கும் அகத்தின் தாவலை அல்லவா அந்த நிகழ்ச்சி சுட்டிக்காட்டுகிறது. உடலும் உள்ளமும் இணைகையிலும் இணையாது எஞ்சும் ஒன்றை, எத்தனை முயன்றாலும் சென்று தொடமுடியாத அதை, அப்போது அவள் உணர்கிறாள் என்பதனால் அல்லவா அந்த ஏக்கம்?

ஆனால் ஏன் அப்படி அதைப் பார்க்கவேண்டும்? அந்த நிலையில் முழுமையான லயம் ஒருபோதும் கைகூடவில்லை என்றாலும் அப்படி ஒரு நிலை உண்டு என்பதை அகம் உணர்கிறதே அதுவே பெரிய வரம் அல்லவா? அந்த மலையின் அடிவாரத்தையே நம்மால் அடைய முடிகிறதென்றாலும் சிகரத்தின் பொன்னொளி மின்னும் முகடு நமக்குத் தெரிகிறதே அதுவே மகத்தான தரிசனம் அல்லவா?

அந்த முழுமைநிலையை உணர்ந்தவள்தான் மலரின் தடையையும் தாங்கமுடியாதவளாகிறாள். அதைத்தான் 'நீருறை மகன்றிற் புணர்ச்சி போலப் பிரிவரிதாகிய தண்டாக் காமம்' என்கிறாள். இணைபிரிந்து வாழாத அன்றில் போலப் பிரிவறியாப் பெருங்காதல். அப்படி ஒன்று உண்டு என்று உணர்ந்த கணம் அதனளவிலேயே முழுமையானது. ஆம், மானுடர்க்கு அவ்வளவே அருளப்பட்டுள்ளது.

அந்த இணை கிளம்பிச்செல்லும்போது புன்னகையுடன் கையசைத்தேன். நெஞ்சுக்குள் சொல்லிக்கொண்டேன் 'உங்களுக்கு நடுவே மாபெரும் மலர்க்கூட்டங்களே மலர்வதாக' என்று. இன்னும் ஒரு வருடத்தில் அவர்களின் படுக்கையில் நடுவே ஒரு மலர் கண்வளரக்கூடும். அந்த மலர் வழியாக அவர்கள் இன்னும் நெருக்க மாக ஒருவரை ஒருவர் அறிதலும் கூடும்.

பூவிடைப் படினும் யாண்டுகழிந் தன்ன
நீருறை மகன்றிற் புணர்ச்சி போலப்
பிரிவரி தாகிய தண்டாக் காமமொ
டுடனுயிர் போகுக தில்ல கடனறிந்
திருவே மாகிய வுலகத்
தொருவே மாகிய புன்மை நா முயற்கே

- சிறைக்குடி ஆந்தையார்

என்ன ஒரு வரி! பூவிடைப்படினும்... பூவிடைப்படுதல். உறவுகளில் அறிதல்களில், தியானங்களில், முழுமைகளில் நடுவே வரும் அந்தப் பூ. அது என்ன? மிக மென்மையாக நசுங்கி மணம் வீசி நடுவே நுழைந்து பிரிக்கும் அந்த மலர். என்ன அது?

பாண்டிச்சேரி ஸ்ரீ அன்னை அவர்கள், மலர்களை நாம் உணரவேண்டிய ஒரு மாபெரும் கவிதையின் சொற்களாகவே கண்டார். மலர்கள் ஒவ்வொன்றுக்கும் ஒரு பொருள் உண்டு என்று அவர் சொல்லி யிருக்கிறார். மலர்களின் ஆன்மிக சாரம் பற்றிய அவரது நூல் ஒரு மகத்தான காவியம்போல என்னைக் கொள்ளைகொண்டிருக்கிறது. (The Spiritual Significance of Flowers & The Mother) மலர்கள் ஒவ்வொன்றுக்கும் அவர் அர்த்தம் சொல்கிறார். அதன் பின் மலர்களைக் கொண்டு கோலங்களை அமைத்து தான் உணர்ந்த கவித்துவத்தை வெளிப்படுத்துகிறார்.

ஒவ்வொரு மலரும் ஒரு சொல்லைச் சொல்ல விரிந்த, குவிந்த உதடுகள். ஒவ்வொரு மலரும் ஓர் ஆன்மா விரிந்து நிற்கும் கண்கள். உலகமெங்கும் கவிதையில் மலர்கள் வகிக்கும் பங்கென்ன என ஒருவன் ஆராயப் போனால் மானுட ஆன்மிகத்தின் வரலாற்றையே அவன் எழுதிவிடமுடியும்.

இந்த மண்ணில் மரங்களும் செடிகளும் காய்களும் கனிகளும் விதைகளும் உள்ளன. அவையெல்லாம் தாவரவெளியின் நடைமுறை வாழ்க்கை சார்ந்தவை என்று தோன்றுகிறது. ஆனால் மலர்கள் அப்படி அல்ல. அவற்றுக்கு அப்படி ஒரு திட்டவட்டமான நடைமுறைப்பயன் இல்லை. நடைமுறைப்பயன் இருந்தால் இத்தனை வண்ணங்களும் இத்தனை வடிவங்களும் இத்தனை நறுமணங்களும் அவற்றுக்குத் தேவை இல்லை.

மலர்கள் தாவரங்களுக்குள் உறையும் இன்னொன்று தன்னை வெளிப் படுத்திக்கொள்ளும் முறை. ஒளியை நாடும் கிளைகளும் ஆழத்தை அறியும் வேர்களும் தாங்களறிந்த ரகசியமொன்றை மலர்கள் வழியாக வெளிப்படுத்துகின்றனவா? பூமிக்கு என ஒரு ரகசியமிருந்தால் அது மலர்களாக மட்டுமே வெளிப்படமுடியும் போலும்.

சங்கப்பாடல்களில் மலர்கள் கொள்ளும் அர்த்தங்களை அசைபோட்டு அசைபோட்டுத்தான் அறியமுடியும். அறிஞன் தவறவிடக்கூடிய அர்த்தங்களால் ஆனவை அவை. குழந்தைகள் சட்டென்று உணர்ந்து கொள்ளும் ஆழங்கள் அவை. 'கூன்முள் முண்டகக் கூர்ம்பனி மாமலர் நூலறு முத்திற் காலொடு பாறித் துறைதொறும் பரக்கும்' என்று குன்றியனார் பாடும் வரி என் கண்ணில் மலர்பரவிய நீர்வெளியாக அலையடிக்கிறது. என்ன மலர் அது?

முண்டகம் என்றால் எங்களூரில் நீர்முள்ளி என்று சொல்வார்கள். நீர்முள்ளி ஒரு காட்டுப்பூ. மெல்லிய ஆனால் கூரிய முட்கள் நிறைந்த தண்டுகள் கொண்டது. முயலின் செவி போன்ற இலைகள். ஊதா நிறத்தில் மலர். 'அணிற்பல் அன்ன கொங்குமுதிர் முண்டகத்து' என்று குறுந்தொகையில் அம்மூவனார் பாடுகிறார்.

அணிலின் பல் போன்ற முள் கொண்டது. குன்றியனார் பாடும்போதும் 'கூன்முள் முண்டகம்' என்று சொல்கிறார். நீர்முள்ளியைக் கண்டால் அது மிகமிக அரிதாகப் பூத்தெடுத்த மலரை அச்சத்துடன் ஆயிரம் முள்களால் பாதுகாத்து நிற்பது போலத் தெரியும். ஆசைகொண்டு தொடப்போனால் அத்தனை முட்களும் சிலிர்த்துக் கொள்ளும் என்ற எண்ணம் எழும்.

கூன்முண் முண்டகக் கூர்ம்பனி மாமலர்
நூலறு முத்திற் காலொடு பாறித்
துறைதொறும் பரக்குந் தூமணற் சேர்ப்பனை
யானுங் காதலென் யாயுநனி வெய்யள்
எந்தையுங் கொடீஇயர் வேண்டும்
அம்ப லூரு மவனொடு மொழிமே.

- குன்றியனார்

இந்தக்கவிதைக்கு எந்த உரைநூலில் இருந்தும் ஒரு நேரடிப் பொருளையே பெறமுடியும். 'வளைந்த முட்கள் கொண்ட முண்டகத்தின் குளிர்ந்த மலர்கள் நூலறுந்த முத்துக்கள் போலக் காற்றில் பறந்து சிதறி நீர்த்துறைகள் தோறும் பரவும் தூய மணல் வெளிகொண்ட கடற்கரைகளின் தலைவனை நான் விரும்புகிறேன். என் தாய் வெறுக்கிறாள். என் தந்தையும் கொடியவர். இந்த ஊரோ அவனையும் என்னையும் பற்றி வம்பு பேசுகிறது.'

அறிஞர் உரைகளில் இன்னும் ஒரு சின்ன விளக்கமும் இருக்கும். ஊர் அலர் பேசுவதற்கு முண்டகத்தின் மலர்கள் காற்றில் நீர்த்துறைகள் தோறும் பரவுதல் உவமையாக்கப்பட்டுள்ளது. இன்னும் கொஞ்சம் வாசித்தால் இது உள்ளுறை உவமம் என்பார்கள். அதன்பின் நெய்தல் திணை என்பார்கள். அப்படியே சென்றுகொண்டே இருக்கும்.

ஆனால் அதெல்லாமே இந்தக் கவிதையைத் தெரிந்துகொள்ளத்தான் பயன்படும். உணர்ந்துகொள்ள, கவிதைக்குள் சென்று மலர, அவை தடையாகக்கூட அமையும். சங்கக்கவிதையின் உண்மையான உள்ளுறை இயற்கை. இயற்கையில் வைத்து வாசிக்காமல் சங்கப் பாடல்களை வாசித்துப் பொருள்கொள்வது ஓவியத்தைத் தடவிப் பார்ப்பது போல.

ஒட்டுமொத்த சங்கப்பாடல்களே இயற்கையில் உள்ளுறைந்திருக்கும் அர்த்தங்களை மொழியால் தொட்டு எடுப்பதற்கான முயற்சிகள் மட்டுமே என நான் சொல்வேன். இயற்கையை நோக்கி வைத்த சுட்டிகள் அவை. அவை சுட்டும் வழியில் சென்று இயற்கையை அடையாமல் சுட்டும் தன்மையை ஆராய்ந்துகொண்டிருப்பது போல விரயம் வேறேதும் இல்லை. ஆனால் நாம் அப்படித்தான் செய்து கொண்டிருக்கிறோம்.

முத்துமாலையின் நூல் அறுந்து அதன் மணிகள் சிதறிப் பரவி விரிவது போல முண்டகத்தின் மலர்கள் காற்றில் பரவிப் படித்துறைதோறும் பரவுகின்றன என்று இந்தக்கவிதை சொல்கிறது. முள்ளி இருவகை. காட்டுமுள்ளி அதிகமாக தாழ்வான மலைச்சரிவுகளில் வளரும். நீர்முள்ளி, வாய்க்கால் கரைகளில் வளரும். கூர்ம்பனி மாமலர்- அதாவது பனிகூர்ந்த மாமலர் - என்று சொல்லும்போது நீர்முள்ளியையே குறிப்பிடுகிறார் கவிஞர்.

அந்த மலரை அறிந்த ஒருவருக்கு இந்தக்கவிதை சட்டென்று வேறுவகையில் திறந்துகொள்ளும். வழக்கமாக வாய்க்கால்களிலும் ஆற்றிலும் பூக்களைக் கொட்டி, துறைகள் தோறும் பரவும் மலர் என்றால் புன்னையும் வேங்கையும்தான். வசந்தகாலத்தில் கொன்றை. அப்படிப் பல மரங்களும் செடிகளும் உள்ளன. அவற்றில் ஒன்று அல்ல நீர்முள்ளி. நீர்முள்ளி அவ்வளவு பெரும்பரப்பாக வளர்வதில்லை. சிறிய கொத்துக்கூட்டங்களாகவே நிற்கும். பெருமளவில் பூத்துத் தள்ளுவதுமில்லை. அதன் இதழ்கள் காற்றில் அரிதாகவே உதிர்ந்து பறக்கும். நீர்க்கரைகளில் வாழ்ந்த நான், நீர்முள்ளி இதழ்கள் நீரில் பரவுவதைக் கண்டதே இல்லை.

அப்படியென்றால் கவிதை ஒரு சாதாரண நிகழ்வைச் சொல்லவில்லை. ஓர் இயற்கைக்காட்சியை வர்ணிக்கவில்லை. சாதாரணமாக நிகழாத ஒன்றை, அரிய ஒன்றைக் கற்பனையில் சித்தரித்துக்காட்டுகிறது. நீர்முள்ளியின் மலருக்கு எத்தனை அழுத்தம் கொடுக்கப்பட்டுள்ளது என்று கவனிக்கவேண்டும். முதலில் அதன் முள்ளைச் சொல்கிறார். அடுத்து அதன் மலரின் குளுமை. கூன்முள் கொண்ட செடி. தன் மலர்களை முள்ளைக்கொண்டு வேலியிட்டுத் தன்னுள் அடக்கி வைத்து

நிற்கும் நாணம் கொண்ட செடி. பனித்த மலர். முள்ளும் மலரும். எதைக்குறிக்கிறது இந்த மலர்? இந்த மலரின் அர்த்தமென்ன?

பூத்துக் குலுங்கிப் பொங்கி உதிர்ந்து திசை நிறைத்து நீரோட்டங்களில் பரவி நீர்ப்பரப்புகளில் அலைமோதி துறைகள் தோறும் கரைகளில் படிந்து கிடக்கும் வழக்கமான மலர் அல்ல. தன் முள்ளால் தன் மலர்தலுக்கு வேலியிட்டுக் குளிர்ந்து தனித்திருக்கும் வெட்கிய மலர். பூமுள் குத்தாமல் தொட முடியாத கன்னிமையின் மலர். தன்னை வெளிக்காட்டாமல் அடங்கி நிற்கும் மலர். அது பரவ ஆரம்பிப்பதில் உள்ளது கவிதை. அதை நூலறுந்த மாலையின் முத்துக்கள் எனச் சொல்லும் இடத்தில் நிகழ்கிறது கவிதை! அந்த மலரின் நிறை காக்கும் காப்புச்சரடு அறுந்து விடுகிறது போல. கரையுடைக்கும் காதல், நிறை மறக்கும் காதல்.

இந்தக்கவிதையின் சாரமிருப்பது அந்த மலரில். அந்த மலரைக் கையிலெடுக்கையில் ‘கூன்முள் முண்டகக் கூர்ம்பனி மாமலர் நூலறு முத்திற் காலொடு பாறிய’ ஆச்சரியத்தை உணரும்போதே நம்மை குன்றியனாரின் கவிதை வந்து தொடுகிறது.

தமிழ்க் கவிமரபுக்கு மலர்களுடன் உள்ள உறவு பிரமிக்கச் செய்கிறது. ஐந்து திணைகளுக்கும் ஐந்து மலர்கள். பூத்துப்பூத்துச் சொரியும் முல்லை காதலுடன் காத்திருத்தலுக்கு. அதன் வாசனை கற்பனை களைத் தூண்டுவது. நீர்த்துளி சொட்டும் நெய்தல் மலர் பிரிந்து இரங்கலுக்கு. வாசனை குறைந்த மலர், நறுமணத்தைத் தன் இதழ்களை விட்டு வெளியே விடாத மலர்! நீர்வெளியில் உதிர்ந்து பரவும் மருதமலர் ஊடலுக்கு. அதன் வாசனைக்கு விந்துவின் சாயலுண்டு.

ஆனால் தன்னந்தனியாக நிற்கும் பாலையை, அதன் மனம் பேதலிக்கச் செய்யும் வாசனையை பிரிவுக்கு அடையாளமாக்கியவன் மகாகவிஞன். அதைவிட மணமோ அழகோ இல்லாத, பன்னிரு வருடங்களுக்கொருமுறை மட்டுமே பூக்கும் அபூர்வத்தன்மையால் மட்டுமே முக்கியமான குறிஞ்சியைக் கூடலுக்குப் படிமமாக்கியவன் ஞானி.

சங்க இலக்கியத்தின் தாவரங்களைப்பற்றிப் பேராசிரியர் கு. சீனிவாசன் எழுதிய ‘சங்க இலக்கியத் தாவரங்கள்’ முக்கியமான நூல். அவற்றில் பெரும்பாலான மலர்கள் அடையாளம் காணப்பட்டுக் குறிப்பிடப் பட்டிருக்கின்றன. சங்க இலக்கியத்தைப் பொருள்கொள்ள அந்த மலர்களை அறிந்தாகவேண்டும். அவற்றில் குறிப்பிடப்பட்டிருக்கும் மலர்களை நாம் அறிந்தவுடன் பெரும்பாலான பாடல்கள் புத்தம் புதியதாக மலர்வதைக் காணலாம்.

ஆம், நீங்கள் உள்ளூர வினவுவது எனக்குக் கேட்கிறது. சங்க காலத்தில் இந்த மண் பூத்துக் கனிந்து நிறைந்திருந்தது. இன்று எங்கே மலர்கள்? காட்டுமரங்களும் காட்டுச்செடிகளும் எல்லாம் பயனற்றவை என்று நாம் புரிந்துகொண்டபோது சங்ககாலம் நம்மைவிட்டு விலகிச் சென்றது. விளையும் தாவரங்களைவிட வீட்டுமனைகள் பயனுள்ளவை என்று நாம் புரிந்துகொண்ட பின்னர் சங்ககாலத்தின் நினைவும் அகன்று விட்டது. கற்பூரமிருந்த சிமிழின் வாசனையாவது நேற்று இருந்தது. இன்று அச்சிமிழ் மீது கற்பூரம் என்று எழுதி ஒட்டிய குறிப்பு மட்டுமே உள்ளது.

நித்ய சைதன்ய யதியும் அவரது ஆசிரியர் நடராஜகுருவும் இமயமலை காணச்சென்ற அனுபவம் நித்யா எழுதிய 'குருவும் சீடனும்' என்ற நூலில் உள்ளது (எனி இண்டியன் பிரசுரம்). நடராஜ குரு சொல்கிறார், 'காளிதாசன் கலக்காமல் இமயமலையை இனிமேல் பார்க்கமுடியாது' என்று. தன் அழியாத சொற்கள் மூலம் காளிதாசன் இமயமலையின் பனிக்கும் படவுக்கும் முடிக்கும் முனிவுக்கும் பொருள் அளித்து விட்டான். கண்முன் திகழும் இமயத்தை அகத்தில் நிகழும் ஒன்றாக ஆக்கிவிட்டான்.

ஒரு பண்பாட்டின் குழந்தைப் பருவத்திலேயே இது நிகழ்ந்துவிடுகிறது. அந்தப் பண்பாடு இயற்கையைத் தனக்காக அடையாளப் படுத்திக் கொண்டு விடுகிறது. இயற்கையை ஓர் உருவக வெளியாக அது மாற்றி விடுகிறது. இயற்கையின் ஒவ்வொரு பொருளும் ஒவ்வொரு நிகழ்வும் அப்பண்பாட்டின் ஆழ்மனத்தில் ஒரு தொல்படிமமாக மாறிவிடுகிறது.

எமர்சன் அவரது இயற்கை என்ற கட்டுரையில் இயற்கையே மொழியை உருவாக்கியது என்கிறார். மனிதனுக்கு இயற்கை அளித்த பெரும் கொடை என்பது மொழியே என்கிறார். மொழி என்பதுதான் என்ன? இயற்கை மீது போடப்பட்ட ஒலியடையாளங்களின் பெருந் தொகுதி அல்லவா? மொழியை நாம் பேசும்போது இயற்கையை அளைந்து கொண்டிருக்கிறோம்.

இன்னொரு கோணத்தில் இயற்கை என நாமறிவது எதை? நாம் பிறந்து வந்தகணம் நம்மை வந்து தீண்டும் இயற்கை மொழியின் வடிவில் அல்லவா இருக்கிறது? சூடும் குளிரும் பசியும் துயிலும் எல்லாம் சொற்கள் அல்லவா? அம்மா என்பதும் உணவு என்பதும் கூட சொற்கள் அல்லவா?

மொழியையும் இயற்கையையும் பிரிக்கமுடியுமா என்ன? மொழியே இயற்கை. இயற்கையே மொழி. காலவெளி என்று சொல்வதுபோல மொழியியற்கை என ஒரே சொல்லாகச் சொல்லவேண்டும் போல.

ஆனால் மெல்லமெல்ல நாம் மொழியை இயற்கையிடமிருந்து பிரித்துப்பார்க்கப் பழகிவிட்டிருக்கிறோம். நண்பர்களே, அதன் பெயர்தான் நாகரிகம். அதன் பெயர்தான் சிந்தனை. ஒரு கட்டத்தில் ஒவ்வொரு சொல்லும் அது சுட்டும் விஷயங்களில் இருந்து விடுபட்டு விடுகிறது. வெறும் ஒலியடையாளமாக ஆகிவிடுகிறது.

இப்படிச் சொல்கிறேன். விளையாட்டுச் சாமான்களுக்கு முடிவில்லாத அர்த்தங்கள் உள்ளன. சைதன்யா சின்னப்பிள்ளையாக இருக்கும்போது நாலைந்து ஸ்பூன்களையும் கிண்ணங்களையும் வைத்து ஒரு நகரத்தையே படைத்துவிட்டாள். என்னால் ஓர் அளவு வரை அதைப் புரிந்துகொள்ள முடிந்தது. ஆனால் ஒரு ஸ்பூன் எப்படி மலையாக ஆக முடியுமென்று கற்பனை செய்யவேமுடியவில்லை. அதேசமயம் சமையலறைப் பாத்திரங்களுக்கு ஒரே அர்த்தம்தான். அள்ள வேண்டியவை அள்ளும், பரப்ப வேண்டியவை பரப்பும், கிண்ட வேண்டியவை கிண்டும்.

மொழியின் இளம்பருவத்தில் சொற்கள் விளையாட்டுச்சாமான்களாக இருந்தன. அஸ்ஸாமியப் பழங்குடிக்கதைகளின் தொகுதி ஒன்றுக்கு 'உலகம் குழந்தையாக இருந்தபோது' என்று தலைப்பு கொடுத்திருந்தார்கள். அற்புதமான தலைப்பு. உலகம் குழந்தையாக இருக்கையில் மனிதர்கள் நாகரிகமில்லாமல் இருந்தார்கள். குழந்தைகளைப்போல இருந்தார்கள். சொற்கள் விளையாட்டுச் சாமான்களைப்போல் இருந்தன. முடிவில்லாத அர்த்தங்களுடன் இருந்தன. உலகம் முதிர்ந்தபோது மனிதர்கள் வளர்ந்தவர்களாக ஆனார்கள். சொற்கள் சமையலறைப் பாத்திரங்களாக ஆயின.

நான் இன்னும் கிராமத்தில்தான் இருக்கிறேன். பார்வதிபுரம் கணியாகுளம் என்ற கிராமத்தின் ஒரு பகுதி. இன்னும் தினமும் வயல் வெளியிலே காலைநடை செல்கிறேன். ஒரு சொல் காதில் விழுந்தது. உரம்போட்டுக்கொண்டிருந்த பெரியவர் சொன்னார் 'ஏலே வாமடைய அடைலே'. வாமடை. வாய்மடை. நண்டுவளைகளினாலோ எலி வளைகளினாலோ வரப்பில் தானாகவே உருவாகி வரும் மடை அது. வரப்பு வாய்திறந்த மடை. அந்த பெயரைப்போட்டவன் குழந்தை. அவன் சொல்லை வைத்து விளையாடினான்.

இன்று நாம் சொற்களை அப்படிக் கையாள்வதில்லை. என்னிடம் ஒரு நண்பர் கேட்டார், 'கருங்காலி என்று காட்டிக்கொடுப்பவனைச் சொல்கிறோமே, துரோகத்துக்கும் காலுக்கும் என்ன சார் சம்பந்தம்?' நான் கேட்டேன் 'உங்கள் இஷ்ட தெய்வம் என்ன?' 'திருச்செந்தூர் முருகன்' என்றார். நான் சொன்னேன், 'கருங்காலி என்பது ஒரு மரம். தோதகத்தி என்று இன்னொரு பெயர் அதற்கு உண்டு. எபோனி என்று

ஆங்கிலத்தில் சொல்வார்கள். திருச்செந்தூர் கருங்காலிச்சோலை என்று சொல்லப்படுகிறது. கருங்காலிச் சோலை உறை கந்தனே என்று பித்துக்குளி முருகதாஸ் பாடலைக் கேட்டிருப்பீர்கள்.'

'ஆமாம்!'என்றார் அவர். 'கேட்டிருக்கிறேன். ஆனால் இந்த அர்த்தத்தில் எடுத்துக்கொண்டதில்லை!' என்றார். ஈட்டிக்கம்பு கருங்காலியில் செய்யப்படுவதனால் ஈட்டி மரம் என்று சொல்லப்படுவதுண்டு. பழங்காலத்தில் உலக்கை, கோடாலிப்பிடி போன்றவை பெரும்பாலும் கருங்காலியில்தான் செய்யப்படும். கருங்காலி மரம் உறுதியானது. அதை கருங்காலிப்பிடி உள்ள கோடரியால்மட்டுமே முறிக்கமுடியும். தன் இனத்தையே அழிக்க உதவுவதனால் கருங்காலிப்பிடி என்ற சொல்லாட்சி துரோகத்துக்கு வந்தது.

ஆம், நாம் மொழியை அது சுட்டும் இயற்கையை அறியாமல் கையாளப் பழகிவிட்டிருக்கிறோம். வழியோரங்களில் தூரம் காட்டும் கல்லடையாளங்கள். அதைப்போல இவை வெறும் சொல்லடையாளங்கள். என்ன சொல்கின்றன என்பதே போதும். எதை உணர்த்துகின்றன என்பது முக்கியமானதே அல்ல.

அந்த மனநிலையில் இருந்து விடுபட்டு வாசிக்கவேண்டியவை சங்க இலக்கியங்கள். சமையலறைப் பாத்திரங்களை ஒரு குழந்தை விளையாட்டுச் சாமான்களாக ஆக்கிக்கொள்ளும். அதைப்போல நம் மனதிலும் நாவிலும் புழங்கும் இந்த லௌகீகமான மொழியை நம்மால் இயற்கையின் ஒலிவடிவமாக ஆக்கிக்கொள்ள முடிந்தால் மட்டுமே நாம் சங்கக்கவிதைக்குள் செல்லமுடியும்.

மணிரத்னத்தின் தனிப்பட்ட அலுவலக அறை எனக்கு மிகவும் பிடித்தமானது. பெரிய கண்ணாடிச்சுவருக்கு அப்பால் செடிகள் அடர்ந்து நிற்கும். அவை மழைக்காடுகளில் வளரும் நீர்த்தாவரங்கள். கமுகு, காட்டுசேம்பு, கல்வாழை போல. நான் அந்தச் செடிகளை எங்களூரின் மழைக்காடுகளில் நிறையப் பார்த்திருக்கிறேன். ஏதாவது பேச்சின் இடைவெளியில் சட்டென்று கண்களைத் திருப்பி அந்தச் செடிகளைப்பார்க்கையில் மழைக்காட்டின் குளிரும் சீவிடு ரீங்காரமும் தழைமணமும் நீராவியும் வந்து என் மனதைச் சூழும்.

அதேபோல நம் அலுவலக அறைக்குள் வந்து சேரும் ஒரு சின்ன மழைக்காடு குறுந்தொகை. நம் முன்னோர் இயற்கையும் மனமும் ஒன்றாக வாழ்ந்த அந்தக் காலத்தில் உருவானது. அந்த மழைக்காடு நம்மை விட்டு விலகி எங்கோ இருக்கிறது. மானுடம் வாழ்ந்த மடித்தட்டு. நம் பண்பாடு தவழ்ந்த தொட்டில். ஆனால் அதன் ஒரு துளி சங்க இலக்கியம் என்ற வடிவில் நம்முடன் உள்ளது. நம் அலுவலக

அறையில் இருந்து அதைப் பொருள்கொள்ள முடியாது. அந்த மழைக்காட்டுக்குள் இறங்கிச்செல்ல முடியுமென்றால் மட்டுமே அது பொருள் தரும்.

ஆம், ஒரு மழைக்காட்டிற்குள் சென்று இயற்கையை தரிசிக்கும் மனநிலையில் சங்கப்பாடல்களுக்குள் நுழையவேண்டும். சிலசமயம் சர்வசாதாரணமான ஒரு வரி நம்மை வந்து சூழும். 'மழை விளையாடும் குன்று சேர் சிறுகுடி கறவை கன்று வயின் படர, புறவில் பாசிலை முல்லை ஆசு இல் வான் பூச் செவ்வான் செவ்வி கொண்டன்று-' 'மேகம் விளையாடும் குன்றின் சரிவில் உள்ள சிறு வீட்டில் கறவைப்பசுக்கள் கன்றுதேடி மீள்கின்றன. புறத்தோட்டத்தில் பச்சை இலைகொண்ட முல்லை செவ்வானின் ஒளியில் செம்மை கொண்டது.'

மழை விளையாடும் குன்று சேர் சிறுகுடிக்
கறவை கன்றுவயின் படர, புறவில்
பாசிலை முல்லை ஆசு இல் வான் பூச்
செவ் வான் செவ்வி கொண்டன்று;
உய்யேன் போல்வல் தோழி! யானே.

- வாயிலான் தேவன்

அழகிய சித்திரம். என்றாலும் மழை விளையாடும் குன்று என்ற வரி. வெண்முகில் கைக்குழந்தைபோல மலையின் மடியில் கிடப்பதைக் கண்டதுண்டா? தந்தையின் தலைமேல் ஏறிய குறும்புக்காரப் பிள்ளையைப்போல வெண்முகில் மலைமேல் ஏறி அமர்ந்திருப்பதைக் கண்டதுண்டா? மழை விளையாடும் குன்று! அந்த வரியில் அந்தக் காட்சி திறந்துகொண்டதென்றால் நீங்கள் சமையல் பாத்திரங்களை விளையாட்டுச்சாமான்களாக்கும் பிள்ளையாக ஆகிவிட்டீர்கள். சங்கச் செவ்வியலின் உலகுக்குள் நுழைய உங்களுக்கு அனுமதிச்சீட்டு கிடைத்துவிட்டது.

என் ஆசிரியர் சொன்னதைச் சொல்கிறேன். சங்கக்கவிதையைக் கவிதையாக வாசியுங்கள். ஆகவே தயவுசெய்து சொல்லாராய்ச்சி செய்யாதீர்கள். தயவுசெய்து பொருளாராய்ச்சி செய்யாதீர்கள். நான் இன்னும்கூட சொல்வேன். அந்தக்கவிதை தலைவிகூற்றா செவிலி கூற்றா என்றுகூடப் பார்க்காதீர்கள். அந்தக் கவிதையின் திணையும் துறையும் எதுவென்று பார்க்காதீர்கள்.

நம்மில் பலர் ஒன்றை அறியாமலிருக்கிறோம். சங்கப்பாடல்களின் திணையும் துறையும் அப்பாடல்களுடன் இணைந்தவை அல்ல. அதாவது அவை அவற்றை எழுதிய கவிஞர்களாலேயே குறிப்பிடப் பட்டவை அல்ல. பெரும்பாலான திணை, துறை அடையாளங்கள் அவற்றின் உரையாசிரியர்களால் போடப்பட்டவை. இன்னும்

சொல்லப்போனால் இருபதாம் நூற்றாண்டில் ஏட்டிலிருந்து அச்சுக்கு வந்தபோதுதான் நற்றிணை குறுந்தொகை போன்றவற்றுக்கான திணையும் துறையும் உருவாக்கப்பட்டன.

நற்றிணைக்கான திணை, துறை குறிப்புகளை அதைப் பதிப்பித்த பின்னத்தூர் நாராயணசாமி அய்யர் அமைத்தார். குறுந்தொகையை முதன்முதலில் பதிப்பித்தவர் திருக்கண்ணபுரம் சௌரிப் பெருமாள் அரங்கன் என்ற அறிஞர். (டி.எஸ். அரங்கசாமி அய்யங்கார்) அதன் முன்னுரையிலேயே அய்யம்பேட்டை முத்துரத்தின முதலியார் என்ற அறிஞர், அரங்கசாமி அய்யங்கார் குறுந்தொகைக்குத் திணையும் துறையும் வகுத்ததைச் சுட்டிக்காட்டுகிறார்.

சங்க இலக்கியத்தில் ஒரு குறிப்பிட்ட விஷயத்தை நாம் பார்க்கலாம். நற்றிணை, குறுந்தொகை போன்றவற்றை ஆரம்பகால சங்கநூல் களாகக் கொள்ளலாம். அவற்றில் உள்ள பாடல்களில் திணைப் பிரிவினை அவ்வளவு கச்சிதமாக இருப்பதில்லை. அவை வெறும் கவிதைகளாகவே உள்ளன, திணைக்கும் துறைக்கும் ஏற்ப எழுதப்பட்ட வையாக இல்லை. இனிமேல் பாடல்களை திணையை கவனிக்காமல் வாசித்துப் பொருள்கொண்டு பாருங்கள். இதை உணர்வீர்கள்.

திணை, துறை வகுத்தவர்கள் தோராயமாகவே அதைச் செய்திருக் கிறார்கள். அதாவது ஒரு பாடலின் முதல்பொருள், கருப்பொருள், உரிப்பொருள் ஆகியவற்றில் ஏதேனும் ஒன்று ஒரு திணைக்குள் அமைந்தாலும் அப்பாடலை அந்த திணைக்குள் கொண்டுசென்று வைத்தார்கள். அந்த வகைப்பாடுகளைக் கொண்டு அப்பாடல்களின் அர்த்தங்களை எப்போதைக்குமாக வகுத்துக்கொள்வதென்பது கவிதையில் இருந்து நம்மை விலக்கிவைக்கவே உதவும். அவற்றை ஒருவகை இலக்கண அடையாளங்களாகவே கொள்ளவேண்டும், கவிதையை அறிவதற்கான வழிகாட்டிகளாகக் கொள்ளலாகாது. எந்த ஒரு நல்ல கவிதையையும் அதிலுள்ள சொற்களை மட்டுமே கொண்டு அர்த்தம் கொள்வதுபோலவே சங்கப்பாடல்களையும் அணுக வேண்டும்.

இன்னொரு விஷயம், பொதுவாக சங்க இலக்கியங்களை ஏட்டிலிருந்து அச்சுக்குக் கொண்டு வந்து பதிப்பித்தவர் என்ற முழுப்பெருமை யையும் இன்று உ.வே.சாமிநாதய்யருக்கு வழங்கும் மனப்போக்கு பொதுச்சூழலில் உள்ளது. பதிப்புத்துறையில் செயல்பட்ட பலரது பெயர்கள் மறைந்துபோக இந்த நாயகவழிபாடு வழிவகுக்கிறது. குறுந்தொகையை 1915லேயே பதிப்பித்த சௌரி அரங்கசாமி அய்யங்காரின் பெயர் அதில் ஒன்று.

சங்க இலக்கியப் பரப்பில் செல்லும் ஒருவன் மொழியை இயற்கையின் நுண்வடிவமாக தரிசிக்கவேண்டும். இயற்கையின் இன்னொரு வடிவமே மானுட மனம் என்பது. மனம் இயற்கையை நடிக்கிறது. இயற்கை மனதை நடிக்கிறது. ஒன்றையொன்று பிரதிபலிக்கும் இரு பெரும் ஆடிகள் அவை. மிக நுட்பமான இந்த விஷயம்தான் சங்கப்பாடல்களை மகத்தான கவிதைகளாக ஆக்குகிறது.

என் மனம் என நான் நினைக்கிறேனே அது என்ன? எனக்குள் ஓடும் படிமங்களும் எண்ணங்களும் கலந்த பிரவாகம் அது. அந்தப் பிரவாகத்தின் அடியில் நான் எப்போதாவது உணரும் ஆழம் அது. அது எதனாலானது? அந்த பிம்பங்கள் முழுக்க என் புலன்களால் வெளியுலகில் இருந்து அள்ளி எனக்குள் நிறைத்துக்கொண்டிருப்பவை. வெளியுலகுக்கு நான் கொடுக்கும் எதிர்வினைகளே என் எண்ணங்கள். அப்படியென்றால் என் அகம் என்பது புறத்தின் பிரதிபலிப்புதானா?

அப்படியென்றால் புறம் என்பது என்ன? இதோ நான் காணும் இந்தக்காட்சி என்னுடைய உணர்வுகளையும் சேர்த்துப் பின்னப் பட்டது அல்லவா? நான் சஞ்சலத்தில் இருக்கையில் இந்தத் திரைச்சீலை கொந்தளிப்பதைக் காண்கிறேன். நான் குதூகலத்தில் இருக்கையில் இது நடனமிடுவதைக் காண்கிறேன். நான் அஞ்சும் போது இது துள்ளுவதைக் காண்கிறேன். அப்படியென்றால் இந்தத் திரைச்சீலையை என்னுடைய அகம் கலக்காமல் என்னால் பார்க்கவே முடியாதென்று அர்த்தம். நான் காணும் இந்த புறக்காட்சி என் உணர்வுகளால் என்னுடைய புலன்களில் நான் வரைந்தெடுத்துக் கொள்வது மட்டுமே. ஆம் என்னைப் பொறுத்தவரை புறம் என்பது, நான் எதை அறிகிறேனோ அதுதான் இல்லையா? என் அகத்தைத்தான் இந்தப் புறம் பிரதிபலித்து எனக்குக் காட்டுகிறது இல்லையா?

ஆம் புறம் அகத்தால் ஆனது. அகம் புறத்தால் ஆனது. இரு பெரும் ஆடிகள். இந்த விந்தையை உணர்ந்தவனுக்கே சங்கப்பாடல்கள் கவிதையனுபவமாக ஆகும். சங்கப்பாடல்களில் வரும் இயற்கைச் சித்திரங்கள் வெறும் புறவருணனைகள் அல்ல என அவன் அறிவான். அவை அகத்தின் புற வெளிப்பாடுகள். அக்கவிதையின் அகத்துள் கொந்தளிக்கும் உருகும் நெகிழும் உணர்வுகளைத்தான் வெளியே உள்ள இயற்கை நடித்துக்காட்டுகிறது.

சங்கப்பாடல் எப்போதும் ஒரு நாடகக்காட்சி. சொல்லப்போனால் ஒரு நாடகத்தின் சின்னஞ்சிறு துளியே ஒரு சங்கப்பாடல். அதுவும் உச்சகட்டம் மட்டும். அந்த நாடகக்காட்சியில் ஒரு நாயகன் அல்லது நாயகியின் அகத்தின் உணர்வுகள் வெளிப்படுகின்றன. அவை வெளியே உள்ள இயற்கையில் பிரதிபலிக்கின்றன. அவ்வாறு

பிரதிபலிக்கும்போது அது பிரம்மாண்டமாக விரிந்து விடுகிறது. இயற்கை அந்த உள்ளத்தைச் சூழ்ந்திருக்கிறது, மாபெரும் குழியாடி போல. அந்தக் குழியாடியில் அது மிகப்பிரம்மாண்டமாகப் பிரதிபலிக்கிறது. அந்தத் தனிமனித அகத்தின் உணர்வு இயற்கையில் பரவி ஒரு இயற்கைப் பெருநிகழ்வாக மாறிவிடுகிறது.

அவ்வாறு ஒரு மனித மன உணர்வை மானுட உணர்வாக ஆக்கும் பொருட்டே அந்த உணர்வுகளை அடைபவர்கள் தனித்த அடையாள மில்லாதவர்களாக இருக்கிறார்கள். தலைவன் தலைவி என்ற எளிய சுட்டுகள் மட்டுமே கொண்டவர்களாக இருக்கிறார்கள். சங்கப் பாடல்கள் பாடுவது எந்த ஒரு மனிதருடைய உறவையும் பிரிவையும் அல்ல. அவை உறவு-பிரிவு என்ற மானுடநிகழ்வுகளைப் பாடுகின்றன. அந்த மானுட நிகழ்வுகளை இயற்கையின் நிகழ்வுகளாக மாற்றிக் காட்டுகின்றன.

இவ்வாறு ஒரு மனித உணர்வு மானுட உணர்வாக விரியும் அந்த நொடியை நம் கற்பனையின் நுண்ணிய விரல் ஒன்றால் தொட்டு விடுவதையே நாம் சங்கப்பாடல் அளிக்கும் கவிதையனுபவம் என்கிறோம். அது நிகழாதபோது சங்கப்பாடல் வெறும் வரிகளாக, விவரணைகளாக எஞ்சுகிறது.

புரி மட மரையான் கருநரை நல் ஏறு
தீம் புளி நெல்லி மாந்தி, அயலது
தேம் பாய் மா மலர் நடுங்க வெய்து உயிர்த்து,
ஓங்கு மலைப் பைஞ் சுனை பருகும் நாடன்
நம்மை விட்டு அமையுமோ மற்றே-கைம்மிக
வட புல வாடைக்கு அழி மழை
தென் புலம் படரும் தண் பனி நாளே?

- மதுரைக் கண்டராதித்தன்

ஓர் அழகிய கவிதை. மதுரைக் கண்டராதித்தன் எழுதியது. சுருண்ட கொம்புகள் கொண்ட, நரைத்த கருமை கொண்ட ஆண் வரையாடு புளிப்பும் இனிப்பும் கொண்ட நெல்லிக்காயைத் தின்று அருகே நின்ற தேன்நிறைந்த மலர்மரம் நடுங்க அதில் முட்டி மூச்சுவிட்டு ஓங்கிய மலையின் பசுமையான ஊற்றில் நீர் பருகும் மலையைச் சேர்ந்த தலைவன் நம்மைக் கைவிடுவானா என்ன? வடதிசை வாடைக்காற்றில் ஏறிக் குளிர்ந்த மழை தென்னகம் நோக்கி வரும் இந்தக் கூதிர்கால மல்லவா இது?

இரு இயற்கைச்சித்திரங்கள். அவை இரு மனநிலைகளைப் பிரதிபலிக்கையில் இரு படிமங்களாக ஆகின்றன. ஒன்று, தலைவனின் காதலைச் சுட்டுகிறது. காதலின் அவஸ்தையை அறிந்த எவரும்

மெல்லிய புன்னகையுடன் மட்டுமே அந்த வரையாட்டின் நிலையை உணர முடியும். முதலில் இனிப்பும் புளிப்பும் நிறைந்த நெல்லிக்காய். புளிப்பதனால் தின்னவும் முடியாமல் இனிப்பதனால் விடவும் முடியாமல் தின்று தின்று நிறைதல். பிறகு ஒரு இன்னதென்றிலாத நிலைகொள்ளாமை. சப்புக் கொட்டியபடி மரத்தை முட்டி முட்டித் தவித்தல். மரம் உதிர்த்த தேன்மலர்களை உடம்பெங்கும் சூடியபடி சென்று காட்டுச்சுனை நீரைக்குடிக்கையில் நாவில் தொடங்கி உடலெங்கும் நிறையும் இனிமை. காதலென்றால் வேறென்ன?

அவளுடைய காத்திருப்பின் படிமமாக வருகிறது மழை. வடதிசையே குளிர்ந்து கனத்து இருண்டு தென்னகம் நோக்கி வருகிறது. மழைகாத்து நிற்கும் நிலத்தை நான் காண்கிறேன். தவளைகளின் ஒலியில் நிலம் சிலிர்த்துக்கொள்கிறது. இலைகள் அசையாமல் நின்று செவிகூர்கிறது. மெல்லிய காற்றில் புல்லரித்துக்கொள்கிறது. வந்துகொண்டிருக்கிறது குளிர்மழை.

காதலின் இரு முகங்கள். அவை இயற்கையின் பெரும்நாடகமாகவே ஆக்கப்பட்டுவிட்டன இக்கவிதையில். அதுவே சங்கப்பாடலின் அழகியல். நம் முன்னோர் இதை உள்ளுறை உவமம் என்றார்கள். உவமை உள்ளே உறைந்திருக்கிறது. சொல்லப்படாத உவமை. உவமிக்கப்படாத உவமை. அன்ன என்ற சொல் சங்கப்பாடல்களில் மிகமிக முக்கியமானது.

உவமை என்பதைப்பற்றிச் சிந்தித்திருக்கிறோமா? உலகமெங்கும் கவிதையில் உவமையே முக்கியமான அணியாக உள்ளது. நவீனக் கவிதைகூட உவமையையே அதன் வெளிப்பாட்டு வடிவமாகக் கொண்டுள்ளது. அது உவமையைப் படிமமாக ஆக்கி முன் வைக்கிறது அவ்வளவுதான். ஆயிரக்கணக்கான வருடங்களாகக் கவிதை உவமைகளைக் கொட்டிக்கொண்டே இருந்தபின்னும் இன்னும் திடுக்கிடச் செய்யும் சிலிர்க்கச்செய்யும் உவமைகள் வந்தபடியே உள்ளன.

இவ்வருடம் நோபல்பரிசு பெற்ற டிரான்ஸ்ட்ரூமர் அவர்களின் கவிதையில் வயலின் பெட்டிக்குள் இருக்கும் வயலின் போல கவிஞன் அவன் நிழலுக்குள் நடந்து சென்றான் என்ற உவமையை சந்தித்த கணம் என் காலமே நின்று போய்விட்டது போல உணர்ந்தேன். சொல்லப் போனால் கவிதை என்பதே உவமித்தல்தான். ஏன்?

வெளியே நிறைந்து பரந்து கிடக்கும் இந்த இயற்கை என் அகம்தான். இதோ வெளியே விரிந்துள்ள ஒவ்வொன்றும் என் அகத்தில் உள்ள ஒன்றின் உவமை. அப்படிப் பார்த்தால் வெளியுலகமென்பதே பிரம் மாண்டமான உவமைகளின் தொகுதி மட்டுமே. ஒரு மனம் இயற்கையைச் சந்திக்கும்போதே உவமைகளை உருவாக்கிக்கொள்ள

ஆரம்பித்துவிடுகிறது. நாம் நம் அன்றாட வாழ்க்கையில் உவமைகள் இல்லாமல் பேசிக்கொள்வதே இல்லை. ஒருநாளில் எத்தனை உவமைகளைப் பயன்படுத்துகிறோம். ‘படிப்படியா முன்னேறணும்’ என்கிறோம். ‘நிக்க நெழலில்ல வாழ்க்கையிலே’ என்கிறோம்.

மொழியின் இளம்பருவத்தில் உவமைகளே மொழியாக இருக்கின்றன. எங்களூர் காணிக்காரர்கள் ஆட்டின் இலை என்பார்கள் அதன் காதை. மரத்தின் கொம்பு என்றுதான் நாம் சொல்கிறோம். மீனின் முள் என்கிறோம். குருவியின் மூக்கு என்கிறோம். மொழி இயல்பாக உவமைகளாகவே நிகழ்ந்துகொண்டிருந்த காலகட்டத்தி லேயே இதெல்லாம் உருவாகி விட்டன. நாம் வாசிப்பது அந்த நாற்றங்கால் பருவத்தில் உருவான கவிதைகளை.

மிக இயல்பாக உவமைகள் அமையும் அழகையே நாம் சங்கப் பாடல்களில் காண்கிறோம்.நாற்றங்காலில் நாற்று முளை விட்டிருக்கும் அழகை கவனித்திருக்கிறீர்களா? குட்டிப்பூனையின் முடிபோல. தமிழை நாம் அந்தக் குழந்தையழகுடன் காண்பது நற்றிணையிலும் குறுந்தொகையிலும்தான்.

உவமித்தலின் முடிவில்லாத குழந்தைக் குதூகலத்தை ரசிப்பதற்காகவே நான் சங்கப்பாடல்களுக்குள் செல்கிறேன். ‘பைங்கால் கொக்கின் புன் புறத்தன்ன குண்டு நீர் ஆம்பலும் கூம்பின’ என ஓரம்போகியாரின் கவிதையை வாசிக்கும்போது அற்புதமான ஒரு மலர்ச்சி என் மனதில் எழுகிறது. ஒரே கணத்தில் அக்காட்சியை ரசித்தபின் அதன் நுட்பங் களுக்குள் செல்கிறேன். பசிய கால்கொண்ட கொக்கின் சூம்பிய பின்புறம் போல குளத்தின் ஆம்பல்கள் கூம்பின என்றவரியை சொல் சொல்லாக மீண்டும் வாசிக்கிறேன்.

> பைங்கால் கொக்கின் புன் புறத்தன்ன
> குண்டு நீர் ஆம்பலும் கூம்பின; இனியே
> வந்தன்று, வாழியோ, மாலை!
> ஒரு தான் அன்றே; கங்குலும் உடைத்தே!
>
> \- ஓரம்போகியார்

பைங்கால் கொக்கு என்னும்போது ஒற்றைக்காலில் நிற்கும் கொக்கின் காலை ஆம்பலின் தண்டுடன் இணைக்கத்தோன்றுகிறது. புன்புறம் என்ற சொல்லாட்சியில் புன்னகை புரியாமலிருக்கமுடியாது. கொக்கின் பின்புறம் எந்தக்குழந்தைக்கும் ஆச்சரியமூட்டுவது. பிற பறவைகளைப்போலன்றி தூவலோ வாலோ இல்லாமல் சட்டென்று சூம்பியிருக்கும். சங்கு போல. கொக்கின் பின்பக்கம் நீரைநோக்கிக் குனிந்திருப்பதுபோல ஆம்பல் கூம்பித் தலைகுனித்திருப்பதைச் சுட்டுகிறார் கவிஞர்.

அந்தக்காட்சி அளிக்கும் தூய இன்பத்தாலேயே அக்கவிதையை அறிய முடியும். அதன் உள்ளுறைப்பொருளுக்குச் செல்லுவது அடுத்தபடி. கூம்பிய நெஞ்சம். தலைகவிழ்ந்து தனித்திருக்கும் ஓர் இரவு. இல்லை அலைகளில் தன் முகம் கண்டு குனிந்திருக்கும் நிலையா?

கவிதைக்கு நம் ஐம்புலன்களில் எதனுடன் நெருக்கமான உறவு இருக்கிறது? பெரும்பாலானவர்கள் காதுடன் என்றே சொல்வார்கள். செவிநுகர்கனிகள் என்று கவிதையைச் சொல்லும் வழக்கமே நம்மிடமுண்டு. ஆனால் கவிதை எங்கும் கண்ணுடன் அதிக நெருக்கம் கொண்டது. பெரும்பாலான நல்ல கவிதைகளை நம்மால் பார்க்க முடியும். காட்சித்தன்மை என்பது கவிதையின் அழகியலில் மையமானது.

ஏன்? காட்சியே முதன்மையானது. ஒரு குழந்தை அறியும் பிரபஞ்சம் காட்சிகளாலானது. வாயும் மூக்கும் அதன் வாழ்க்கைக்கு அவசிய மானவை. ருசியாலும் மணத்தாலும்தான் குழந்தை அன்னையை அறிகிறது. அது நடைமுறைஞானம். ஆனால் குழந்தை அறியும் புறவுலகமென்னும் கொண்டாட்டம் வண்ணங்களே. கண்ணாலேயே குழந்தை இப்பிரபஞ்சத்தை நோக்கித் தன்னை விரித்துக்கொள்கிறது.

கவிதை,மொழியின் குழந்தைநிலை. அந்நிலையில் காட்சி ஒரு கொண்டாட்டம். சங்கக்கவிதைகள் எல்லாமே அற்புதமான காட்சித்துளிகள். அதையே எதிர்மறையாகச் சொன்ன காலமும் உண்டு. புதுமைப்பித்தன் அவறறைப் புகைப்படக்கவிதைகள் என்று சொன்னார். என்ன ஆச்சரியம் என்றால் அதையே பேராசிரியர் ஜேசுதாசனும் சொன்னார். அவர்களுக்கெல்லாம் கம்பன் ஆதர்சம் என்னும் போது அந்த விமர்சனத்தைப் புரிந்துகொள்ளமுடிகிறது. அவர்கள் கவிதையை உயர்ந்த கற்பனையாக, முதிர்ந்த விழுமியமாக, ஆழ்ந்த தரிசனமாகப் பார்த்தார்கள்.

நேர் மாறாக, சங்கக்கவிதை குழந்தைத்தனமானது. குழந்தையும் ஞானியும் சந்திக்கும் புள்ளியில் நிகழ்வது. ஒரு குழந்தையாக நாம் ஆகாவிட்டால் நம்மால் சங்கப்பாடல்களை உள்வாங்கிக்கொள்ள முடியாது. ஆகவே நம்முடைய ஆராய்ச்சி மனதை குளிப்பதற்கு முன் உடைகளை கழற்றிப் போடுவது போலத் தூக்கி வீசிவிட்டு சங்கப்பாடல் என்ற பேராற்றில் இறங்கவேண்டும்.

சங்கப்பாடல்களில் உள்ள காட்சித்தன்மை பலசமயம் நிறங்களுடன் சம்பந்தப்பட்டது. வண்ணங்களின் வெளியாக இயற்கையை சங்கப் பாடல் பார்க்கிறது. ஒருமுறை சேலத்தில் ஆதிமூலம் அவர்களுடன் பேசிக்கொண்டிருந்தேன். அவர் அருவ ஓவியங்களை

வரைந்துகொண்டிருந்த காலகட்டம் அது. அருவ ஓவியங்களை ஏன் வரையவேண்டும், அதன் நோக்கம் என்ன என்று கேட்டேன்.

அருவப்படுத்துதல் என்றால் என்ன என்று கேட்டார். தாய் என்ற கண்முன் உள்ள ஆளுமையைத் தாய்மை என்று ஆக்கினால் அது அருவப்படுத்தல். பிரபஞ்சத்தைப் பிரபஞ்ச சாரமான ஒரு இருப்பாக உருவகம் செய்தால் அது அருவப்படுத்தல். அருவப்படுத்தல் என்பது உருவத்தின் சாராம்சம் நோக்கிச் செல்லுதல்.

இயற்கை என்ற காட்சியனுபவத்தையே கடைசியில் வண்ணங்களின் கலவையாக சாராம்சப்படுத்த முடியும். தண்ணீரில் ஒளி அலையடித்தல் என்ற காட்சியனுபவத்தை நீலமும் வெண்மையும் கொள்ளும் முயக்கமாக ஆக்கிவிடமுடியும். ஒரு மாபெரும் நகரத்தை, ஒரு வனத்தை சில வண்ணத்தீற்றல்களாகக் குறுக்கி விடமுடியும். அதைத்தான் அருவ ஓவியங்களில் செய்கிறேன் என்றார்.

அப்படியானால் வடிவங்கள். என்றேன்? கண்ணைப்பொறுத்தவரை வடிவமென்பதே கூட நிழலும் ஒளியும் கொள்ளும் வேறுபாடுதான். அதுவும் வண்ணத்தீற்றல்தான் என்றார்.

ஸ்ரீ அன்னை பூக்களைப்பற்றி சொல்கிறார். பூக்கள் என்றால் என்ன? வண்ணங்கள் அல்லவா? வண்ணங்கள் தங்களை உருவங்களாக்க விரும்பி மலர்களாயின என்று சொல்லலாம் அல்லவா?

சங்கக் கவிஞனின் மனம் உணர்வுகளையும் இயற்கையையும் ஒன்றாக்கியது. அந்த சந்திப்புப்புள்ளியின் நிறத்தை அவன் கண் கண்டடைந்தது. அகக்கண் கண்டதா? இல்லை புறக்கண் கண்டதா? அகக்கண்ணுக்குப் புறக்கண்தான் வாசல். புறக்கண்ணுக்கு அகக்கண்தான் ஒளி.

> செங்களம் படக் கொன்று அவுணர்த் தேய்த்த
> செங் கோல் அம்பின், செங் கோட்டு யானை,
> கழல் தொடி, சேஎய் குன்றம்
> குருதிப் பூவின் குலைக் காந்தட்டே.
>
> \- திப்புத்தோளார்

காந்தள் மலர் எங்களூரில் கார்த்திகைப்பூ என அழைக்கப்படுகிறது. கார்த்திகை சிவனின் மாதம். பெரும்பாலும் சிவன் கோயிலில் கார்த்திகை மலர் இருக்கும். முதல் கார்த்திகைமலர் சிவனுக்கு சார்த்தப்படும் நாள் முக்கியமானது. அன்று தனிப்பூஜை உண்டு.

காந்தள், மலர்வடிவமாக வந்த நெருப்பு. நெருப்புவண்ணனுக்கு மக்கள் கொளுத்தி வைக்கும் தீபவரிசைகளுக்கு நிகராக காடு காந்தள் மலரைக் கொளுத்தி வைக்கிறது போல.

எனக்குப் பிடித்தமான சினிமாப்பாடல் வரிகளில் ஒன்று 'எல்லா சிவப்பும் உந்தன் கோபம்'. என்னைப்பொறுத்தவரை மிக ஆன்மிகமான வரி அது. எல்லா சிவப்பும் அவன் கோபம் என்றால் எல்லா வெண்மையும் அவன் தியானமா?

காந்தள் அவன் கோபம். காந்தள் அவன் உக்கிரம். செந்நிறம் ரஜோகுணத்திற்குரியது. ரஜோகுணமே மலராகிவந்தது காந்தள்.

சங்கப்பாடலில் ஒருவன் தன் காதலிக்குக் காந்தளைக் கொடுத்து காதலைத் தெரிவிக்கிறான். அதற்குக் குருதிப்பூ என்றும் பெயருண்டு. ஆறு இதழ்களுடன் எரியும் நெருப்பு போல விரிந்த மலர். ஆறாகப் பிளந்த இதயம் போன்றது. தன் நெஞ்சையே பிய்த்து அவள் முன் வைப்பது போல அந்த மலரை அவள்முன் வைக்கிறான்.

அவளுடைய பதில் அக்கவிதை. 'செங்குருதி பொங்கும் சிவந்த போர்க்களத்தில் அசுரரைக் கொன்று குவித்து செந்நிற வேலும் செந்நிற அம்புமாக செங்குருதி வழியும் தந்தம் கொண்ட யானை மீது திரும்பி வரும் செந்நிறக்கழல் கொண்ட குமரன் ஆளும் எங்கள் குன்றமும் செங்காந்தளால் நிறைந்திருக்கிறது' என்கிறாள்.

பல கோணங்களில் நுண்பொருள் தந்து விரியும் பாடல் இது. இந்த மலரைப்போன்ற ஏராளமான மலர்களால் ஆனது எனது குன்றம், எனவே இந்த மலர் எனக்கொரு பொருட்டே அல்ல என்கிறாளா, நீ அளித்த இந்த மலரில் உள்ள குருதிமணம் எனக்குத் தெரிகிறது என்கிறாளா, என் குலத்து வேலுக்கு பதில் சொல்லி வீரனாக வா என்கிறாளா, வள்ளியைக் கவர்ந்த குமரன் போல என்னைக் கவர்ந்து செல் என்கிறாளா, உன் காதலை இந்த மலையெங்கும் நான் காண்கிறேன் என்கிறாளா... ஆறு இதழ் கொண்ட மலர் போல ஆறு பொருள் கொண்டு விரிகிறது கவிதை.

ஆனால் இக்கவிதையின் அழகென்பது அதன் நிறம்தான். செந்தழல் விட்டு எரிந்துகொண்டிருக்கிறது இக்கவிதை. மத்தியானத்தில் காந்தளைப் பார்க்கக்கூடாது என்பார்கள் எங்களூரில். கண்வலி வரும். அதனாலேயே அதற்கு கண்ணுவலிப்பூ என்ற பெயரும் உண்டு. காந்தள் பூத்த காடு கண்களைக் குருடாக்கிவிடும் என்று தோன்றுகிறது. உக்கிரமே நிறமாக ஆன சிவப்பு. எல்லா சிவப்பும் அவன் கோபம்.

இன்னொரு கவிதையின் வண்ணத்தேர்வு என்னை இன்னும் பிரமிக்கச் செய்திருக்கிறது. தலைவி காத்திருக்கிறாள். சூழ்ந்திருக்கிறது இருட்டு. கருமை. கருமையின் விவரணைகளாலேயே ஆன ஒரு கவிதை.

> திரிமருப்பு எருமை இருள் நிற மைஆன்
> வருமிடறு யாத்த பகுவாய்த் தெண் மணி,

புலம்பு கொள் யாமத்து, இயங்குதொறு அசைக்கும்
இது பொழுது ஆகவும் வாரார்கொல்லோ-
மழை கழூஉ மறந்த மா இருந் துறுகல்
துகள் சூழ் யானையின் பொலியத் தோன்றும்
இரும்பல் குன்றம் போகி,
திருந்து இறைப் பணைத் தோள் உள்ளாதோரே?

- மதுரை மருதன் இளநாகனார்

இருளின் நிறமுள்ள கொம்பு சுருண்ட எருமையின் தொங்கும் கழுத்தில் கட்டப்பட்ட பிளவுபட்ட வாய் கொண்ட மணி அதன் அசைவுக்கெல்லாம் ஒலிக்கும் இந்த இரவிலும் அவர் வரவில்லை. மழை பொழிவதை மறந்த மாபெரும் உருளைப்பாறை உச்சிகள் மண்மூடிய யானைபோல் தோன்றும் மலைகளைத் தாண்டிச் சென்ற பின்பு என் அழகிய வளைந்த தோள்களை நினைக்கவும் மறந்தாரோ?

இருளின் கருமையின் இரு படிமங்களால் ஆன கவிதை. உச்சிமலையின் கரும்பாறை. மண்மூடிய யானைபோன்ற அதன் உருண்ட வடிவம். உச்சிமலை மௌனத்தாலானது. மௌன வடிவமாக ஓங்கி சூழ்ந்து நிற்பது. பெரும் பொட்டல் நிலத்தில் செல்லும்போது நம்மால் உச்சிமலையை ஏறிட்டுப்பார்க்கமுடியாது. அதன் அந்த அசைவின்மை ஒலியின்மை காலமின்மை நம் ஆழத்தை உலுக்கிவிடும்.

ஆனால் அவளருகே அசையுந்தோறும் ஒலித்துக்கொண்டிருக்கிறது ஒரு கருமை. இருள் வடிவமான எருமை. இருளின் ஒலியல்லவா அந்த மணியோசை?

இருட்டின் அழகு கொண்ட கவிதை இது. இருட்டைக்கொண்டு வடிக்கப்பட்ட ஒரு சிற்பம். பாறையின் சாம்பல் நிறம், யானையின் கருமை நிறம், எருமையின் கன்னங்கரிய நிறம். அதை விட அந்த மணியோசையின் அடர்கரிய நிறம்!

சங்கப்பாடல்களை நம் பண்பாட்டின் தொடக்கநிலைகளாகக் கருத வேண்டும். நம் பண்பாட்டின் சாரமாக நமக்குள் உறங்கும் பற்பல தொல்படிமங்கள் (ஆர்கிடைப்) பின்னர் உருவம் கொண்டவை. ஆனால் அந்தத் தொல்படிமங்களை உருவாக்கிய தொடக்கமாக அமைந்த காட்சிப்படிமங்களை, மனநிலைகளை நாம் சங்க இலக்கியத்திலே காணலாம்.

நம் புராண மரபில் யானையும் எருமையும் இருட்டின் வடிவங்கள். நம் சிவாலயங்களில் கருவறைச்சுவரில் மேற்கே கஜசம்ஹார மூர்த்தியைக் காணலாம். கிழக்கிலிருந்து மேற்கு நோக்கிய வடிவில். யானையின் தோலைக் கிழித்துப்போர்த்தி நடனமிட்டு நிற்கும் வடிவில்.

நம்முடைய எல்லா சிற்பங்களும் தாந்த்ரீக மரபில் வேர் உள்ளவை. அவை அனைத்துமே யோக தத்துவ குறியீடுகள். அந்தச் சிற்பத்தைக் காணும் எவரும் அந்த யானை இருள் என்பதை உணர முடியும்.

யோகி அறியும் இருள் அது. பிரபஞ்ச இருள். அதை உரித்துப் போர்த்திக் கொண்டு நின்றாடுகிறது சிவம். இருளில் கஜாசுரனின் தந்தங்கள் இரு நிலவு. யோக மரபு அந்த நிலவை யோகியின் நெற்றியில் உதிக்கும் பிறை என உருவகிக்கும். கிழக்கிலிருந்து மேற்குநோக்கி நிற்கும் கஜசம்ஹார மூர்த்தியின் சிலை சூரியனின் யோக உருவகம் கூட. யோகத்தில் உதிக்கும் ஆதித்யன்.

எமனின் வாகனமாக எருமை சொல்லப்பட்டுள்ளது. எமன் காலம். காலத்தின் பாசம் மரணம். மரணத்தின் வாகனமாக இருள். காலத்தின் முடிவிலா இருள். எருமை இருளின் படிமமாக நம் மரபில் உள்ளது. அந்த இரு படிமங்களுமே ஒரே கவிதையில் அமைந்துள்ளன இங்கே.

சங்கக்கவிதை மரபின் ஆரம்பத்திலேயே நம் கவிதை அகத்தையும் புறத்தையும் பிரித்துக்கொண்டது. சங்கப்பாடல்களின் தலைவாயிலான குறுந்தொகை ஓர் அகத்துறை இலக்கியம். இந்தப் பிரிவினையை நமக்கு நாம் நம் மரபைக் கற்க ஆரம்பித்தபோதே கற்றுத்தர ஆரம்பிப்பார்கள்.

ஆனால் பிரித்த கணத்தில் இருந்தே அகத்தையும் புறத்தையும் நம் கவிதை இணைக்க ஆரம்பித்துவிட்டது என்பதை நாம் பலசமயம் அறிவதில்லை. கூந்தலை இரு புரிகளாகப் பிரித்து அவற்றைப் பின்னிப்பின்னிச்செல்வது போல பிரபஞ்ச அறிதலை அகம் புறம் எனப் பிரித்தபின் அவ்விரண்டையும் பின்னிப் பின்னித் தன் அறிதல்களை நிகழ்த்துகிறது சங்கக்கவிதை. அவ்வாறு அர்த்தங்களை உருவாக்கிக் கொண்டே செல்கிறது அது.

அகத்தில் புறத்தையும் புறத்தில் அகத்தையும் கலப்பதே சங்கப் பாடல்களின் அழகியலின் ஆதாரமான விளையாட்டு.

அகவாழ்க்கை என்றால் என்ன? பாலச்சந்திரன் சுள்ளிக்காடு, முழுப் போதையில் என் சட்டையைப் பிடித்து சுவரோடு சேர்த்துச் சொன்னார் ‘டேய் மயிராண்டி, வாழ்க்கை என்பது என்னடா? உறவும் பிரிவும் மட்டும்தானே?’ கண்கள் எரிந்துகொண்டிருந்தன. ‘ஆமாம்’ என்றேன். அதை சங்கக்கவிஞன் உணர்ந்திருந்தான். அகம் என்பதே உறவும் பிரிவும்தான். குறிஞ்சியும் பாலையும். நடுவே உள்ள பிற மூன்று திணைகளும் குறிஞ்சியில் இருந்து பாலைக்கும் பாலையில் இருந்து குறிஞ்சிக்கும் செல்லும் வழிகள் மட்டுமே.

அந்த அகத்தைப் புறவயமான உலகின்மேல் ஏற்றிக்காட்டுவதே அகப்பாடல்களின் வழி. யோசித்துப்பாருங்கள், மிகமிக நுட்பமான இயற்கைச்சித்திரங்கள் சங்ககால அக இலக்கியங்களிலேயே உள்ளன. அந்தப் புறச்சித்திரங்கள் அகத்தின் வெளிப்பாடுகள். ஆகவேதான் அவை உயிருள்ள படிமங்களாக ஆகின்றன.

அதேபோல சங்க இலக்கியப் புறப்பாடல்களில்தான் அகவயமான உணர்ச்சிகள் பெருகிக் கொந்தளிக்கின்றன. மரணம், இழப்பு, தனிமை, கோபம் என மொத்தப் புறப்பாடல்களும் அகவய உணர்ச்சிகளால் அடையாளப்படுத்தப்பட்டுள்ளன. அந்த அகம் இல்லையேல் புறத்தின் சித்திரங்களுக்கு ஒரு மதிப்பும் இல்லை.

இதோ என் கண் முன் விரிந்துள்ள எல்லாம் என் மனமே என்ற உணர்வு ஒருபக்கம். என் மனமென்பது இந்த புற உலகின் வெளியே என்ற உணர்வு மறு பக்கம். இந்த விளையாட்டை ஒவ்வொரு கவிதையிலும் எவன் வாசித்தெடுக்கிறானோ அவனே சங்கப்பாடல்களின் வாசகன். அவனுக்குரிய நுழைவாயில் குறுந்தொகையே.

பின்னர் தமிழில் அகம் புறம் என்ற இந்தப் பிரிவினை மேலும் வளர்த் தெடுக்கப்பட்டது. நாமறியும் அறிதல் நான்கு தளங்கள் கொண்டது என்கிறது சைவ சித்தாந்தம். அகம், அகப்புறம், புறம், புறப்புறம்.

அகம் என்பது நம் தூய அகம். அது நம்முடைய சாமானிய அறிதலுக்கு அப்பாற்பட்டது. யோகத்தால் மட்டுமே அறியப்படுவது. அகப்புறம் என்பதே நாம் அகம் என்று சாதாரணமாக உணரக்கூடியது. அது நம்மைச்சூழ்ந்துள்ள புறப்பொருளால் அடையாளப்படுத்தப்பட்ட நம் அகம். அதையே நாம் சங்கப்பாடல்களில் அகம் எனக் காண்கிறோம்.

நாம் உணர்வாலும் அறிவாலும் அறியும் நம் அகம் அதன் எல்லாத் தோற்றங்களையும் வெளியே இருந்து பெற்றுக்கொண்ட வடிவங் களைக் கொண்டே அமைத்துக்கொண்டுள்ளது. மனதைப்பற்றிய எல்லாப் பேச்சுகளையும் இயற்கையில் இருந்து பெற்றுக்கொண்ட படிமங்களைக்கொண்டே நாம் சொல்கிறோம். மனம் வலித்தது என்கிறோம். நெஞ்சு இனித்தது என்கிறோம். இதயம் உருகியது என்கிறோம். இந்தப் புற அம்சம் இல்லாமல் சாதாரணமாக நம் அகத்தை அறியவும் முடியாது, கூறவும் முடியாது.

ஆகவேதான் சங்க இலக்கியங்கள் அகத்தைப் புறத்தே ஏற்றிச் சொல்கின்றன. கோபத்தை சிவப்பு எனக் காட்டுகின்றன. சோகத்தைக் கறுப்பாகக் காட்டுகின்றன. வெளியே நிகழும் இயற்கைச்செயலை ஆன்மாவின் அசைவாக ஆக்குகின்றன.

புறம் என சைவசித்தாந்தம் சொல்வதில் அகமும் உள்ளது. அகம் கலக்காத புறத்தைக் காண நம்மால் முடிவதில்லை. நம்முடைய உணர்ச்சிகள் கலந்த மலைகளை, கடலை, சாலையை, அறையை மட்டுமே நம்மால் பார்க்க முடியும். நாம் பார்க்கும் ஒவ்வொரு பொருளும் நம் மனதுக்குக் குறியீடுகள்தான். அந்தப் புறத்தையே நம் புறப்பாடல்கள் காட்டுகின்றன.

அவற்றுக்கு அப்பால் உள்ளது புறப்புறம். தூய பொருள். அகம் தீண்டாத பொருள். அப்படி ஒரு புறப்புறம் இல்லை, அது மாயையே என்றுதான் வேதாந்தம் சொல்கிறது. சித்தாந்தத்தைப் பொறுத்தவரை அப்படி ஒரு தூய பொருள் உண்டு. அதை அறிய முடியும். அதற்குத் தூய அகத்தை அடையவேண்டும். தூய அகமும் தூய பொருளும் முழுமுதல் சக்திகள்.

ஆம், நம் தத்துவ சிந்தனை ஒரு அதிதூய கவித்துவ அனுபவமாக இருந்த காலகட்டத்தைச் சேர்ந்தவை சங்கப்பாடல்கள். நம்மைச் சூழ்ந்திருக்கும் இந்தக் காடு விதைநிலமாக இருந்த காலகட்டத்தைச் சேர்ந்தவை. இன்று நாம் பிரித்துப் பிரித்துச் சிந்திக்கும் அனைத்தும் குழந்தைகளுக்குரிய பெரும் பரவசத்துடன் கண்டடையப்பட்ட காலகட்டத்தைச் சேர்ந்தவை.

அந்த பிரக்ஞையுடன் நாம் வாசிக்கவேண்டும். தலைக்காவேரியில் மொத்தக் காவேரியையும் ஒரு கைப்பிடி நீரின் கொப்பளிப்பாக நாம் காண்கிறோம். நாம் நீராடும் இந்தப் பெருநதியின் ஊற்றுமுகத்தில் ஒரு கை அள்ளிப் பருகும் மன எழுச்சியுடன் நாம் சங்கப்பாடல்களை அணுகவேண்டும்.

இங்கே ஒன்றைச் சொல்லிக்கொள்கிறேன். இங்கே நான் குறிப்பிட்ட இக்கவிதைகளை நான் தேர்ந்தெடுக்கவில்லை. மாறாகக் குறுந்தொகை நூலைப் பிரித்து கண்ணில் பட்ட முதல் கவிதையை எடுத்துக் கொண்டேன். அவற்றைக்கொண்டே இந்த உரையை அமைத்தேன். ஆம், குறுந்தொகையின் எல்லாப் பாடல்களிலும் இத்தகைய நுட்பங்கள் உண்டு.

இவ்வளவு மென்மையான குரலில் பேசும் இத்தனை நுட்பமான கவிதைகள் அன்று எவ்வாறு பொருள்பட்டன? இன்று இவற்றை இவ்வளவு விரித்துரைக்க வேண்டியிருக்கின்றனவே?

அன்று இவற்றை எழுதிய வாசித்த சமூகம் சின்னஞ்சிறியதாக இருந்தது. ஒன்றுடன் ஒன்று ஒட்டி இறுகி வாழ்ந்தது. ஆகவே அவர்கள் ஒருவர் நினைப்பது இன்னொருவருக்குப் புரிந்தது. இன்று நாம் விரிந்து அகன்றுவிட்டோம். ஒவ்வொருவரும் இன்னொருவரிடமிருந்து

வெகுதொலைவில் இருக்கிறோம். மெல்லிய குரல்கள் இன்று கேட்பதில்லை. கூக்குரல்கள் மட்டுமே கேட்கின்றன.

கொன் ஊர் துஞ்சினும் யாம் துஞ்சலமே
எம் இல் அயலது ஏழில் உம்பர்,
மயில் அடி இலைய மாக் குரல் நொச்சி
அணி மிகு மென் கொம்பு ஊழ்த்த
மணி மருள் பூவின் பாடு நனி கேட்டே.

- கொல்லன் அழிசி

'ஊர் தூங்கினாலும் நான் தூங்கவில்லை. எங்கள் வீட்டருகே ஏழில் மலையில் மயிலின் கால் போன்ற இலைகளும் பெரிய பூங்கொத்துகளும் கொண்ட நொச்சி மரத்தின் பூத்துக்கனத்த கொம்பில் இருந்து உதிர்ந்த மலர்களின் ஒலியைக் கேட்டுக்கொண்டிருந்தோம்' என்கிறாள் சங்கத்தலைவி.

அந்த மலர் உதிரும் ஒலியைக் கேட்கும் காதுகள் தேவை. சங்கப்பாடலை ரசிப்பதற்கு இந்தக் கூக்குரல்கள் நடுவே நாம் சற்றே செவிகூர்வோம். நம் மரபின் இந்த மெல்லிய குரலைக் கேட்போம்.

நமக்கும் நம் மரபுக்கும் இடையே வந்த மலர்கள் இந்த சங்கப்பாடல்கள். இவை நம்மைப் பிரிப்பதில்லை. நமக்கு நினைவூட்டுகின்றன, நம்மை ஏதோ ஒரு மாயப்புள்ளியில் நம் மரபுடன் இணைக்கின்றன.

நன்றி.

(23-12-2012 அன்று சென்னையில்
தமிழ் பாரம்பரிய அறக்கட்டளை சார்பில்
நிகழ்த்திய உரையின் எழுத்து முன்வடிவம்)

வாசிப்பின் நாட்டிய சாஸ்திரம்

தமிழில் பன்னிரண்டாம் நூற்றாண்டில் ராமானுஜரைப் பின்பற்றி ஒரு வைஷ்ணவ சம்பிரதாயம் உருவாகியது. அது இன்றும் உயிர்ப்புடன் உள்ள ஒரு மரபு. பல பேரிலக்கியங்களையும் உரைநூல்களையும் அது உருவாக்கியது. அதன் சிறப்பம்சம் என்னவென்றால் அவர்களுக்கு என்று ஒரு பரிபாஷை உண்டு. அதை வைஷ்ணவ பரிபாஷை என்பார்கள். பெருமாளுடனும், ராமானுஜருடனும் தொடர்புள்ள எல்லாவற்றையும் புனிதமாக ஆக்கி திரு என்றும் சேர்த்துச் சொல்வார்கள். அதைப்பற்றி நிறைய வேடிக்கைக் கதைகள் உண்டு.

ஒருகதை. வைணவ மடாதிபதி நான்குநேரி வானமாமலை ஜீயர் சுவாமிகளின் ஒரு பிரதிநிதி அந்தக்காலத்தில் ஸ்ரீவில்லிபுத்தூரில் இருப்பார். மொட்டைமீது குடுமியும் நாமமும் உள்ள அய்யங்கார். அவர் ஒருநாள் குளிக்கப் போன இடத்தில் குளத்தில் வழுக்கி விழுந்து மண்டையில் அடிபட்டுவிட்டது. செய்தியை எழுபது கி.மீ. தூரத்தில் உள்ள வானமாமலை மடத்துக்கு சொல்லி அனுப்ப வேண்டும். ஓடிச்சென்று செய்திசொல்லும் குப்பனை அழைத்தார்கள். செய்தியை அவனிடம் விரிவாகச்சொல்லி மனப்பாடம் செய்யவைத்தார்கள்.

செய்தி இதுதான் பழையகதைதான். 'ஸ்ரீஸ்ரீஸ்ரீ உபய வேதாந்த தாத்தாச்சாரியர் திருக்குளத்தில் திருப்பாதம் வழுக்கி விழுந்து திருமண்டையில் திருக்காயம் ஏற்பட்டு விட்டது. இப்போது திருப்படுக்கையில்

திருப்பள்ளிகொண்டிருக்கிறார்.' குப்பன் எழுபது கிலோமீட்டரை ஒரே நாளில் ஓடிவந்து அவன் நினைவிலிருக்கும் செய்தியை சொன்னான் 'மொட்டைதாத்தன் குட்டையில் விழுந்தான்.'

பலசமயம் நம்முடைய படைப்புகளைப்பற்றி எங்காவது விமர்சகர்கள் குறிப்பிட்டிருப்பதைப் பார்க்கும்போது இந்த குப்பனின் செய்தியைக் கேட்டு வானமாமலை ஜீயர் பெற்ற துணுக்குறல்தான் ஏற்படுகிறது. எந்த இலக்கிய ஆக்கத்தையும் இவர்கள்'ஆகமொத்தம் இவ்வளவு தான்' என்று சுருக்கி ஒடித்து மடித்து தங்கள் பர்ஸுக்குள் திணித்து வைத்துக்கொள்கிறார்கள்.

காதலி லைலாவை சாண் அளவுக்கு டப்பாவில் வைத்திருக்கும் சிந்துபாதை போல. அவளை மீண்டும் பெண்ணாக ஆக்கும் வல்லமை கொண்ட மந்திரவாதியின் ஏழுகடல்களுக்கும் ஏழு மலைகளுக்கும் அப்பால் ஒரு மர்மத்தீவில் இருக்கிறான். அங்கே போய்ச்சேரவே முடிவதில்லை.

இலக்கியம் தேங்கிவிட்டிருக்கிறது என்று அவ்வப்போது குரல்கள் எழும். சிறுகதை செத்துவிட்டது, நாவல் நொறுங்கிவிட்டது என்றெல்லாம் சொல்லப்படும். என் பார்வையில் நம் காலகட்டத்தில் மிகமிக திரிபு பட்டிருப்பது வாசிப்புதான். இதைப்பற்றி நாம் பேசுவதில்லை. ஏனென்றால் வாசகன் பெரும்பான்மை அல்லவா? பொதுமக்கள் என்ற சொல்லைப்போலவே அந்தச் சொல்லும் புனிதமானது. வாசகனை குறை சொல்வதென்பது ஜனநாயகத்தையே குறைசொல்வதல்லவா?

சென்ற கால்நூற்றாண்டில் வாசிப்பின் சுதந்திரம், வாசிப்பின் அரசியல் என்றெல்லாம் சொல்லிச்சொல்லி மெதுவாக உகந்த வாசிப்பு, முழுமையான வாசிப்பு என்பதையே இல்லாமலாக்கி வைத்திருக் கிறார்கள். 'சஹ்ருதயன்' என்பவனை எங்கோ வழியில் தற்செயலாக கண்டுபிடித்தால்தான் உண்டு. அவனும் ஏதோ தப்பு செய்து கையும் களவுமாக மாட்டிக்கொண்டவனைப்போல 'மன்னிக்கவேணும் சார், நான் ஒரு வாசகன் மட்டும்தான்' என்று சொல்கிறான். 'பரவாயில்லை' என்று சொல்லி அவனை நாம் தேற்ற வேண்டியிருக்கிறது.

உண்மையில் இன்று எந்த மொழிச்சூழலில் குறைவாக இலக்கிய விமர்சனம் இருக்கிறதோ அந்த அளவுக்கு அங்கே நல்ல வாசிப்பு இருக்கிறது. விமர்சனம் என்பது இன்று வாசிப்புக்கு எதிரான ஒன்றாக ஆகிவிட்டிருக்கிறது. இலக்கியப்படைப்பை தன் நோக்கில் சிதைப்பது மட்டுமே வாசிப்பது என்று ஆக்கிவிட்டிருக்கிறார்கள். எங்கே நிற்கிறார்களோ அங்கிருந்து ஒரு அடிகூட முன்னெடுத்து வைக்காதவர் களாக இருப்பதே விமர்சகனின் இயல்பு என்று சொல்லி விமர்சகனே

முன்னுதாரணமான வாசகன் என்று நிறுவிவிட்டிருக்கிறார்கள். ஆகவே அது இலக்கியத்திற்கு எதிரான செயல்பாடாக ஆகிவிட்டிருக்கிறது.

இன்று கேரளச் சூழலில் வெளிவரும் எந்த விமர்சனத்தையும் எடுத்துப் பாருங்கள். அவை இலக்கிய ஆக்கத்தை முடிந்தவரை எளிமைப் படுத்தக்கூடியவையாக இருக்கும். வாழ்க்கையின் பெரும்பரப்பில் இருந்து ஒரு மனிதனால் உணர்வுகளாக சித்திரங்களாக தரிசனங்களாக அள்ளி எடுக்கப்பட்ட ஒரு துளி வாழ்க்கைதான் இலக்கியம். அது செறிவுபடுத்தப்பட்ட வாழ்க்கை. அது முன்வைப்பது உண்மையை அல்ல செறிவுண்மையை. அதை நொறுக்கி இறுக்கி ஒரு ஒற்றை வரியாக ஆக்கி விடுகிறார்கள். கவனியுங்கள் சென்ற இருபதாண்டு களில் கேரளத்தில் வந்த எல்லா முக்கிய ஆக்கங்களும் அப்படி ஒற்றை வரியாக ஆக்கப்பட்டிருக்கும்.

இலக்கியவாசிப்பின் எல்லா நுட்பத்தையும் களைந்து அதை சக்கையாக ஆக்கக்கூடியவையாக இருக்கின்றன விமர்சனங்கள். அந்த பொன் விளைந்த வயலை அறுத்து களத்திலிட்டு மிதித்து கூளமாக்கி நெல்லை விலக்கி வைக்கோலை எடுத்து வெயிலில் காயச்செய்து வைக்கோல்போராக ஆக்கி கூட்டி வைக்கிறார்கள். நம் வாசகர்கள் அதைத்தான் அதை நாளெல்லாம் மென்றுகொண்டிருக்கிறார்கள்.

ஓர் எழுத்தாளனாக நீங்கள் அனுபவிக்கும் மிகப்பெரிய கொடுமை என்ன என்று எழுத்தாளர்களிடம் கேட்டிருக்கிறேன். போலி வாசகர் களைச் சந்திப்பதுதான் என்று எல்லாருமே சொல்வார்கள். அந்த வாசகர்கள் விஜபிக்கள் என்றால் கொடுமை பலமடங்காகிறது. சின்னவயதில் பள்ளிக்கூடத்தில் அடிவாங்குவது போல. வலி தாளாமல் கையை இழுத்தால் இன்னும் அடி விழும்.

என்னென்ன வகையான வாசகர் குரல்கள். பொதுவாக மலையாளிகள் ஒரு கதையை வாசித்தால் ‘கதை கண்டிருந்நு’ (கதையை பார்த்தேன்) என்பார்கள். இது என்ன சினிமாவா, பார்ப்பதற்கு. இது வாசிப்பதற் குரியதல்லவா? இது ஓர் இலக்கியப்படைப்பு. வாசித்து சிந்திப்பதற்குரியது.

இன்னொருசாரார் கருத்தே சொல்வார்கள். ‘குழப்பமில்ல’ என்ன குழப்பம்? லோகிததாஸ் இப்படிச் சொல்பவர்களிடம் கேட்பார் ‘சரி நீங்கள்,என்ன குழப்பத்தை எதிர்பார்த்தீர்கள்?’ அபத்தமான ஏதாவது வார்த்தைகள் இதே மாதிரி.

மூன்றாவது சாரார் உண்டு ‘மூன்றாமுலக யதார்த்தத்தின் பின்னணியில் கருத்தியல் ஊடுருவல்களின் சாயல்களைக்கொண்ட கதைகள்

உருவாக்கும் ஈரடித்தல்களில் இருந்து உருவாகும் இவ்வகையான அக இருத்தியல் எதிர்வினைகள்தான் நமக்கு தேவை.' இதற்கு முதல் ஆளே பரவாயில்லை.

வாசிப்பின் நாட்டிய சாஸ்திரம் என்று ஒரு நூல் எழுதும் எண்ணம் உள்ளது. (நாட்டியம் என்றால் மலையாளத்தில் பாவனை என்றும் பொருளுண்டு) வாசிப்பின் கைமுத்திரைகள், அடவுகள், கால்சுவடுகள், வாய்த்தாரிகள், சொல்லியாட்டம், பதிஞ்ஞாட்டம் எல்லாவற்றையும் அதில் விவரிக்கப்போகிறேன். கிட்டதட்ட கதகளி இலக்கணம்.

முதலில் பச்சை வேஷம். சாத்வீகர்கள். எழுத்தாளனைப் பாராட்ட அவனை வாசிக்கவேண்டியதில்லை என்ற கொள்கை கொண்டவர்கள். எல்லாம் நல்ல எழுத்துத்தான். பஷீரும் எழுத்தாளர். போஞ்ஞுக்கர ராபியும் எழுத்தாளர். இருவருக்கும் என்ன வேறுபாடு என்றால்'ஒருவர் கொஞ்சம் வழுக்கை இல்லையா?' என்பார்கள். பார்த்ததுமே கனிவாக நம் எழுத்தைப்பற்றி நல்லதாக நான்கு வார்த்தை சொல்வார்கள்.

இரண்டு, கத்தி வேஷம். முற்றிய ரஜோகுணம். இலக்கியப்படைப்பு கையில் கிடைத்ததுமே விறையலும் துள்ளலுமாக சொல்லியாடி கிழித்து குடல்மாலையை உருவி போட்டுவிடுவார்கள். கைகளில் அதற்காக நல்ல எவர்சில்வரால் ஆன கோட்பாட்டு நகங்கள் உண்டு. நரசிம்ம அவதாரம்தான். மேற்குக்கும் கிழக்குக்கும் நடுவே வாசல் படியில் அந்தி நேரத்தில்தான் கிரியை நிகழும். பெரும்பாலும் பேராசிரியர்கள். தெரிதா பூக்கோ அதிகாரம் கருத்தியல் என்று எதை யெதையோ பாடி அன்றைய மனோதர்மப்படி ஆடுவார்கள்.

மூன்றாவதாக கரிவேஷம். அணியறையில் இருந்தே கூவென்று கத்திக் கொண்டு மேடைக்கு ஓடி வருகிறார்கள். சுத்த தமோ குணம். படைப்பைச்சுற்றி வந்து கூச்சலிட்டு மண்ணள்ளிப்போட்டு எம்பிக்குதிக் கிறார்கள். அரசியல் சொல்லியாட்டம்தான் இவர்களுடைய வழிமுறை.

இவர்களைத் தாண்டி எங்கோ நல்ல வாசகன் இருந்துகொண்டிருக் கிறான். அவன் கிட்டதட்ட கடவுள். தேடினால் கிடைக்கமாட்டான். விவரிக்கமுடியாதவன். ஆனால் எங்கோ இருந்துகொண்டிருக்கிறான். எல்லாவற்றையும் அவன் தீர்மானிக்கிறான். கடைசியில் அவன் நினைத்ததே நடக்கிறது. சுந்தரிகளும் சுந்தரன்மாரும் முதல் ஸ்மாரக சிலைகள் வரையிலான படைப்புகளை நம் முன் நிறுவியது அவன் அல்லவா?

●

இன்றைய வாசிப்பின் சில சிக்கல்களைப்பற்றிச் சொல்ல வருகிறேன். முதல் பிழையாக நான் காண்பது, ஒரு படைப்பை எடுத்த

எடுப்பிலேயே ஒட்டுமொத்தமாக பார்க்கும் பார்வையை. இதை ஒரு macro reading என்று நான் சொல்வேன். ஓர் இலக்கிய ஆக்கத்தை நம்மிடமிருந்து மறைக்க இதைவிடச் சிறந்த வழி ஒன்றும் இல்லை.

சிறுவயதில் என் அப்பா ஒரு போட்டியில் கலந்துகொண்டார். நூறு பழங்கள் கொண்ட ஒருகுலை மட்டி வாழைப்பழத்தைச் சாப்பிட வேண்டும். கன்யாகுமரி மாவட்டத்தில் உள்ள மிக இனிமையான மணமான வாழைப்பழம் அது. பழங்களில் அதுதான் மிகச்சிறந்தது, மிகவும் விலை உயர்ந்தது. அதில் நாலைந்து பழம்சாப்பிட்டாலே திகட்டும்.

அப்பா ஒரு பாலராமபுரம் ஈரிழை துவர்த்து வாங்கினார். அதை விரித்தார். அதில் நூறு வாழைப்பழத்தையும் உரித்துப் போட்டார். துண்டைப் பிடித்து முறுக்கி முறுக்கி இறுக்கி பழத்தை ஒரு கூழ் உருண்டையாக ஆக்கினார். கடையில் ஒரு ஊறுகாய் பாக்கெட் வாங்கிக்கொண்டார். அதை தொட்டுக்கொண்டு உருட்டி உருட்டி சோறு விழுங்குவது போல மொத்த பழங்களையும் விழுங்கி விட்டார். பரிசை வென்றார். ஓடிப்போய் அருகே ஒரு ஓடையில் மொத்தத்தையும் வாந்தி எடுத்தார்.

இன்று பெரும்பாலும் நமக்குக் கிடைக்கும் உடனடி வாசிப்பு இதுதான். அந்த வாந்திதான் விமர்சனமாக நம் இதழ்களில் நிறைந்து கிடக்கிறது.

எந்த இலக்கியப்படைப்பும் அதன் நுண்மையினால்தான் முதலில் இலக்கியத்தகுதி பெறுகிறது. அதன் ஒட்டுமொத்தமும் எப்படி இருந்தாலும் அது இலக்கியமா இல்லையா என்பது முழுக்க முழுக்க நுண்கூறுகளினாலேயே தீர்மானமாகிறது. மனிதர்களைச் சித்தரிப்பதிலும் நிகழ்வுகளை விவரிப்பதிலும் தெரியும் வாழ்க்கை மீதான அவதானிப்புகள்தான் எந்த எழுத்தையும் இலக்கியமாக ஆக்கும் முதல் அம்சம். இன்றும் கேரளத்தின் முன்னோடி எழுத்தாளர்களை பெரும்படைப்பாளிகளாக நிலைநிறுத்துவது அதுதான்.

நான் தகழியின் ஏணிப்படிகள் நாவலை இங்கே நினைவுகூர்கிறேன். கேசவபிள்ளைக்கும் இருபெண்களுடன் உறவிருக்கிறது. அந்த உறவின் நுட்பங்களை தகழி கொஞ்சம்கூட மிகை இல்லாமல் மிகச் சாதாரணமான தொனியில் ஒரு பத்திரம் எழுதுபவன் தகவல்களை முன்வைப்பதுபோல சொல்லிச்செல்லும் விதம் என்னை இன்று பிரமிக்கச்செய்கிறது. தங்கம்மாவிற்கும் கார்த்யாயினிக்கும் இடையே உள்ள வேறுபாடு மிகத்துல்லியமானது. ஆணின் பிடியில் இருந்து எப்போதும் மீறி எழும் வேட்கை கொண்ட பெண் தங்கம்மா. ஆணுக்குள் தன்னை ஒளித்துக்கொள்ளும் பெண் கார்த்யாயினி.

இனிமேல் வாசிக்கும்போது கவனியுங்கள். கேசவபிள்ளை தங்கம்மாவில் கார்த்யாயினியை எதிர்பார்க்கிறார். கார்த்யாயினியில் தங்கம்மாவை எதிர்பார்க்கிறார். வேட்கையை எதிர்கொள்ளும்போது அவர் அதை வெல்ல எண்ணுகிறார். அடக்கத்தை கைப்பற்றும்போது அதில் வேட்கையை எழுப்ப ஆசைப்படுகிறார். இரண்டையுமே அவர் புரிந்துகொள்ளவில்லை.

இலக்கிய ஆக்கத்தின் அழகுகளில் காட்சிசார்ந்த நுட்பங்களுக்கு மிக முக்கியமான பங்களிப்புண்டு. காட்சி ஊடகத்தின் நுட்பத்திற்கும் இலக்கியம் காட்டும் நுட்பத்திற்கும் பெரிய வேறுபாடு உண்டு. இங்கே காட்சியை சந்திப்பது மொழி. ஃபிலிம்மின் ரசாயனத்தின் மீது ஒளி பதிந்து உருவாகும் பிம்பம் போல மொழியின் படலம் மீது காட்சி படிந்து உருவாக்கும் மெல்லிய நிறபேதங்கள் இலக்கியத்தில் அந்தக் காட்சியை நிறுவுகின்றன.

ஓ.வி. விஜயனின் ஆரம்பகாலக் கதைகளில் ஒன்றாகிய யுத்தத்தின்றே ஆரம்பம் வாசித்துக்கொண்டிருக்கும்போது நான் ஒரு காட்சியைக் கண்டேன். ஒரு வீட்டுக்கு முன்னால் நின்ற'துயரமான எருமைகள் திரும்பிப்பார்த்தன' (விஷாதவானாய போத்துக்கள் திரிஞ்ஞு நோக்கி) எருமையின் கொம்புகளின் அமைப்பு காரணமாக அது சற்றே சாய்வாகத்தான் திரும்ப முடியும். தலையை தாழ்த்தினால் கண்ணை தூக்க வேண்டியிருக்கும். அதுதான் துக்கம். ஆனால் அந்த வரி எருமையை அகச்சித்திரமாக கண்முன் நிறுத்திவிடுகிறது. ஒரு புகைப்படக்கருவி இந்த நுட்பத்தை பதிவுசெய்யாது.

சிறுவயதில் எனக்கு கதகளியில் மிகமிகப்பிடித்ததே திரைநோட்டம் தான். செம்பட்டுத்திரைச்சீலை குத்துவிளக்கின் ஒளியில் நலுங்குவதை தாளமுடியாத மனக்கிளர்ச்சியுடன் பார்த்துக்கொண்டிருப்பேன். அந்த திரைக்கு அப்பால் யார்? சுட்டி? கரி? பச்சை? எந்தத் தேவன்? எந்த அசுரன்? கிருஷ்ணனா? நரகாசுரனா? நிழல்கள் ஊடுருவி வருகின்றன. கைபட்டு இடைபட்டு அசைவுகள் புடைத்து மறைகின்றன. சதங்கை ஒலிக்கிறது. கைவளைகள் குலுங்குகின்றன.

இலக்கிய ஆக்கத்தின் மொழி அந்த திரைச்சீலை போல. அது காட்டுவதும் மறைப்பதும் ஆகும். அதனூடாக நமக்கு வருவதை விட அதை மீறி வருபவைதான் அதிகம். கலைப்படைப்பின் மொழி முடிவில்லாத கற்பனைச்சாத்தியங்களை அளித்துக்கொண்டு நலுங்கிக் கொண்டே இருக்கிறது.

ஒரு கூட்டத்தில் யூ.ஆர். அனந்தமூர்த்தி சொன்னார் - 'We have to use and abuse language to create.' மொழியை எங்கும் கொண்டு செல்லக் கூடியவன்தான் கலைஞன். வி.கெ.என். ஒரு கதையில் எழுதினார்,

சாத்தன்ஸ் சாலையோரத்தில் ஒரு பீடிக்கனலுக்கு அப்பால் அமர்ந்து மலம்கழித்தான் (சாத்தன்ஸ் வழிவக்கத்து ஒரு பீடிக்கொள்ளிக்கு அப்புறத்து குத்தியிருந்து வெளிக்கிறங்ஙி). ஏனென்றால் கதை சொல்லியும் வாசகனும் சாலையில் நிற்கிறார்கள்!

நான் ஒருமுறை ஒரு உணவகத்தில் சாப்பிட்டேன். அந்த உணவகம் மூங்கிலால் ஆனது. நாற்காலிகள் மூங்கில். தட்டு மூங்கில். ஸ்பூன்கள் மூங்கில். சாப்பிடும் எல்லா உணவுகளும் மூங்கில்தான். The Bamboo என்று அதற்கு பெயர். அதே போல இலக்கியத்தின் வடிவமும் உள்ளடக்கமும் எல்லாம் அதன் மொழிதான்.

இலக்கியப்படைப்பின் உணர்ச்சிகள், காட்சிகள், தரிசனங்கள் எல்லாமே அதன் தனி மொழியில்தான் உள்ளன. மொழிதான் இலக்கிய ஆக்கம். ஒரு குறிப்பிட்டவகையில் ஒன்றைச் சொல்வதன்மூலம்தான் ஒரு தரிசனத்தை முன்வைக்கிறது. ஒரு மொழியனுபவமாக ஆகாத எழுத்து இலக்கிய அனுபவமாக ஆகவில்லை என்றே பொருள்.

ஓர் இலக்கிய ஆக்கத்தில் உள்ள தரிசனம் எதுவோ அது அந்தப் படைப்பின் சிறப்பான மொழியமைப்பில் எங்கும் எல்லா வரிகளிலும் ஏதோ ஒரு வகையில் ஒளிவிட்டுக்கொண்டே இருக்கும். கல்பற்றா நாராயணனின் நாவலில் ஒரு வரி. கணவன் நடக்கச்செல்கிறான். அந்நேரத்தில் மனைவி இறந்துவிடுகிறாள். அவன் வழக்கமாக வருவதை விட இரண்டு மணிநேரம் தாமதமாக திரும்பி வந்தான். 'ஆகவே அவள் உள்ள உலகில் மேலும் இரண்டுமணிநேரம் வாழ அவனால் முடிந்தது'. அந்த வரி அளிக்கும் மனத்தூண்டல் evocation தான் அந்நாவலின் தரிசனமாக மொத்த நாவலிலும் விரவி ஒளி விடுகிறது.

எந்த ஒரு இலக்கிய ஆக்கத்தையும் அதன் நுண்மைகளை தொட்டறியும் நுண்வாசிப்பு (micro reading) மூலமே முதலில் அணுகவேண்டும். முதலில் தொட்டுப்பார்த்து அதற்கு உயிருள்ளதா இல்லை மண்ணா என்று தெரிந்துகொள்வது போலத்தான் இது. அதன் அத்தனை விரிவாக்கங்களும் அதன் பின்னால் வருவனவே.

இன்றைய வாசிப்பில் மிகமிகக் குறைவாக நிகழ்வது இந்த நுண்வாசிப்புதான். ஆகவேதான் தன் அகம் புரிந்துகொள்ளப்பட வில்லை என்ற பெரும் துயரத்தை எழுத்தாளன் அடைகிறான். ஒரு படைப்பாளியிடம் சென்று 'உங்கள் படைப்பு மூன்றாம் உலக மக்களின் அக நெருக்கடிகளுக்குள் சென்று புதிய சாத்தியக்கூறுகளைக் காட்டுகிறது' என்று சொல்லுங்கள். 'அப்படியா?' என்பான் தர்மசங் கடத்துடன். அவன் படைப்பில் உள்ள ஒரு சிறு நுட்பத்தை சுட்டிக்காட்டுங்கள், அவன் முகம் மலர்வான்.

ஏனென்றால் நுட்பத்தில்தான் படைப்பூக்கம் உள்ளது. அது கடவுளே ஆனாலும் சரி. கலையும் கடவுளும் நுட்பங்களில்தான். God is in details. ஒரு எறும்பைக்கூர்ந்து நோக்கி அதனால் இரு பின்னங்கால்களில் மொத்த உடலையே தூக்க முடியும் என்று கண்டு ‘கடவுளே’ என்று கூவும்போது உங்களுக்கு மிக அருகே கடவுள் நின்றுகொண்டு புன்னகைசெய்வார்.

•

ஒரு கதை கேட்டேன். எல்லாவற்றுக்கும் போலிகளை உருவாக்கும் குந்நங்குளத்தில் ஒரு டீக்கடையில் மோகன்லால் போய் அமர்ந்து ஒரு டீக்குச் சொன்னார். கடைக்காரர் கத்தினார் ‘டா மோகன்லாலே ஒரு சாய எடுக்கடே’. டூப் மோகன்லால் டீயுடன் வந்தாராம்.

*1997*ல் ழாக் தெரிதா நியூ டெல்லி ஸ்கூல் ஆஃப் எகனாமிக்ஸில் ஒரு பேருரை நிகழ்த்தவந்தார். The State of the Lie, and the Lie of the State என்ற தலைப்பில். அவர் பேசி முடித்தபின்னர் நம்மூர் பேராசிரிய விமர்சகர்கள் அவரிடம் கேள்விகள் கேட்டபோது குந்நங்குளத்தில் மோகன்லால் அடைந்த அதிர்ச்சி அவருக்கு ஏற்பட்டது. அந்த நிகழ்ச்சியில் என் நண்பர் சத்தியமூர்த்தி கலந்துகொண்டார். அன்றிரவே அங்கே நிகழ்ந்ததை என்னிடம் கூப்பிட்டுச் சொன்னார்.

‘நீங்கள் பேசிக்கொண்டிருப்பது நான் சொன்ன டிகன்ஸ்ட்ரக்ஷனைப் பற்றி அல்ல. நீங்கள் சொல்வதே எனக்கு சரியாக புரியவில்லை. நீங்கள் இலக்கியப்பிரதியை உடைத்து சிறியதுண்டுகளாக ஆக்குவதைப்பற்றி பேசுகிறீர்கள். இலக்கியத்திற்குள் இருந்து எதையோ உருவி எடுப்பதைப்பற்றி பேசுகிறீர்கள். நீங்கள் இலக்கிய ஆக்கத்தை சிறுமை செய்கிறீர்கள். நான் சொல்லும் டிகன்ஸ்ட்ரக்ஷன் என்பது இலக்கியப் பிரதியை பெரியதாக ஆக்கும் வாசிப்பு’ என்று தெரிதா மிரண்டுபோய் சொன்னார்.

‘இனிமேல் இலக்கியம் என்பதே கிடையாது, வாசிப்பு மட்டும்தான் உள்ளது என்று நீங்கள் சொல்கிறீர்கள் அல்லவா?’ என்றார்கள். ‘அய்யய்யோ, நான் பேரிலக்கியங்களின் வாசகன். என் வாசிப்பை விரிவாக்கி அவற்றை இன்னும் சிறப்பாக எப்படி வாசிக்கமுடியும் என்றுதான் பேசுகிறேன்’ என்று தெரிதா சொன்னார்.

ஏறத்தாழ எல்லா இந்திய மொழிகளிலும் தொண்ணூறுகளில் நடந்தது இதுதான். சிவாஜியின் படைவீரர்கள் உடும்பைத் தூக்கி கோட்டை மேல் வீசுவார்கள். அது கோட்டையை இறுகப்பற்றிக்கொள்ளும். அதன் வாலில் கட்டிய கயிற்றைப்பிடித்துக்கொண்டு ஒவ்வொரு வீரராக மேலே ஏறிவிடுவார்கள். நம்மூர் பேராசிரியர்கள் முதலில்

ரோலான் பார்த்தை தூக்கி வீசினார்கள். அந்த உடும்பு சரியாக பிடிக்கவில்லை. மறுமுறை தெரிதாவை கொன்று அந்தச் சடலத்தைத் தூக்கி வீசினார்கள். பிடித்துக்கொண்டது. மேலே ஏறி வந்தார்கள். கொஞ்சகாலம் கோட்டை அவர்களின் கைவசம் இருந்தது.

அந்தக் காலகட்டத்தில்தான் இலக்கிய வாசிப்புக்கு இந்திய இலக்கிய வரலாற்றின் மிகப்பெரிய அடி விழுந்தது. அந்த நோய்க்கூறுகளில் இருந்து இன்னமும் நம் வாசிப்பு மேலேறவில்லை.

வாசிப்புக்கு மிகச்சிறந்த உதாரணமாகக் கூறவேண்டிய ஒரு கதை ரேமண்ட் கார்வர் எழுதிய கதீட்ரல். ஒரு விழியிழந்தவர் கதை சொல்லியை பார்க்க வருகிறார். விழியிழந்தவரின் மனைவியும் இவர் மனைவியும் வெளியே செல்கிறார்கள். இருவரும் மட்டும் பேசிக் கொண்டிருக்கிறார்கள். தற்செயலாக கதீட்ரல் என்று இவர் சொல்கிறார். பிறவியிலேயே கண் தெரியாதவருக்கு அந்தச் சொல் புரியவில்லை. இவர் விதவிதமாக விளக்கிப்பார்க்கிறார்.

கடைசியில் இவர் ஒரு பென்சிலை எடுத்துக்கொள்கிறார். அந்த கையை கண் தெரியாதவர் பற்றிக்கொள்கிறார். இவர் கதீட்ரலை வரைகிறார். அவர் கூடவே மனதால் வரைகிறார். இருவரும் கதீட்ரலை பார்த்து விடுகிறார்கள். கண் தெரியாதவருக்கு இவர் ஒரு கதீட்ரலை காட்டுகிறார். இவருக்கு அவரும் ஒரு கதீட்ரலை காட்டுகிறார்.

மனைவிகள் வருகிறார்கள்.'என்ன செய்தீர்கள் இருவரும்?' என்கிறார்கள். 'நாங்கள் ஒரு கதீட்ரலைப் பார்த்தோம்' என்கிறார் கண்தெரியாதவர். ஆமாம் என்கிறார் இவர்.

படைப்பும் வாசிப்பும் நிகழும் தளம் இது. எழுத்தாளனும் வாசகனும் ஒரு நுட்பமான தளத்தில் சந்தித்துக்கொள்கிறார்கள். இருவருக்குள் ஒரு ரகசியமான உரையாடல் நிகழ்கிறது.

டிகன்ஸ்ட்ரக்ஷன் வந்தபோது இந்தச் செயலை ஒரு குஸ்தியாக மாற்றிவிட்டார்கள். எழுத்தாளன் ஒரு பன்ச் வைத்தால் வாசகன் திருப்பி அடுத்த பன்ச் வைக்க வேண்டும். இந்த பன்ச் வைக்கும் வேலையில் எப்போதுமே எழுத்தாளர்களைவிட விமர்சகர்கள் மேலானவர்கள். அவர்களுக்கு ஏகப்பட்ட புத்தகங்கள் இருக்கின்றன. அவற்றை இரும்புக் கையுறையாக போட்டுக்கொண்டு ஒரு குத்து. எழுத்தாளன் அவுட்.

அதைத்தான் இங்கே எழுத்தாளனின் மரணம் என்று சொல்லிக் கொண்டார்கள். நாடி பிடித்துப்பார்த்து உதட்டை பிதுக்கி அவ்வளவு தான் போச்சு என்றார்கள். பார்த்தின் The Death of the Author போல

தலைகீழாக புரிந்துகொள்ளப்பட்ட கட்டுரையே இல்லை. நான் கோட்பாடுகளை உடனடியாக வாசிப்பதில்லை. தமிழிலும் மலையாளத்திலும் வெளிவந்த பேராசிரியர் உரைகளை வாசித்தபின் கடைசியாக பார்த்தை வாசித்தபோது மண்டையில் தேங்காய் விழுந்ததுபோல இருந்தது.

பார்த் எழுத்தை எழுத்தாளனின் தனிப்பட்ட ஆளுமையில் இருந்து விடுவிக்கிறார். எழுத்தாளனை அவன் வாழும் காலகட்டத்தின் பிரதிநிதியாக காட்டுகிறார். வரலாற்றின் பண்பாட்டின் ஒட்டுமொத்தமாக உள்ள மொழியில் அவன் எழுத்து நிகழ்கிறது. அதாவது எழுத்தாளனை பலமடங்கு பெரிதாக ஆக்கும் ஒரு பார்வை பார்த்துடையது. அதை வைத்து இனிமேல் எழுத்தாளனே இல்லை, ஆகவே எதையும் எப்படியும் வாசிக்கலாம் என்றார்கள். அதையே இங்கே டீகன்ஸ்ட்ரக்ஷன் என்ற பெயரில் செய்தார்கள்.

சார்லி சாப்ளின் கார் ரிப்பேர் செய்வார். காரை அக்கக்காக கழற்றி பூட்டிவிடுவார். ஆனால் பாதிச்சாமான்கள் மிச்சமிருக்கும். அதையெல்லாம் அள்ளி உள்ளே போட்டு கிளப்பிக்கொண்டு செல்வார். அந்த லட்சணத்தில்தான் இங்கே கட்டுடைப்பு விமர்சனங்கள் நிகழ்ந்தன. மனம் திறந்து சொல்லுங்கள் ஒரு சாதாரண வாசகன் அவனது சாதாரண ரசனையால் தொட்டுணராத எதை இந்த கட்டுடைப்பாளர்கள் கண்டு சொன்னார்கள்? சில புதிய கலைச்சொற்களுக்கு அப்பால் நம் வாசிப்பில் இவர்கள் அளித்த பங்களிப்புதான் என்ன?

ஆனால் தெரிதாவின் டீகன்ஸ்ட்ரக்ஷனை நான் நிராகரிக்க மாட்டேன். அதை மிக விரிவான ஒரு வாசிப்பாகவே நான் சொல்வேன். உண்மையில் எந்த வாசகனும் எந்த ஆக்கத்தையும் டீகன்ஸ்ட்ரக்ட் செய்துதான் வாசித்துக்கொண்டிருக்கிறான். அதை இன்னும் பயிற்சியுடன் இன்னும் முயற்சியுடன் செய்யக் கற்றுக்கொடுக்கிறார் தெரிதா. எளிமையாகச் சொன்னால் ஒன்றை ரசிக்கும்போது என்னை இதை ரசிக்க வைப்பது எது என்று ஆராயும் பார்வைதான் தகர்ப்பமைப்பு. ஒன்றை ஏற்றுக்கொள்ளும்போது ஏன் இதை நான் ஏற்றுக்கொள்கிறேன் என்று கவனிக்கச்செய்யும் ஆய்வுதான் அது.

அந்த ஆராய்ச்சி ஒருவன் தன்னை தன் பண்பாட்டு, வரலாற்றுப் பின்னணியில் மிக விரிவாக அர்த்தப்படுத்திக்கொள்வதை நோக்கித்தான் செல்லும். எந்தக் குறியீடுகளாலும் குறிகளாலும் படைப்பு உருவாக்கப்பட்டிருக்கிறதோ அந்தக் குறியீடுகளாலும் குறிகளாலும் தான் வாசகனின் அகமும் உருவாக்கப்பட்டிருக்கிறது. இரண்டுமே மொழிதான் என்கிறார் தெரிதா. கடலில் மீன் போல மொழியில் இருக்கிறான் மனிதன். ஆகவே மீன் தன்னை அறிவதென்பது கடலையே அறியும் பெரும் அறைகூவல்தான்.

தகர்ப்பமைப்பு மூலம் ஒரு வாசகன் தன்னைத்தான் மீண்டும் மீண்டும் ஆராய்ந்து பார்க்கிறான். ஓர் இலக்கிய ஆக்கம் என்பது அவனுக்கு வெளியே இருக்கும் ஒரு கட்டமைப்பு அல்ல. அவனுக்குள் இருக்கும் மொழியும் வெளியே இருக்கும் மொழியும் கொள்ளும் நுண்மையான உறவாடலால்தான் இலக்கிய ஆக்கம் நிகழ்கிறது. அதாவது பிரதி நிகழ்வு என்பதே அந்த ஊடாட்டம்தான். தகர்ப்பமைப்பாளன் கவனிப்பது அந்த ஊடாட்டத்தை. தன்னுள்ளும் வெளியேயும், பிரதிக்கும் வாசிப்புக்கும் நடுவே என்ன நிகழ்கிறது என்று.

ஒரு நுண்வாசிப்புக்குப் பின்னர் ஒட்டுமொத்தமாக அந்த ஆக்கத்தை உள்வாங்கிக்கொள்ளும் முயற்சிதான் தகர்ப்பமைப்பு என்று சொல்லலாம். அது பிரதியை நூற்றுக்கணக்கான சரடுகள் மூலம் ஒட்டுமொத்த வரலாற்றுடன் ஒட்டுமொத்த பண்பாட்டுடன் ஒட்டு மொத்த ஆழ்படிமங்களுடன் பிணைக்கிறது. அதாவது அது பிரதியை மொழியில் வைத்துப்பார்க்கிறது.

சும்மா ஓர் உதாரணம். 'அரயத்தி பெண்ணு தபஸிருந்நு, அவனை கடலம்ம கொண்டுவந்நு' என்ற செம்மீனின் பிரபலமான தொன்மம் உண்மையில் கண்ணகித் தொன்மத்தின் மறுவடிவம் அல்லவா? கரையில் ஆற்றியிருப்பதைத்தானே சங்க காலம் முதல் தமிழ்த் தொல்மரபு பெண்ணுக்குச் சொல்லி வந்திருக்கிறது?

இரண்டாயிரம் வருடத்து தமிழ்மரபில் செம்மீனை வைத்துப்பார்த்தால் எப்படி அதை வகுத்துக்கொள்வோம்? ஐந்து வகை நிலங்களில் செம்மீன் நெய்தல் திணையைச் சேர்ந்தது. நெய்தல் என்றால் இரங்கலும் இரங்கல் நிமித்தமும். பிரிந்து கண்ணீருடன் ஆற்றி யிருக்கும் பெண். அதைச்செய்யும்படி அந்த தொன்மம் பெண்ணுக்கு ஆணையிடுகிறது. நம் மொழியின் ஆழத்தில் இருக்கும் இந்தக் குறியீடுதான் செம்மீனை அத்தனை வலுவான படைப்பாக ஆக்கியதா? கறுத்தம்மாவின் மரணத்தை நாம் அங்கீகரிக்க வைக்கப்பட்டமைக்குக் காரணம் அவள் நெய்தலின் விதியை மீறியதுதானா?

இப்படி பலநூறு கண்ணிகளைப் போட்டு பிரம்மாண்டமான பின்புலத்துடன் படைப்பை பிணைத்து அதை விரித்துவிரித்துப் பலமடங்காக ஆக்கிக்கொள்வதற்குப் பெயர்தான் தெரிதா சொன்ன தகர்ப்பமைப்பு. தகர்ப்பும் அமைப்பும் ஒரே சமயம் நிகழும் ஒரு உக்கிரமான படைப்பு நிலை அது.

அதற்கு நாம் நம்மைக் கூர்ந்து நோக்கப் பயின்றிருக்கவேண்டும். நம்முள் மொழியின் ஆழமாக உறையும் பண்பாட்டையும் வரலாற்றையும் அறிந்திருக்கவேண்டும். நம்மை படைப்பைக்கொண்டு உடைக்க வேண்டும். படைப்பை நம்மைக்கொண்டு உடைக்கவேண்டும்.

படைப்பை வைத்துக்கொண்டு காலப்பெருவெளியில் விரிந்து பரவ வேண்டும்.

அதுதான் இங்கே நிகழ்ந்ததா? நம்முடைய தகர்ப்பமைப்பாளர்கள் எத்தனைபேர் நம்முடைய படைப்புகள் மேல் புதிய ஒளியை வீசினார்கள்? யார் நம் படைப்புகளை பிரம்மாண்டமாக நமக்கு காட்டினார்கள்? நேர்மாறாக நம் ஆக்கங்களை சிறுமைப் படுத்தினார்கள். அவற்றை அற்பமான கருத்துக்கட்டமைப்புகளாக சுருக்கிக் காட்டினார்கள். நம்மை பெரும் படைப்புகளில் இருந்து விலக்கினார்கள், இல்லையா?

•

எங்களூரில் தகடு எடுப்பது ஒரு சடங்கு. ஏதாவது ஒரு வீட்டில் நோயோ மரணமோ நிகழ்ந்தால் மந்திரவாதிக்கு சொல்லியனுப்புவார்கள். அவர் தன் ஆயுதங்களுடன் வந்திறங்குவார். மந்திரவாதி என்றால் பார்த்தாலே தெரியவேண்டும். மீசை, உருண்ட சிவந்த கண், சிவப்பு வேட்டி, சடைமுடி... வீட்டுக்குள் சென்றதும் வீட்டுக்காரர்கள் அவர் காலில் விழுவார்கள். வீட்டை முறைத்துப் பார்த்துவிட்டு பூஜையை ஆரம்பிப்பார். பூஜை ஏற ஏற பூஜாரி துள்ளி எழுந்து சன்னதம் கொண்டு ஆடுவார்.

ஆடியபடியே வீடெங்கும் சுற்றி வருவார். ஒரு இடத்தில் தோண்டும் படிச் சொல்வார். அங்கே ஒரு தகடு கிடைக்கும். அது எதிரி மந்திரித்து சூனியம் வைத்து துர்தேவதைகளை ஏவி விட்டிருக்கும் தகடு. அவன் அங்கே புதைத்து வைத்திருக்கிறான். இவர் எடுத்துக் காட்டுகிறார். ஆனால் தகடு மந்திரவாதி அவரே கொண்டு வருவது. அவரது காலிடுக்கில் இருந்து அங்கே போடப்படுவது.

இந்த விஷயத்தில் எனக்கு தமிழகத்தை விட கேரளம் மீது ஆழமான மனக்குறை உண்டு. இங்கே ஓங்கியிருப்பது தட்டையான அரசியல் வாசிப்புதான். எந்த ஒரு படைப்பைக் கண்டாலும் அதன் நான்கு மூலையிலும் நின்று துள்ளிவிட்டு அதற்குள் இருந்து அரசியல் கருத்தின் தகடை உருவி எடுப்பதையே இங்கே செய்கிறார்கள்.

படைப்புக்கு அரசியல் உண்டா? உண்டு. படைப்பில் அரசியலை ஆராயலாமா? ஆராயலாம். இலக்கியம் ஒரு கருத்தியல் செயல்பாடு. கருத்தியலில் அதிகாரம் உள்ளது. அதிகாரம் அரசியலால் இயக்கப் படுவது. தெரிந்தும் தெரியாமலும் இலக்கியத்தில் அரசியல் உண்டு. அந்த அரசியலை அறிவதும் வாசிப்பின் ஒரு முறைதான்.

ஆனால் இரண்டு விஷயங்களை நாம் கணக்கில் கொள்ளவேண்டும். ஒன்று இலக்கிய ஆக்கம் என்பது அரசியல் மட்டும் கொண்டதல்ல.

அதில் அரசியல் இருந்தே ஆகவேண்டும் என்பதும் இல்லை. அது ஒரு மனிதனின் அகவெளிப்பாடு. அவனுடைய அகம் மொழியாலானது என்பதனால் அது ஒரு மொழி நிகழ்வு. மொழி அனைவருக்கும் பொதுவானதாகையால் அது ஒரு பொது நிகழ்வாக ஆகிறது. மொழியில் தொடர்ந்து நிகழ்ந்துகொண்டே இருக்கும் ஒரு நுண் தொடர்புறுத்தல் அது. மொழியை அதுதான் உருவாக்குகிறதென்றே சொல்லலாம். அது வெறும் அரசியல்நடவடிக்கை அல்ல.

இரண்டாவதாக, இலக்கியத்தில் அரசியல் இருந்தாலும் அது ஏற்கெனவே நம் சூழலில் அலம்பிக்கொண்டிருக்கும் எளிமையான கட்சி அரசியல் அல்ல. தரப்புகளின் அரசியல் அல்ல. இலக்கியத்தின் அரசியலென்பது இலக்கியத்திற்கே உரிய அரசியல்.

சிலகாலம் முன்பு தமிழின் தலைசிறந்த கவிஞரான பிரமிள் தன்னுடைய கவிதைகள் அரசியலற்றவை என்று சொன்னார். அவர் வைரங்கள் போல என்றார். அதைக்கேட்டு ஒரு முற்போக்கு விமர்சகர் கொதித்தார். அப்படியானால் அக்கவிதைகளுக்கு பயன்மதிப்பு என ஒன்றும் இல்லையா? வெறும் அலங்காரமோ ஆடம்பரமோ மட்டும்தானா அவை?

அதற்கு தமிழின் மகத்தான கவிஞராகிய தேவதேவன் ஒரு கட்டுரையில் பதில் சொன்னார். ஆம், அவை வைரங்கள்தான். ஆனால் வைரங்கள் பயனற்றவையா? நாம் உலகியல் சூழலில் பயன்படுத்துவதுபோன்ற பயன் அவற்றுக்கு இல்லை, அவ்வளவுதான். அவை ஒரு இட்லி போல ஒரு கோவணம் போல ஒரு பாய்போல நமக்கு பயன்படுபவை அல்ல. அவற்றின் பயன் குறியீட்டு ரீதியானது.

வைரம் நமக்கு சுட்டுவது எதை? நம்முடைய உலகியல்செயல்பாடுகள் அனைத்துக்கும் அப்பால் நின்று நம்முடைய உலகியலை மதிப்பிடக் கூடிய ஒரு அபூர்வப்பொருளாக அது உள்ளது. நம்முடைய உலகியலின் மதிப்பையும் மதிப்பில்லாமையையும் அது நமக்கு உணர்த்துகிறது. ஒரு வைரம் பல டன் சோற்றுக்குச் சமமாக இருப்பது அதனால்தான்.

கவிதையும் அதைப்போலத்தான். உலகியலை கவிதை மதிப்பிடலாம், கவிதையை உலகியல் மதிப்பிட்டுவிட முடியாது என்றார் தேவதேவன்.

ஆம், உலகியல் சார்ந்த ஒரு எளிய அரசியலால் ஒருபோதும் இலக்கியத்தின் அரசியலை மதிப்பிட்டுவிடமுடியாது. இலக்கியத்தின் அரசியலென்பது கால இடத்தை மீறிச்செல்லும் அறவுணர்ச்சியால் ஆனதாக உள்ளது. அரசியல் இருபதாண்டுக்காலம் நீடிக்குமா? இலக்கியம் பல்லாயிரம் வருடங்கள் வாழக்கூடும்.

ஒரு முக்கியமான அரசியல்பிரதியை இங்கே நினைவூட்டுகிறேன். சிலப்பதிகாரம். 'அரசியல்பிழைத்தோர்க்கு அறம் கூற்றாகும்' என்று சொன்ன காப்பியம் அது. தமிழ் பண்பாட்டின் ஆகப்பெரிய அரசியல் கருத்து அதுதான். அரசு அறம் இழந்தால் சாமானியனின் அறவுணர்ச்சி கொல்லும் மரணமாக கிளம்பிவரும் என்று அது எச்சரிக்கிறது. மிகப்பெரிய ஒரு புரட்சி அறைகூவல் அது.

இந்த ஆயிரத்தைந்நூறு வருடங்களில் தமிழகத்தின் அரசியலில் என்னென்ன நிகழ்ந்திருக்கும்? என்னென்ன சிந்தனைகள் வந்து போயிருக்கும்? ஆனால் அந்த அரசியல் கூற்று முனைமழுங்காத வாள்போல, அணையாத தீ போல நின்றுகொண்டே இருக்கிறது, இல்லையா?

அந்த அரசியல்தான் படைப்பிலக்கியத்தின் அரசியல். இன்றைய திமுக அதிமுக அரசியலை வைத்து சிலப்பதிகாரத்தை மதிப்பிட்டுவிட முடியுமா? அது வைரம், கூர்மையான விஷம். அதை இட்லி தோசையை வைத்து மதிப்பிட்டுவிட முடியாது.

ஆனால் நான் கேரள இதழ்களை வாசிக்கையில் காண்பது அதைத்தான். இலக்கிய ஆக்கங்கள் அவ்வப்போது கேரள அரசியல் சூழலில் என்ன பேசப்படுகிறதோ அதனடிப்படையில் விவாதிக்கப்படுகின்றன. சாப்ளின் கார் சரிசெய்வதுபோல, அந்த விவாதத்துக்கு வெளியே உள்ளவை எல்லாம் தேவையற்றவை என்று அள்ளிப்போடப் படுகின்றன.

கால்நூற்றாண்டாக எந்த அரசியல் விவாதமும் மதவாதம் சார்ந்து மட்டுமே பேசப்படுகிறது. காரணம் அது இன்றைய இடது-வலது அரசியல். தேசியம் இன்னொரு தலைப்பு. இந்த தலைப்புகளை நமக்கு கட்சி அரசியல் அளிக்கிறது. அந்த தலைப்புகளுக்கு ஏற்ப படைப்பு களை வகைப்படுத்துவதை மட்டுமே நாம்செய்து வருகிறோம்.

இப்படி வகைப்படுத்துவதை நாம் தகர்ப்பமைப்பு என்று சொல்கிறோம். ஒரு படைப்பை பிரித்துப்போட்டு அந்த படைப்புக்கு சமகால அரசியல் அர்த்தம் என்ன என்று கண்டுபிடிப்பது அல்ல தகர்ப்பமைப்பு. அது தகர்ப்பமைப்பு (டிகன்ஸ்டிரக்ஷன்) அல்ல. தகர்ப்பு (டிஸ்டிரக்ஷன்) மட்டுமே.

ஒரு படைப்பை ஒரு கருத்துத்தரப்பாக மட்டும் எடுத்துக்கொண்டு அந்த கருத்துத் தரப்பு தனக்கு உகந்ததா இல்லையா என்று பார்க்கும் சவப்பரிசோதனைக்கும் தெரிதாவுக்கும் சம்பந்தமில்லை. இந்த தெரு அரசியலுக்கு தெரிதாவின் கலைச்சொற்கள் பயன்படுவது மிகமிக துரதிருஷ்டவசமானது. இலக்கியப்படைப்பு என்பது ஒரு அரசியல்

சதிவேலை மட்டுமே என்றும், அதன் சதியைக் கண்டுபிடிப்பது மட்டுமே தெரிதா சொல்லும் டீகன்ஸ்டிரக்ஷன் என்றும் சொல்லும் மூடர்களால் நம் சூழல் நிறைந்திருக்கிறது.

மூன்று வகையில் இந்த அபத்த வாசிப்பு நிகழ்வதை நான் காண்கிறேன். ஒன்று அரசியல்கண்ணோட்டம் வெளிப்படையாகவே உள்ள டி பி ராஜீவனின் 'பாலேரி மாணிக்யம், ஒரு பாதிரா கொலபாதகத்தின்றே கதா' போன்ற நாவல்களில் அந்த அரசியல் மட்டுமே உருவி எடுக்கப்பட்டு அது மட்டும் சமகால அரசியலில் போட்டு அலம்பி எடுக்கப்படுகிறது. இன்னொன்று சமகால அரசியல் கருத்துக்களாக பிரித்து எடுக்கமுடியாத கல்பற்ற நாராயணனின் நாவல் போன்றவை முழுக்க உதாசீனம் செய்யப்படுகின்றன.

சின்ன வயசிலே சைதன்யா சொன்னாள்.'நாய்க்குட்டியோட பிடி' என்று. எதைச்சொல்கிறாள் என்று கொஞ்சம் கழிந்துதான் புரிந்தது. அதன் காதைச் சொல்கிறாள். ராஜீவன் நாவலில் காதை மட்டும் பிடித்து தூக்கிக்கொண்டிருக்கிறார்கள். கல்பற்றா நாவலை'என்ன இது பிடிகூட இல்லாமல் ஒரு நாயா' என்று தொட்டே பார்ப்பதில்லை.

மூன்றாவது அபத்தம் எந்த விதமான படைப்பூக்கமும் இல்லாத, முட்டாள்தனமான ஆக்கங்களை ஆகா என்கிறார்கள். அது ஒரு சூட்கேஸ். எல்லா அரசியல் விவாதங்களுக்கும் அது பிடி கொடுக்கிறது. மிக நவீனமான சூட்கேஸ். அதன் நான்குபக்கமும் நிறைய பிடிகள். தூக்க எளியது. நாய்க்குட்டிகள் பெரிய தொல்லை. அவை நாம் காதைப்பிடித்து தூக்கினால் கத்துகின்றன. இது எவ்வளவு வசதி!

வாசகன் என்பவன்..

நான் தர்மபுரி மாவட்டத்தில் பாலக்கோடு என்ற ஊருக்கு 1988 ல் வேலைக்குச் சென்றபோது அங்கே குப்புசாமி என்ற நண்பர் அறிமுகமானார். மிகத்தாழ்ந்த ஒரு சாதி/ சமூகப்படிநிலையில் இருந்து முழுக்க முழுக்க சொந்த உழைப்பால் அறிவுத்திறனால் மேலே சென்று இன்று உயரதிகாரியாக இருக்கிறார். என்னுடைய நெருக்கமான நண்பர்.

ஒருமுறை அவர் சுந்தர ராமசாமி நாவலை வாசித்துக்0கொண்டிருப் பதைக் கண்டு நான் ஆச்சரியப்பட்டேன். மாரண்டஹள்ளி என்ற சின்ன ஊரில் அவர் இருந்தார். அந்த ஊர் நூலகத்தில் அதை எடுத்து படித்துக் கொண்டிருந்தார். அந்த ஊரில் அவருக்கு நவீன இலக்கியத்தை யார் அறிமுகம் செய்தது?

இப்போது போல அல்ல அப்போது. நவீன இலக்கியம் ஒரு ஆயிரம்பேருக்குள் தான் அன்று புழங்கிக்கொண்டிருந்தது. எந்த அச்சு இதழிலும் இலக்கியவாதிகளைப்பற்றி எதுவும் இருக்காது. எவருமே அசோகமித்திரன் அல்லது சுந்தர ராமசாமி பெயரை சொல்லி நம் காதில் விழாது. இலக்கியம் அறிந்த ஒருவர் நமக்கு ஓர் இலக்கியவாதியை அறிமுகம் செய்து இலக்கியத்தை சொல்லிக்கொடுத்தால்தான் உண்டு.

ஆனால் குப்புசாமிக்கு எவருமே அறிமுகம் செய்யவில்லை. அவரே நூல்களை எடுத்து வாசித்து பிடிக்காதவற்றை நிராகரித்து பிடித்த வற்றை தேர்ந்தெடுத்து வாசித்து நல்ல இலக்கியங்களைக் கண்டு கொண்டார். முக்கியமான எல்லாவற்றையும் வாசித்திருந்தார். ஆச்சரியம் என்னவென்றால் அவர் அறிந்த இன்னொரு இலக்கிய வாசகன் நான்தான்.

எப்படி உங்களால் நல்ல இலக்கியத்தை அடையாளம் காணமுடிந்தது என்று நான் கேட்டேன். நல்ல உணவை எப்படி அடையாளம் காண்கிறோம், நல்ல படிப்பை எப்படி தேர்ந்தெடுக்கிறோம் என்றார் அவர். 'டேய், நான் பார்த்த வாழ்க்கையை யார் பார்த்திருக்கிறார்கள்? எனக்கு வாழ்க்கை தெரியும். அந்த வாழ்க்கைதான் என் அளவுகோல். அந்த அளவுகோல் கல்கியை பொழுதுபோக்கு எழுத்து என்றும் அசோகமித்திரனை வாழ்க்கையைப்பற்றிப் பேசும் நவீன இலக்கியம் என்றும் அடையாளம் காட்டுவதில் என்ன ஆச்சரியம்?'

ஆம், இலக்கியத்தை அறிய வேறொன்றும் தேவை இல்லை. எளிமை யான மொழியறிவு, அடிப்படையான கற்பனை சக்தி, வாழ்க்கையை அறிந்துகொள்ளும் தன்மை மூன்றும் போதும். சொந்த வாழ்க்கையை, சொந்த மனத்தை, சொந்த கனவுகளை மட்டுமே இலக்கியத்தை புரிந்துகொள்ளவும் மதிப்பிடவும் பயன்படுத்தினால் போதும்.

(12-3-2011 அன்று கோழிக்கோடு மாத்ருபூமி அரங்கில்
என்னுடைய நூலை வெளியிட்டு ஆற்றிய உரை)

வாழும் கணங்கள்

ரயிலில் ஒருவர் கூடவே பயணம் செய்தார். என்னைப் பற்றி விசாரித்தார். நான் எழுத்தாளன் என்று பொதுவாகச் சொல்லிக்கொள்வதில்லை, உடனே எழுத்தாளன் என்றால் யார், அவனுக்கு பொதுவாக தமிழில் என்ன வருமானம் வரும், அவன் எப்படி முதல்வகுப்பு அறையில் பயணம்செய்யக்கூடியவனாக ஆனான், எல்லாவற்றையும் நான் விளக்கியாகவேண்டியிருக்கும். 'பிஸினஸ் செய்கிறேன்' என்று மட்டும் சுருக்கமாகச் சொல்வேன். 'என்ன பிஸினஸ்?' என்று கேட்டால் 'கொடுக்கல்வாங்கல்' என்று சொல்வேன். உண்மையில் இந்த வார்த்தைக்குச் சரியான அர்த்தம் என்ன என்று எனக்கு இன்றுவரை தெரியாது. ஆனால் அதைக்கேட்டதுமே எதிர்த்தரப்பு அனேகமாக மௌனமாகிவிடும்.

ஆனால் இந்த நபர் அங்கே நிற்கவில்லை. என் முகத்தைக் கூர்ந்து பார்த்தார். 'உங்கள எங்கியோ பாத்திருக்கேனே?' என்றார். 'கேரளாவிலே இருந்தீங்களோ?' என்றார். ஒரே கணம் யோசித்து 'ஆ, உங்க படத்தை மாத்ருபூமியிலே பாத்தேன்' என்றார். என் அனுபவமென்னவென்றால் பொதுவாக அச்சிட்டபடங்களை வைத்து அதிகம்பேர் மனிதர்களை நேரில் அடையாளம் கண்டுகொள் வதில்லை. ஒரேமுறை தொலைக்காட்சியில் வந்தால் போதும் சிக்கல். நான் கூடுமானவரை தொலைக் காட்சியைத் தவிர்ப்பேன்.

'நீங்க தமிழ் எழுத்தாளர் இல்லியா சார்? ஜெயமோகன்னு பேரு... இல்லசார்? கிளாட் டு மீட் யூ'. ஆச்சரியம்தான்.

வாசகர் போலிருக்கிறது. 'வாசிப்பீங்களா?' என்றேன். 'எங்க சார்? அதுக்கெல்லாம் நேரமே இல்ல. நான் மார்க்கெட்டிங்லே இருக்கேன்... என்னோட வேல ராத்திரி ஒரு ஒம்பது மணிக்கு முடியும். உடனே ஒரு லார்ஜ் போட்டுட்டு அப்டியே தூங்கிடறதுதான்... நியூஸ்பேப்பர் மட்டும்தான் வாசிப்பேன்.' எனக்குப் புரியவில்லை. 'எர்ணாகுளத்திலே என் ஓட்டல் லௌஞ்சிலே மாத்ருபூமி பத்திரிகை கெடந்தது. எனக்கு மலையாளம் கொஞ்சம் தெரியும். புரட்டிப் பாத்தேன். உங்க படம் இருந்தது. நாலஞ்சு வரி வாசிச்சுப் பாத்தேன்...'

சிரித்துக்கொண்டு 'என்ன எழுதியிருந்திச்சுன்னு ஞாபகமில்ல சார். படமும் பேரும் மட்டும் பதிஞ்சிட்டுது... அது என்னோட கிஃப்ட். எனக்கு மனுஷ முகமும் பேரும் மட்டும் எப்பமுமே மறக்கிறதில்லை...' நான் 'அப்படியா?' என்றேன் மையமாக. 'நான் ஆரம்பத்திலே பலவேலைகள் செஞ்சிருக்கேன். செய்யாத வேல கெடையாது. எவ்ளவு தொழில் செஞ்சிருப்பேன்னு நினைக்கிறீங்க?' நான் வேடிக்கையாக 'அம்பது?' என்றேன். 'இருக்கும் சார், அம்பது இருக்கும்' என்றார் ஆவலாக.

'படிப்பு வரலை சார்... எஸ்எஸ்எல்சியோட சரி. அந்தக்காலத்திலே எவன் வேலைகுடுக்கான்? திண்ணவேலியில மளிகைக்கடையிலே நின்னேன். நானே சின்னதா மளிகைக்கடை வச்சேன். என்னென்னமோ செஞ்சிருக்கேன். தியேட்டர் முன்னால பிளாஸ்டிக் செருப்பு வித்திருக்கேன். கேரளாவிலே வட்டிக்குப் பணம் விட்டிருக்கேன். முந்திரிக்கொட்டை வாங்கிக் கடையிலே போட்டிருக்கேன். ஒண்ணுமே வெளங்கல்லை. நல்லவேள நமக்குப் பெரிய குடும்பம் கெடையாது. அம்மா மட்டும்தான்... ஒருகட்டத்திலே வெக்ஸ் ஆயிட்டேன். இனிமே நமக்குத் தொழில் கதியில்லேன்னு ஒரு ஓட்டலிலே கணக்கு எளுதினேன். அங்கயும் மரியாதையா வேலை செய்யமுடியலை சார். கணக்கு தப்புன்னு அனுப்பிட்டாரு ரெட்டியாரு.

'சரீன்னு நேரா குருவாயூர் போய்ட்டேன். என்னத்துக்கு போனேன்னா, தற்கொலைக்குத்தான். போய் ஒரு சின்ன ரூமைப்போட்டுட்டு ராத்திரி வரை படுத்தே கெடந்தேன். ராத்திரி கௌம்பி ரோட்டிலே நடந்து போனேன். எதுத்தாப்ல ஒருத்தரைப் பார்த்தேன். தூரத்துச் சொந்தக்காரரு. அப்பாவோட மச்சினன் மொறை. பரமக்குடியிலே இருக்கிறவரு. எனக்குத் தெரிஞ்சவங்கள பாத்தாலே மனசு நெறைஞ்சு ஒரு சிரிப்பு வந்திரும்சார். 'மாமா நல்லா இருக்கேளா'ன்னு கேட்டுட்டேன். 'தம்பி ஆரு'ன்னு அவரு கேக்காரு... பாத்து முப்பத்தாறு வருசமாயிருக்கு. நான் எங்கப்பா பேரைச்சொன்னேன். அவரோட பேரையும் வீட்டையும் எல்லாத்தையும் சொன்னேன்... அடடான்னு கட்டிப்புடிச்சாரு... என் நெலைமைய சொன்னேன். நீ என் கூட வான்னு கூட்டிட்டு போனாரு.'

‘அவருகூட சில்லறை வேலைகள் செஞ்சுட்டு ஒரு வருஷம் இருந்தேன்... அவரு ஊரூரா போய் வத்தல் மல்லி மொளகா மொத்தமாப் புடிப்பாரு. அதை கேரளாவுக்கு ஏத்தி அனுப்புவாரு. நான் கணக்குப்புள்ள. அவருக்கு டூவீலர் ஆக்ஸிடெண்ட் ஆகி படுத்திட்டார். எங்கிட்ட அவருக்குப்பதிலா போகச்சொன்னார். எனக்கானா அப்டி ஒரு இன்ஃபீரியாரிட்டி காம்ப்ளெக்ஸ் சார். ஆளு கறுப்பா இருக்கேன். பேச்சும் சரியா வராது. மனுஷங்க கிட்ட பேசிக் கவுக்கிறதுக்குண்டான சாமர்த்தியமும் கெடையாது... மாட்டேன்னு சொன்னேன். கோவிச்சு கிட்டார். வேற வழியே தெரியல்லை... சரீன்னு கௌம்பிட்டேன்.

‘சொல்லப்போனா ஒரு மூணுநாளு ஒருத்தரையுமே பாக்கலை. மஞ்சப்பையோட கௌம்பிப் போறது வெயிலிலே சுத்தி நாலெஞ் செடத்திலே டீயக்குடிச்சிட்டுத் திரும்பி வர்ரது. இதான்... ஒண்ணுமே ஓடலை. எங்கேயாவது ஓடிப்போய்டலாம்னு ஒரு நெனைப்பு... அதுக்கும் தைரியமில்லை... அப்டியே போய்ட்டிருக்கு சார்... அப்ப ஒருநாள் ரோட்டிலே ஒருத்தர பாத்தேன். பாத்ததுமே ஆளைத் தெரிஞ்சுகிட்டு ‘என்ன மாமா நல்லாருக்கேளா’ன்னு கேட்டேன். அவருக்கு நம்மளத் தெரியல. பழைய மளிகைக்கடைக்கு வார ஆளு. நான் அவரப்பத்தி சொன்னதும் ‘ஏலே மறக்காம வச்சிருக்கியே’ன்னு சொல்லி டீ குடிக்கக் கூப்பிட்டார். டீ குடிச்சுட்டிருக்கிறப்ப அவரே என்ன செய்றேன்னு கேட்டார். சொன்னேன். ‘டேய் நான் மல்லி வச்சிருக்கேண்டா... நீ வெலையச்சொல்லு குடுக்கறேன்’னார்.

‘என்ன சொல்றது? ரொம்ப சகாயவெலைக்கு நாப்பதுமூட்ட மல்லியோட திரும்பிவந்தேன். அன்னைக்கு நில கொள்ளல்ல. துள்ளலா இருக்கு. நேரா கோயிலுக்கு போய் சாமி கும்பிட்டேன். சுத்திட்டு வர்றப்ப ஒரு வெளிச்சம் மாதிரி தெரிஞ்சுது சார். நம்ம கிட்ட ஒரு தனித்தெறம இருக்கு. நமக்கு மனுஷங்கள மறக்கிறதே கெடையாது. இந்த ரயிலிலே ஒருத்தர ஒருவாட்டி பாத்து ஹலோ சொல்லிட்டேன்னா ஆயுசுக்கும் அவரையும் அவரப்பத்தின எல்லா டீட்டெயிலையும் மனசுக்குள்ள வச்சுக்கிடுவேன்.

‘அது சாதாரண விஷயம் கெடையாது... நாட்டிலே பெரும்பாலும் சனங்களுக்கு மத்தமனுஷங்க முகம் ஞாபகத்திலே நிக்காது சார். அவனவன் தன்னைப்பத்தியே தான் நினைச்சுட்டிருக்கிறான் பாருங்க. நான் ஆரைப்பாத்தாலும் என்னையறியாமலேயே சிரிச்சு வணக்கம் சொல்லி மாமா சித்தப்பான்னு கூப்பிட்டு எல்லா விசயமும் கேட்டிருவேன். சின்னவயசுப் பழக்கம். அந்தத் தெறம இருக்கக் கொண்டுதானே நான் குருவாயூரிலே சாவாம தப்பினேன். அதனாலத் தானே இப்ப வியாபாரம் அமைஞ்சுது.

‘அப்ப ஆரம்பிச்சேன் சார். நம்ம ஏரியா சேல்ஸுன்னு தெரிஞ்சுது. முதலு போடுறது, வாங்கி விக்கிறது, கணக்கு வச்சுகிடுறது ஒண்ணும் நமக்கு ஒத்துவராது. ஆனா மனுஷங்க கிட்ட பழக முடியும். இந்த மண்டைக்குள்ள ஒரு லெச்சம்பேருக்க முகமும் அட்ரஸும் மத்த விசயங்களும் இருக்கு... தொண்ணித்தி ஒம்பதிலே ஆடர் புடிச்சுக் குடுக்கிற வேலைய ஆரம்பிச்சேன். ‘தனா சேல்ஸ் செர்வீஸஸ்’னு பேரு. எல்லாத்துக்கும் ஆர்டர் புடிச்சுக் குடுப்பேன்... நாலஞ்சு பயக இருக்கானுக. ஆனா நான்தான் மெயின்... ராத்தூக்கம் ரயிலிலேன்னு வச்சுக்கிடுங்க... ஆனா இப்பம் நாலஞ்சுகோடி தேத்திட்டேன் சார்.’

ஆச்சரியமாக இருந்தது. கொஞ்சநேரம் பேசிக்கொண்டிருந்துவிட்டு கேட்டேன் ‘சரியா எப்ப உங்களுக்கு இந்த நினைப்பு வந்தது? அதாவது உங்க ஒரிஜினல் திறமை இதுன்னு எப்ப தோணிச்சு?’ ‘கோயிலிலே சார்.’ ‘ஆமா... ஆனா கோயிலிலே எப்ப? என்ன செஞ்சுட்டிருந்தப்ப?’ அவர் முகம் மலர்ந்து’ அதுகூட நல்லா ஞாபகமிருக்கு சார். சுத்தி வர்றப்ப ஒரு செலையப் பார்த்ததும் என்னமோ அது என் மாணிக்கமாமா முகம் மாதிரின்னு ஞாபகம் வந்தது. சிரிச்சுக்கிட்டேன். உடனே இப்டித் தோணிச்சுது.’

‘அதுதான் ஜென் தருணம்னு சொல்றாங்க’ என்றேன். ‘அப்டீன்னா?’ ‘கடவுள் நமக்கு ஞானத்தைக் குடுக்கிறது கொஞ்சம் கொஞ்சமா இல்ல... சட்டுன்னு ஒரு நிமிஷத்திலே அப்டியே வாசலத் தெறந்திடுறார். அந்த வாசலை நாம தட்டிக்கிட்டே இருக்கலாம். சிலசமயம் ஆயுசுபூராகூட தட்டலாம். ஆனா நினைச்சிருக்காத நேரத்திலே சட்டுன்னு அது தெறந்திருது...’ ‘ஆமாசார்... நான் இப்பமும் மாசம் ஒண்ணாம்தேதி திருச்செந்தூரு போய்டறது’ என்றார்.

அறிதல் என்று நாம் சாதாரணமாகச் சொல்கிறோம். ஆனால் தெரிந்து கொள்ளுதலுக்கும் அறிதலுக்கும் நிறைய வேறுபாடுண்டு. தெரிந்து கொள்ளுதல் நம் அன்றாட வாழ்க்கையில் சாதாரணமாக நடந்து கொண்டே இருக்கிறது. நாம் ஒன்றைத் தெரிந்துகொள்ளும்போது நம்மிடம் ஒரு தகவல் அல்லது ஒரு அனுபவம் வந்து சேர்கிறது. சிலசமயம் நமக்கு அது பயன்படுகிறது. பெரும்பாலும் பயன் படுவதில்லை. நம்மிடம் வந்துசேரும் விஷயங்களில் பெரும் பாலானவை நம்மிடமிருந்து உதிர்ந்து விடுகின்றன. நல்லவேளை, அப்படி அவை உதிர்வதனால்தான் நாம் மனச்சமநிலையுடன் இருக்க முடிகிறது.

என்னென்ன விஷயங்கள் வந்துசேர்கின்றன! முருங்கைக்காயில் இரும்புச்சத்து இருக்கிறது, வீட்டுக்கடனை தனியார் வங்கியில் வாங்கினால் கூட்டுவட்டி போடுவார்கள், பெங்களூர் சென்னை

ரயிலுக்கு சதாப்தி எக்ஸ்பிரஸ் என்று பெயர்.... தகவல்களைத் தெரிந்து கொண்டே இருக்கிறோம். தகவல்கள் வழியாக நாம் சென்று கொண்டே இருக்கிறோம். இல்லையேல் தகவல் நம் வழியாக சென்று கொண்டே இருக்கிறது. பலவருடங்களாக நாம் வார இதழ்களை வாசிக்கிறோம். சென்ற இதழ் விகடனில் என்ன இருந்தது சொல்லுங்கள் பார்க்கலாம்.

நம்முடைய கல்வி என்பதே தெரிந்துகொள்வதைத்தான் நடைமுறைப் படுத்துகிறது. தகவல்களை நம்மீது இருபது வருடங்கள் வரை கொட்டிக்கொண்டே இருக்கிறது அது. இருபத்தைந்து வயதில் நாம் கல்விமுடித்து வாழ்க்கையை எதிர்கொள்ளும்போதுதான் அனேகமாக முதல் அறிதல் நிகழ்கிறது. 'நாம் எதையுமே கற்றுக்கொள்ளவில்லை' என்ற அறிதல்!

அறிதல் என்பது வேறு. தெரிந்துகொள்ளுதல் என்பது எப்போதுமே ஒரு துண்டு அறிவைத்தான். அறிதல் என்பது ஒரு முழு அறிவை. எல்லா அறிதலும் நம்மை அறிவதுதான். நம்மைச்சுற்றி உள்ள உலகை நாம் அறிவதும்கூட நம்மை அறிந்துகொள்ளுதல்தான் இல்லையா?

அறிதலை எப்படி வகுத்துக்கொள்வது? தெரிந்துகொள்ளும் விஷயங்களில் இருந்து அதைப் பிரித்துப் பார்ப்பதன் மூலம் தான். தெரிந்துகொள்ளும் விஷயங்களில் நமக்குப் பயனற்றவை உள்ளன. ஆனால் அறிந்துகொள்ளும் விஷயங்களில் பயனற்றவையே இல்லை.

தெரிந்துகொள்ளும்போது சலிப்பும் சோர்வும் உண்டு. நம் கல்விக்கூட வகுப்புகள் பெரும்பாலும் அப்படித்தான். ஆனால் அறிந்து கொள்ளுதல் ஒருபோதும் சோர்வோ சலிப்போ அளிப்பதில்லை. சொல்லப்போனால் மனித வாழ்க்கையிலேயே உச்சகட்ட இன்பம் என்றால் அறிதலின் இன்பம்தான். ஆகவேதான் உண்மையான குரு சீடனுக்கு அளிக்கும் ஆனந்தத்தை வேறெந்த மனிதரும் அளிப்ப தில்லை என நம் மரபு சொல்கிறது.

சிலசமயம் அறிதலின் அந்த முகாந்திரம் வேதனை மிக்கதாக இருக்கும். பெரும் இழப்புகள் வழியாக பெரும் அவமதிப்புகள் வழியாக உச்சகட்ட துயரங்கள் வழியாக நம் அறிதலின் கணங்கள் நிகழக்கூடும். அப்போது அது கடினமாகவே இருக்கும். ஆனால் நாம் வாழ் நாளெல்லாம் அந்தத் தருணங்களை நினைவில் கொண்டிருப்போம். அதையே சொல்லிக்கொண்டிருப்போம். மீளமீள நினைக்க ஆசைப்படு வோம். அப்போது ஒன்று தெரியும், நாம் உள்ளூர அந்த அறிதலின் கணத்தை விரும்பவும் செய்கிறோம். உண்மையிலே நாம் விரும்பாத ஒன்றை நாம் பிறகு நினைக்கவே மாட்டோம். அப்படி அந்த எதிர்மறை விஷயங்களையும் நம்மை ரசிக்கச்செய்வது எது? அப்போது நிகழும் அந்த அறிதலில் மாயம்தான்.

தெரிந்துகொள்ளுதல் நம் நினைவை நிரப்புகிறது. அறிதல் அப்படி அல்ல. அது நம் ஆளுமையை மாற்றியமைக்கிறது. ஒன்றைத் தெரிந்து கொண்டதுமே நாம் மாறிவிடுகிறோம். அதற்கு முன்பிருந்த நாம் அல்ல அதற்குப்பின். அதற்குமுன் இருந்த உலகம் அல்ல அதற்குப்பின்.

நாம் மானசீகமாக வளர்வதே அறிதலின் மூலம்தான். நாம் ஒவ்வொரு அங்குலம் அங்குலமாக வளர்வதில்லை, ஒவ்வொரு அறிதல் அறிதலாக வளர்கிறோம். நாம் வளர்வதை எப்படி உணர்வதில்லையோ அப்படித் தான் நாம் அறிவதையும் பெரும்பாலும் உணர்வதில்லை. இருபது வயதில் உங்களுக்கு உறவுகளைப்பற்றி என்ன எண்ணம் இருந்தது, இப்போது என்ன இருக்கிறது என்று மட்டும் பாருங்கள். ஒரு பெரிய அறிதல் நிகழ்ந்திருக்கிறது. அந்த அறிதல் வழியாக நீங்கள் வளர்ந்திருக்கிறீர்கள்.

ஆனால் அந்த அறிதல் எப்போது நிகழ்ந்தது என்று உங்களால் வகுத்துக் கொள்ள முடியுமா? பலசமயம் நாம் நினைப்போம், அந்த அறிதல் படிப்படியாக, கிணற்றில் நீர் ஊறி நிறைவது போல கொஞ்சம் கொஞ்சமாக ஊறியது என்று. ஆனால் நம்மை நாமே கூர்ந்து நோக்கும் வழக்கம் நமக்கிருந்தால், நம்முள் என்ன நிகழ்கிறதென்பதை நாம் கவனித்திருந்தால், ஒன்று தெரியும் அந்த அறிதல் ஒரு விதை மரமாவது போல நம்முள் வளர்ந்து வந்த ஒன்று என.

அந்த விதை நம்முள் விழுந்த கணம்தான் அறிதலின் கணம். அதன் மேல் நாம் நம் கற்பனையை நீராக ஊற்றுகிறோம். நம்முடைய சிந்தனை களை உரமாகப் போடுகிறோம். நம்முடைய தர்க்கத்தால் வேலி கட்டுகிறோம். அது நம்முள் மரமாக ஆகிறது. அந்த விதை விழுந்த கணத்தை நம்மால் கொஞ்சம் கவனித்தால் கண்டுபிடிக்கமுடியும். அத்தகைய கணங்களே வாழும் கணங்கள். நாம் மிக முக்கியமாக நினைத்து மீண்டும் மீண்டும் சொல்லிக்கொண்டிருக்கும் கணங்கள். நாம் அறிதலின் பரவசத்தை அடைந்த கணங்கள்.

சிலசமயம் சில தருணங்கள் ஓர் அர்த்தமும் இல்லாமல் நம் நினைவில் கிடக்கும். ஏனென்றே தெரியாது. சும்மா ஒருமுறை சேர்மாதேவி போய் பேருந்து நிலையத்திலே நின்றுகொண்டிருக்கும்போது ஒருவர் வெள்ளரிக்காய் வேணுமா என்று கேட்ட தருணமாக இருக்கும். ஆனால் கவனியுங்கள் அங்கே நாமறியாத ஏதோ ஓர் அறிதலை நம் ஆழ்மனம் அடைந்திருக்கும். நமக்குள் உள்ள சிப்பி வாய்திறந்து ஒரு மணலை உண்டிருக்கும். அது அங்கே முத்தாக ஆகிவிட்டிருக்கிறது.

அறிதல் என்பது ஒரு மாயக்கணத்தில் நிகழ்கிறது. அதன் சாத்தியங்கள் எல்லையே இல்லாதவை. சட்டென்று நாம் மலர்ந்து விடுகிறோம். சட்டென்று உலகம் தெளிவாகி விடுகிறது. சட்டென்று சத்தங்கள்

சங்கீதமாகிவிடுகின்றன. சட்டென்று நிறங்கள் ஓவியமாகி விடுகின்றன.

பூதப்பாண்டி கோயிலில் நின்று பின்னால் பார்த்தால் ஒரு மலை தெரியும். அது தாடகை மலை என்று சொல்வார் ஒருவர். எது கூந்தல் எது மூக்கு நுனி எது மார்பகம் எது இடுப்பு என்று சுட்டிக்காட்டுவார். சட்டென்று மல்லாந்து படுத்திருக்கும் பேருருவம் கண்ணுக்குத் தெரியும். அதன்பின் அதை நம்மால் மலை என பார்க்கமுடியாது. அது அரக்கிவடிவமாகவே தெரியும். அதுதான் அறிதலின் கணம்.

அறிதல் எனபதை வெவ்வேறு வகையாக விளக்க முயன்றிருக்கிறார்கள் இந்திய ஞான மரபில். ஓஷோ, அறிதல் என்பது கடந்துசெல்லுதலே என்கிறார். அறிதல் என்பது எப்போதுமே ஒருகணம். அது நிகழ்ந்ததுமே நாம் அதை கடந்து வந்துவிட்டோம். அந்த அறிதலால் ஆன ஓர் உலகில் வாழ ஆரம்பித்துவிட்டோம். ஆகவே ஒன்றை கடந்துசெல்வது என்பது அதை அறிதலே என்கிறார்.

தொன்மையான கருத்து. அந்தி இருளில் சுருண்டுகிடக்கும் கயிற்றை பாம்பு என நினைக்கிறோம். அந்தப் பாம்பை நாம் கடந்து செல்ல ஒரே வழிதான், அது கயிறென அறிதல். அத்வைதத்தின் முக்தி என்பதே அறிதல்தான். முழுமையான அறிதலின் மூலம் அடையும் விடுதலை.

அறிதல் நிகழும் கணத்தை அறிவும் அறிபடுபொருளும் அறிபவனும் ஒன்றாக ஆகும் கணம் என்கிறார் நாராயணகுரு. அதை அறிவிலமர்தல் என்கிறார். ஆம், அந்தக் கணத்தில் அந்த அறிவு நாமே ஆகிவிடுகிறது. நாம் அந்த அறிவே ஆகிவிடுகிறோம். நாம் அறியும் அந்த உச்ச பரவச கணத்தில் நாம் இருப்பதே நமக்குத் தெரிவதில்லை. அந்த அறிதல் மட்டுமே நமக்குத்தெரிகிறது. அதைத்தான் நாம் மெய்மறத்தல் என்று சொல்கிறோம்.

ஏன் அப்படி நிகழ்கிறது? நாம் என நம்மைப்பற்றி சொல்கிறோமே அந்த சுயம் என்பது என்ன? நாம் இதுவரை அடைந்த அறிதல்களின் தொகை அல்லவா? ஆறுமாதத்தில் பாப்பா எங்கே என்று அம்மா கேட்கும்போது குதூகலமாக சொந்த குட்டித்தொப்பையில் தட்டி எம்பி எம்பி குதிக்கிறோமே அந்த முதல் அறிதல் முதல் எத்தனையோ அறிதல்களால் ஆனது நம் சுயம். நாம் ஒன்றை அறியும்போது நாம் என நாம் வகுத்திருக்கும் இந்த சுயம் உடைபடுகிறது. அந்த அறிவை உள்ளிழுத்து அந்த சுயம் இன்னொரு வடிவத்தை அடைகிறது.

நம்முடைய ஒரு வாழ்க்கையில் சாதாரணமாக அப்படி எத்தனை அறிதல்கள் நமக்கு நிகழமுடியும்? மிக சாகசத்தனமாக வாழ்பவர் களுக்குக் கூட வாழ்க்கையனுபவங்கள் என்பவை மிகமிகச் சிலவே.

மற்றவர்களுக்கு என்ன பெரிய வாழ்க்கை? சின்னவயசில் எல்கேஜி யுகேஜி எனப் பள்ளிக்கூடம். கோடைவிடுமுறையில் கொஞ்சம் கிரிக்கெட். பிளஸ்டூ பரீட்சை. காலேஜ் தேர்வுகள். வேலை. ஒரு பெண்ணைப்பார்த்து காதல் கல்யாணம், குழந்தைகுட்டி, லோன் போட்டு ஒரு வீடு, பிள்ளைகளுக்குக் கல்யாணம் ஓய்வு, கிருஷ்ணா ராமா... அவ்வளவுதான்.

நாம் அறிதல்களை நோக்கி நம்மைத் திறந்து வைப்பதே இல்லை. நாம் நம்மைச்சுற்றி ஒரு வேலி கட்டியிருக்கிறோம். அது நம்மை ஆபத்துகளில் இருந்து காக்கிறது என்று நினைக்கிறோம். உண்மையில் அது நம்மை அறிதல்களில் இருந்து தடுக்கிறது. நாம் நிச்சயமின்மையை அஞ்சி அறிதல்களே இல்லாத வழக்கமான வாழ்க்கையை வாழ்ந்து கொண்டிருக்கிறோம்.

நம்மை ஒரு வாழ்க்கைக்குள் பல வாழ்க்கை வாழச்செய்கிறது இலக்கியம். நாம் செல்லாத இடங்களுக்கு நம்மைக் கற்பனைமூலம் செல்லச்செய்கிறது. நாம் அனுபவிக்காதவற்றை அனுபவிக்கச் செய்கிறது. வாழ்க்கையில் மிக அதிசயமாக, மிகமிக அபூர்வமாக நிகழும் அறிதல்கணங்களை எளிதாக நாம் அடையச்செய்கிறது. அதனூடாக நாம் வளர்கிறோம்.

தெரிந்துகொள்வதற்கான நூல்கள் பல உள்ளன. அவற்றை நாம் பயனெழுத்து என்று சொல்கிறோம். கோழி வளர்ப்பது எப்படி, நண்பர் களை சேர்ப்பது எப்படி, லெபனானின் பொருளாதாரம், ஹோஸ்னி முபாரக்கின் எதிர்காலம் எல்லாவற்றையும் நாம் தெரிந்துகொள்ளலாம். ஆனால் சிலநூல்களே அறிதலின் கணங்களைச் சாத்தியமாக்குகின்றன.

அந்தக் கணங்களைத்தான் ஒரு நல்ல நூலில் நாம் அடையும் பேரனுபவம் என்கிறோம். அது ஒரு மெய்ம்மறந்த நிலை. தான் அழியும் நிலை. மனிதனுக்கு இந்த பூமியில் சாத்தியமானதிலேயே மிகப்பெரிய ஆனந்தம் அதுவே என்கிறார் சாக்ரடீஸ். அறிவின் ஆனந்தம் பிற எதற்குமே நிகராகாது. அதை அறிந்தவன் அதற்காக தன் வாழ்க்கையையே அர்ப்பணிக்கிறான்.

எதற்கு நூல்கள் என்று கேட்பவர்கள் உண்டு. நூல்கள் தேவை என்று சொல்பவர்கள்கூட இந்த நூல் அருமையான செய்திகளைச் சொல்கிறது, நல்ல கருத்துகளைச் சொல்கிறது என்கிறார்கள். அதைப் போல அசட்டுத்தனமான பேச்சே கிடையாது. ஒரு நல்ல நூல் அளிக்கும் அறிவனுபவத்தை அடைந்தவர் அது செய்திகளை அளிக்கிறது கருத்துகளை அளிக்கிறது என்று ஒருபோதும் சொல்ல மாட்டார்.

இன்னும் சிலர் அசட்டுத்தனமாக எல்லாத் தகவல்களும் எல்லாக் கருத்துகளும் இணையத்திலேயே உள்ளன, புத்தகங்கள் எதற்கு என்பார்கள். இணையத்தில் நிறையப் புத்தகங்கள் உள்ளன. ஆனால் ஒட்டுமொத்தமாக இணையம் வெறும் தகவல் வெளி. அந்தத் தகவல் களை நாம் அறிதலாக ஆக்காவிட்டால், சிந்தனையாக ஆக்காவிட்டால் அவற்றால் பயனில்லை. சொல்லப்போனால் வெற்றுத்தகவல்களாக நினைவை நிரப்பி நம்மை முட்டாள்தனமான தகவல்மூட்டைகளாக ஆக்கவும்கூடும்.

நூல்களை அவை அளிக்கும் அறிதல்களுக்காகத் தேடுங்கள். அந்த அறிதல்கணங்கள் ஒவ்வொன்றும் நாம் வாழும் கணங்கள். நாம் வளரும் படிகள்.

அசோகமித்திரனின் அற்புதமான சிறுகதை ஒன்றுண்டு. 'திருப்பம்'. மல்லையா என்ற ஆந்திர கிராமத்து இளைஞன் சென்னைக்கு டிரைவிங் கற்பதற்காக வருகிறான். ஊரிலே அவன் ஆடு மேய்த்துக் கொண்டிருந்தான். அவன் அண்ணன் இங்கே டிரைவர். அவன்தான் இவனுக்குப் பணம் கட்டி டிரைவிங் கற்றுக்கொள்ள சேர்த்திருந்தான். ஆனால் மல்லையாவுக்கு எவ்வளவு சொல்லியும் கிளட்ச் பிடித்து கியர் மாற்றும் நுட்பம் பிடிகிடைக்கவில்லை. எல்லாமே சொல்லிக் கொடுத்துவிட்டார். ஆனால் ஒவ்வொருமுறையும் ஏதோ தப்பாக ஆகும். வண்டி உதறும். கிரீச் என்று ஓலமிடும். அந்த விஷயம் ஒரு தகவலாக மூளைக்குள் இருந்தது. அறிதலாக ஆகிக் கைக்கு வந்து சேரவில்லை. சொல்லிக்கொடுக்கும் மாஸ்டர் பொறுமையிழந்து வெறிபிடித்தது மாதிரி அடிக்கிறான். கொடுமை என்னவென்றால் தனக்குத் தெரியாத தெலுங்கில் தப்புத்தப்பாக வசைபாடியபடி அடிக்கிறான்.

வீங்கிய கன்னங்களுடன் அன்றும் மல்லையா டிரைவிங் கற்கச் செல்கிறான். தனக்கு டிரைவிங் வராது, ஓடிவிடவேண்டியதுதான் என்று நினைத்தபடியே கிளம்புகிறான். எவ்வளவோ விளக்கியாகி விட்டது. எவ்வளவோ சொல்லியாகிவிட்டது. என்னென்னவோ செய்தும் அவனுக்கு கியர்மாற்றி கிளட்ச் போடுவது பிடிகிடைக்கவே இல்லை. அன்றும் கார் சாலையில் செல்லும்போது கிளட்சைப்போடு என்று மாஸ்டர் கத்துகிறான். மல்லையா தப்பாகப் போட கார் எங்கோ ஓட அவனை மாஸ்டர் 'நீங்கள் இறங்குங்கள் கீழே இப்போது நானே' என்று தெலுங்கில் உளறிக்கொண்டு அடிக்கிறான். காருக்கும் மல்லை யாவுக்கும் சம்பந்தமே இல்லாததுபோல் இருக்கிறது.

மீண்டும்மீண்டும் மல்லையாவுக்கு டிரைவிங் தனக்கு வராது என உறுதியாகிவிட்டது. அன்றோடு ஊருக்குப் போக முடிவெடுத்தும்

விட்டான். மீண்டும் சாலையில் கார் செல்கிறது. மல்லையாவை மீறி கார் ஒரு திசை நோக்கிச் செல்கிறது. அவன் பீதியுடன் செயலற்று இருக்க மாஸ்டர் கத்திக்கொண்டே இருக்கிறான். கார் பிடிவாதமாக, சடமாக, ஒரு லாந்தர் கம்பம் நோக்கியே செல்கிறது. ஒரு போலீஸ்காரன் கையைத் தூக்குவதை மல்லையா கண்டான். மல்லையா வெறி பிடித்தது போல கன்னாபின்னாவென்று கிளட்சைத் திருப்ப அப்போது சட்டென்று அதன் நுட்பம் அவனுக்குத் தெரிந்து விட்டது. எப்படி? சொல்லமுடியாது. ஆனால் அவன் கைக்கு அது தெரிந்துவிட்டது. மீண்டும் பலமுறை போடுகிறான். ஒவ்வொரு முறையும் சரியாக விழுகிறது. அவ்வளவு சின்ன விஷயம் அது என அவனுக்குத் தெரிகிறது. ஆச்சரியமாக இருக்கிறது. உற்சாகமாக இருக்கிறது.

அவ்வளவுதான். அவன் டிரைவர் ஆகிவிட்டான். ஒரு பரவசக் கணத்தைத் தொட்டுவிட்டான். அந்த வாசலைத் தாண்டிவிட்டான். அதற்கு முன் அவன் டிரைவர் அல்ல. அதன்பின் அவன் டிரைவர். இதுவே அறிதலின் கணம். ஜென் கணம். அற்புதமாக அதைத் தன் சிறுகதையில் தொட்டுக்காட்டியிருக்கிறார் அசோகமித்திரன். தமிழில் எழுதப்பட்ட மகத்தான சிறுகதைகளில் ஒன்று அது.

ஜென் பௌத்தம் அத்தகைய மாயக்கணங்களைப்பற்றியே பேசுகிறது. வானத்தில் ஒரு பறவை பறக்கிறது. 'என்ன பார்க்கிறாய்?' என்கிறார் குரு. 'வானில் பறக்கும் ஒரு பறவை' என்று சீடன் சொல்கிறான். பறவை பறந்து போய்விட்டது. 'இப்போது என்ன பார்க்கிறாய்?' 'பறவை பறந்துசென்றுவிட்டது' என்றான் சீடன். குரு தன் கைத்தடியால் அவன் மண்டையில் ஓர் அடிபோடுகிறார். சீடனுக்குச் சட்டென்று மொத்தமும் புரிந்து விடுகிறது. பறவையும் அவனும் காலமும் தூரமும் எல்லாம் கலந்த அந்த பிரம்மாண்டமான ஆடல். ஜென் குருக்கள் அப்படி ஓர் அதிர்ச்சி மூலம் சீடனின் பார்வையை விரியச்செய்வதைக் காணலாம்.

நல்ல இலக்கியம் அத்தகைய அடிகளை நமக்குப் போட்டபடியே இருக்கும். நாம் பல நூல்களை வாசிக்கிறோம். ஆனால் மிக அபூர்வ மாக நாம் ஒரு எழுத்தாளனை மிக அந்தரங்கமாக நேருக்கு நேராக மிக அந்தரங்கமாகச் சந்திக்கிறோம். அது ஒரு மகத்தான கணம். நான் சின்னப்பையனாக இருக்கும்போது என் அறைக்குள் வந்துவிட்ட ஒரு பூனையை அடிக்கத் துரத்தினேன். பூனை பலபக்கங்களுக்குத் தாவியது. ஒரு சுவர்முடுக்கில் சரியாக மாட்டிக்கொண்டது. நான் அதை நோக்கிச் சென்றபோது அது என் கண்களைச் சந்தித்தது. உடல்முடிகள் எல்லாம் சிலிர்க்க மிக மெல்ல ர்ர்ர் என்றது. அந்தக்கணம் நான் அதையும் அது என்னையும் அறிந்தோம். என் உடம்பும் சிலிர்த்தது. நான்

விலகிக்கொண்டேன். அது மிக நிதானமாக, எந்த அச்சமும் இல்லாமல் மிக நிதானமாக நடந்து வெளியே சென்றது. இரு மிருகங்கள் ஒன்றை ஒன்று கண்டுகொண்ட தருணம் அது.

நாம் ஒரு பெரிய எழுத்தாளனை முதலில் அந்தரங்கமாகச் சந்திக்கும் தருணமும் அத்தகையதே. புதுமைப்பித்தனின் மகாமசானம் என்ற கதையை முதன்முதலில் வாசித்த தருணத்தை சுந்தர ராமசாமி எழுதியிருக்கிறார். உடல்ரீதியாகவே ஓர் கிளர்ச்சி, உயிர் போவது போல ஓர் வலிப்பு, அவருக்கு ஏற்பட்டது என. அதன்பின் அவர் பழைய சுந்தர ராமசாமி அல்ல. அதுதான் வாசிப்பின் ஜென் கணம்.

ஒரு வாசகனாக நான் தல்ஸ்தோயை, தஸ்தயேவ்ஸ்கியை, ஹெர்மன் ஹெஸேவை, பஷீரை, அசோகமித்திரனை அந்தரங்கமாகச் சந்தித்த தருணங்கள் பல. இரு மனிதர்கள் மிகமிக ஆழத்தில் ஒருவரை ஒருவர் சந்தித்து 'சிருஷ்டியின் ஆதிகாலம் முதல் நாம் அறிவோம்' எனப் பரஸ்பரம் அங்கீகரிக்கும் தருணங்கள் அவை.

இங்கே கூடிக்கிடக்கும் நூல்களில் நாம் தெரிந்துகொள்ள வேண்டியவை அடங்கிய நூல்கள் பல்லாயிரம். அவை இந்தத் தகவல் நூற்றாண்டின் சிருஷ்டிகள். நாம் அறிந்து அதுவாக வேண்டிய மாயக்கணங்கள் கொண்ட நூல்களும் பல இங்குள்ளன. நீங்கள் யார் என்பதே அந்த நூல் எது என்பதைத் தீர்மானிக்கிறது. அதை நோக்கிச் செல்லுங்கள். வேட்டைநாய் இறைச்சியைக் கண்டுகொள்வது போல, முமுட்சு ஞானத்தைக் கண்டுகொள்கிறான். நீங்களும் கண்டு கொள்வீர்கள்.

அவ்வாறே நிகழ்வதாக.

(17-08-2011 அன்று கோவை புத்தகக் கண்காட்சி அரங்கில் ஆற்றிய உரை)

ஈரம்

மாயாண்டிக்கொத்தன் ஊரில் இருந்து ‘மெட்றாசுக்கு’ வண்டி ஏறியது பிழைப்பு தேடித்தான். ஊரிலே மூன்று தலைமுறையாக அவனது முன்னோர்கள்தான் வீடுகளைக் கட்டியிருக்கிறார்கள். சின்னச்சின்ன வீடுகளில் குழந்தைகள் பிறந்து திண்ணைகளில் சிறுநீர் கழித்து விளையாடி வளர்ந்து திருமணம் செய்துகொண்டு உள்ளறை களில் வாழ்க்கையை அறிந்து, சமையலறைகளில் ருசிகளை உணர்ந்து, முதிர்ந்து தளர்ந்து அதே திண்ணைகளில் விழுந்து ஒடுங்கியிருக்கின்றன. மச்சுவீடுகளைக்கூட அவனது முன்னோர்தான் கட்டியிருக்கிறார்கள்.

சென்னைக்கு கிளம்பும்போது மாயாண்டிக்கொத்தன் தன்னுடைய ரசமட்டத்தைத்தான் முக்கியமாக எடுத்துக் கொண்டான். அவனது அப்பன் தாத்தன்கள் பயன்படுத்திய ரசமட்டம். அதை வைத்துத்தான் அவர்கள் மண்ணின் சமநிலையை அறிந்தார்கள். வானத்துடன் மண்ணை சரியாக பொருத்தி வைத்தார்கள். அந்த அளவுகளின் மீதுதான் அவனது சொந்த கிராமமே நின்று கொண்டிருந்தது. ஊருக்குள் பஞ்சம் வந்து ஒவ்வொரு வராக கிளம்பிச்சென்றுவிட்டார்கள். கைவிடப்பட்ட வீடுகள் உப்பரித்து நின்றுகொண்டிருந்தன. அவற்றின் மீது கோடைவெயில் இரக்கமில்லாமல் பெய்து எரித்துக் கொண்டிருந்தது. மாயாண்டிக்கொத்தனும் கிளம்ப வேண்டியவன்தான். ஆனால் அவனுக்கு கையில் ரசமட்டம் இருந்தது. மண்ணுக்கும் விண்ணுக்குமான சரிவிகிதத்தை காட்டும் அளவுகோல். மாயாண்டிக்கொத்தனுக்கு கையில் திசைகள் இருந்தன.

மாயாண்டிக்கொத்தன் சென்னைக்கு வருகிறான். எத்தனை ஓங்கி உயர்ந்த கட்டடங்கள். ஒன்றுக்கு மேல் ஒன்றாக பற்பல வீடுகளை கட்டியதுபோல. மொத்த கிராமத்தையே தூக்கி அடுக்கி வைத்தது போல. வானம் முட்டும் கட்டடங்கள். மாயாண்டிக்0கொத்தனுக்கு மனம் பூரித்தது. ஒரு கொத்தனாக அவனது வர்க்கம் சாதித்தவை அல்லவா அவை? அந்த கட்டடங்களில் அவனுக்கும் நிறைய வேலை இருக்கும் அல்லவா?

அவன் நினைத்தது போலவே அவனுக்கு வேலை கிடைத்தது. நகரத்தைக் கட்டிக்கொண்டே இருக்கிறார்கள். நகரத்தைக் கட்டிக் கட்டித் தீரவில்லை. எத்தனை கட்டினாலும் நகரத்தில் கட்டப்படாத நிலமும் வானமும்தான் மிச்சம். மாயாண்டிக்கொத்தனும் அந்த கொத்தனார்களில் ஒருவனாக ஆனான். ஆனால் இங்கே நகரத்தில் கொத்தன்கள் வீடுகளைக் கட்டுவதில்லை என்று அவன் புரிந்து கொண்டான். அவற்றை கட்டுபவர்கள் சட்டையும் பாண்ட்டும் அணிந்த எஞ்சீனியர்கள். அவர்கள் நீலத்தாள்களில் கட்டடங்களின் கணக்குகளை வரைந்தார்கள். எங்கே எதை வைக்கவேண்டுமென அவர்கள் சொன்னார்கள். கொத்தனார்கள் அந்த எஞ்சீனியர்களின் ஏவலாட்கள் அன்றி வேறல்ல.

மாயாண்டிக்கொத்தனுக்கு ஆச்சரியம். மண்ணைத் தொடாத இந்த மனிதர்கள் எப்படி கட்டடத்தை கட்டமுடியும்? அவன் மண்ணில் அளைந்து மண்ணில் நீந்தித்தான் கட்டடங்களின் ரகசியங்களைக் கற்றுக்கொண்டான். இவர்கள் செருப்புகூட அழுக்குபடாமல் கட்டடங்களை கட்டுகிறார்கள். மண்ணை இவர்களும் மண் இவர் களையும் எப்படி புரிந்துகொள்ள முடியும்? மாயாண்டிக்/கொத்தனுக்கு அவர்களை நம்ப முடியவில்லை. அவனே ரகசியமாக அளவுகளைச் செய்து பார்க்கிறான். தன் ரசமட்டத்தால் அவன் அந்த கட்டடங்களை சரி பார்க்கிறான்.

ஆச்சரியம், நகரத்தின் கட்டடங்கள் அனைத்துமே சரிந்திருக்கின்றன. மாயாண்டிக்கொத்தன் மீண்டும் மீண்டும் பார்க்கிறான். தரை சரிந்திருக்கிறது. கூரை சரிந்திருக்கிறது. சட்டங்கள் சரிந்திருக்கின்றன. கட்டடம் விழுந்துவிடும் என்று அவனுக்கு தெரிகிறது. அவன் ஓடிப்போய் எஞ்சீனியர்களிடம் சொல்கிறான். அவர்கள் ஏளனம் செய்கிறார்கள். 'கொத்தா போ போ... உன் அளவுகளெல்லாம் பழசாகி விட்டன. இன்று எல்லா அளவுகளும் வேறு. இப்போது இயந்திரங்கள் அளவெடுக்கின்றன... எங்களுக்கு தெரியும்.'

மாயாண்டிக்கொத்தன் மன்றாடுகிறான். கைகூப்பி கோருகிறான். 'சாமிகளே கட்டடங்கள் எல்லாமே சரிந்துவிழப்போகின்றன.

அளவுகள் சரிகிடையாது. கொத்தன் சொன்னதை நம்பவேண்டாம். ஆனால் எங்க அப்பன் பாட்டன் வைத்திருந்த ரசமட்டம் சொல்வதை கேளுங்கள்.' ஆனால் அவனை கிறுக்கன் என்கிறார்கள். 'சொன்ன வேலையைச் செய்யடா கொத்தா' என அதட்டினார்கள். கொத்தனுக்கும் அதற்கேற்ப கொஞ்சம் சித்தப்பிரமைபோலத்தான் ஆகிவிட்டது. எல்லா வீடுகளையும் அவன் அளந்து பார்க்கிறான். எல்லா கட்டடங்களையும் அளக்கிறான். ஆம், மொத்தநகரமே சரிந்துதான் இருக்கிறது!

ஒருநாள் அவனுக்கு அந்த ரகசியம் பிடிகிடைக்கிறது. பிரச்சினை அவனுடைய ரசமட்டத்தில்தான். அதன் கணக்குகள் நகரத்தில் சரியாக வரவில்லை. அது கிராமத்தில் ஈரம் நிறைந்த செம்மண்ணால் ஆன சுவர்களை அளந்து அளந்து அமைந்த ரசமட்டம். நகரத்துச் சுவர்களுக்குள் ஈரமே இல்லை. ஈரமற்ற சிமிமெண்ட் சுவர்களை அளக்கும்போது ரசமட்டம் அலைபாய்கிறது. தப்பாக காட்டுகிறது. மாயாண்டிக்கொத்தனின் ரசமட்டத்தில் நகரமே ஆகாயத்தில் கோணலாக தொங்கிக்கிடக்கிறது.

தன் ரசமட்டத்தை தூக்கி வீச எண்ணுகிறான் மாயாண்டிக்கொத்தன். ஆனால் அவனால் முடியவில்லை. அப்பனும் பாட்டனும் செய்த கணக்குகள் கொண்ட ரசமட்டம் அல்லவா? அதை மார்போடணைத்துக் கொண்டு நகரத்தை விட்டு ஓடுகிறான் மாயாண்டிக்கொத்தன்.

தமிழின் தலைசிறந்த இலக்கியவாதிகளில் ஒருவராகிய கோணங்கி எழுதிய 'மாயாண்டிக்கொத்தனின் ரசமட்டம்' என்ற கதை இது. இந்தக்கதைக்குள் புகுந்து எதையுமே நான் விளக்கப்போவதில்லை. ரசம் என்ற சொல்லுக்கு சாரம் என்ற பொருள் உண்டு என்பதை மட்டும் கவனப்படுத்த விரும்புகிறேன். நமது ரசமட்டங்களை செல்லாதவை யாக ஆக்கும் ஒரு பிரம்மாண்ட புது உலகம் நம் கண்முன் உருவாகி வந்து கொண்டிருக்கிறதா என்ன? ஈரமற்ற உலகம். ஈரத்தின் கணக்குகள் அனைத்துமே தவறாக ஆகும் உலகம்?

நெடுநாள் முன்னர் நானும் நண்பர் வசந்தகுமாரும் ஒருநாள் பிந்திய இரவு திருவல்லிக்கேணி சாலையில் செல்லும்போது ஒரு காட்சி கண்ணில் பட்டது. ஒரு பிச்சைக்காரத்தாய் தன் பிச்சைக்காரக் குழந்தைக்கு சூடம் கொளுத்தி கண்ணேறு கழித்துக்கொண்டிருந்தாள். ஒவ்வொரு நாளும் பேருந்துகள் கூடும் சந்திப்பின் தகிக்கும் வெயிலில் அரைநிர்வாணமாக நின்று பலநூறு பேரிடம் கையேந்தும் பரட்டைத் தலைக்குழந்தை. ஆனால் அது அதன் அன்னைக்கு ஆருயிர்தானே? ஒரு கணம் என் மனம் பொங்கியது.

அந்த மாபெரும் நகரத்தின் தெருமுனையில் அவர்கள் ஒரு கிராமத்தை உருவாக்கி வாழ்ந்துகொண்டிருந்தார்கள் என்று தோன்றியது.

சென்னையின் சேரிகள் வழியாக செல்லும்போதெல்லாம் அந்த எண்ணம் ஏற்படும். அது ஒரு குக்கிராமம் என்று. கிராமத்துப்பேச்சுகள் கிராமத்துச் சிரிப்புகள் கிராமத்துச் சண்டைகள். கிராமம் என்பது பல்லாயிரம் வருடத்துப் பெரும் பண்பாடு ஒன்றில் முளைத்த கடைசி இலை. நகரம் ஒரு ராட்சத மிருகம். அந்த இலைகள் தான் அதன் உணவு. இரவுபகலாக அது கிராமங்களை உண்கிறது.

சென்னை என்ற நகரம் ஒவ்வொரு நாளும் எத்தனை கிராமங்களை உண்கிறது என நினைத்துக்கொண்டேன். ஆலைக்குள் கொட்டுவது போல சென்னை சென்ட்ரல் ரயில்நிலையமும் எழும்பூர் ரயில் நிலையமும் சென்னைக்குள் கிராமத்து மனிதர்களைக் கொட்டிக் கொண்டே இருக்கின்றன என்று எஸ்.ராமகிருஷ்ணன் ஒரு கட்டுரையில் சொல்கிறார். ஒவ்வொரு நாளும் நிராசையுடன் எதிர் பார்ப்புடன் திகைப்புடன் மக்கள் வந்து இறங்கி மறைந்துகொண்டே இருக்கிறார்கள். புதுமைப்பித்தனும் வண்ணநிலவனும் தானும் எல்லாம் அவ்வாறு வந்தவர்கள் என்கிறார்.

சென்ற வருடம் அமெரிக்கா சென்றிருந்தேன். ஓங்கி உயர்ந்த நியூயார்க் நகரத்துக் கட்டடங்களின் வாசல்களிலும் மாயாண்டிக்கொத்தன்களைக் கண்டேன். அவர்களின் கணக்குகள் அந்நகரில் தவறிவிட்டன. அவர்கள் காணும் நியூயார்க் அபாயகரமாக சரிந்திருக்கிறது. அங்கே அவர்களுக்கு பலவகையான செல்லப்பெயர்கள். டிராம்ப், ஹிப்பி. ஆனால் ஹோம்லெஸ் என்ற சொல்லே அர்த்தபூர்வமானது. ஹோம் என்றால் கட்டடம் மட்டுமல்ல. இளைப்பாறும் இடம், உறவுகள்கூடும் புள்ளி. அதுதான் அவர்களுக்கு இல்லை.

அவர்களில் பலர் போதை அடிமைகள். பலர் கிறுக்கர்கள். பலர் பிடிவாதமாக அந்த மாபெரும் நகரப்பண்பாட்டை நிராகரிப்பவர்கள். அவர்களை புறத்தார் எனலாமா? நாம் உருவாக்கும் பண்பாட்டுக் கட்டுமானத்துக்கு புறத்தே எப்போதும் மனிதர்கள் இருக்கிறார்கள். அவர்களில் மாயாண்டிக்கொத்தனைப்போல கணக்குகள் தவறிப் போனவர்கள் பலர் உண்டு. நாம் போடுகின்ற கணக்குகளுக்கு அப்பால் நிற்பவர்களும் உண்டு. பலநூறு நுண்ணிய இயந்திரங்களால் நகரம் கட்டப்படலாம். ஆனால் ஈரத்தை அறிவது மாயாண்டிக்கொத்தனின் ரசமட்டம் மட்டுமே.

எந்த ஒரு பண்பாட்டுக்கும் அதற்கு வெளியே நிற்பவர்களின் குரல் மிகமிக முக்கியமானது. அந்தக்குரலுக்குச் செவிசாய்க்காத பண்பாடுகள் ஏற்கெனவே சரிய ஆரம்பித்துவிட்டன. உங்கள் கணக்குகள் உங்கள் மாபெரும் கட்டுமானங்கள் என் அளவுகோலில் மையம்பிழைத்தவை தவறானவை என்றுசொல்லும் புறத்தானின் குரல் இருக்கிறதே அதுவே அறத்தானின் குரல்.

அறம் என்றும் அதிகாரம் உருவாக்கிய கட்டுமானங்களுக்கு வெளியே தான் நின்றிருக்கும். அது வேறு கணக்குகள் கொண்ட ரசமட்டத்துடன் வந்து நம் மாளிகைகளின் வாசலில் நின்று 'சுங்கக்காரர்களே பரிசேயர்களே உங்களுக்கு ஐயோ' என்று கூவும். 'நீ கட்டும் இந்த கட்டடங்கள் எல்லாம் ஒருகல்மேல் இன்னொரு கல் நில்லாமல் சரியுமென நான் திண்ணமாகவே சொல்கிறேன்' என்று அறைகூவும். பலசமயம் நாம் உடனே அதைப் பிடித்து சிலுவையில் அறைந்தும் விடுவோம்.

ஆனால் அறத்தின் குரல் அழிவதில்லை. ஒரு கதை. மகாபாரதப்போர் முடிந்து விட்டது. தருமன் மணிமுடி சூடும் நாள். பொன்னும் பொருளும் அஸ்தினாபுர அரண்மனை முற்றத்தில் குவிக்கப் படுகின்றன. குருதிக்கறைகளை கழுவி விதவைகளை நிலவறை களுக்கு தள்ளி நகரம் கொண்டாட்டங்களுக்கு தயாராகிவிட்டது. எங்கும் காமம் கண்விழித்த குதூகலம்.

ஒருவனால் மட்டும் அதில் இணைய முடியவில்லை. அவன் பெயர் தீஷணன். அவன் கற்ற நூல்களில் இருந்து கூரிய கண்கள் அவனை வந்து தீண்டி நிம்மதியிழக்கச் செய்கின்றன. அவன் நகர் முற்றத்துக்கு செல்கிறான். அங்கே சக்ரவர்த்தி தருமனின் கையில் இருந்து பொன்னும்பொருளும் பரிசிலாகப் பெற வேதியரும் பிறரும் கூடி பிதுங்குகிறார்கள். எங்கும் ஒரே கூச்சல். அந்தக் கூட்டத்தில் அவன் ஒரு முதியவனைப்பார்க்கிறான். சடைமுடிகளும் நீண்ட தாடியும் கையில் யோக தண்டும் கொண்ட சார்வாகன். உடம்பெல்லாம் சாம்பல்பூசி பெருச்சாளித்தோல் கோவணம் அணிந்து வந்து நின்றிருக்கிறான்.

அவனுக்கு அங்கிருந்தவர்கள் அஞ்சுகிறார்கள். அவனை எப்போதும் நகரத்துக்குள் அனுமதிப்பதில்லை. சுடுகாட்டில்தான் அவன் தங்குவான். அங்கே பிணமெரிக்க வருபவர்களிடம் சார்வாக ஞானத்தை பரப்புவான். பிணத்துக்கு போடும் வாய்க்கரிசியை உண்டு வாழ்வான். இன்று நகர் விழாக்கோலம் கொண்டிருப்பதனால் அவனுக்கு உள்ளே அனுமதி உண்டு. அது மரபு.

தன் ஞானதண்டத்தை தெருமுனையில் ஊன்றி நின்று சார்வாகன் அறை கூவுகிறான். 'கடவுள் இல்லை. மோட்சம் இல்லை. அறம்பொருள் இன்பம் வீடு என்ற நான்குவகை அறங்களும் பொய். உலக இன்பங்கள் என்னும் காமம் மட்டுமே ஒரே புருஷார்த்தம். இல்லாத மோட் சத்துக்காக இருக்கும் வாழ்க்கையின்பங்களை இழக்காதீர்கள். வாழ்க்கையை அனுபவியுங்கள். கூடிவாழுங்கள்.'

அவனுக்கு அஞ்சி அனைவரும் தப்பி ஓடுகிறார்கள். அவன் சிம்மம் போல தருமனின் அரண்மனை முற்றத்துக்கு வருகிறான். அங்கே

நிற்கும் இரவலர் கூட்டத்தில் அவனும் இணைகிறான். வரிசை முன்னகர்கிறது. தருமனின் முன்னால் சென்று நிற்கிறான் சார்வாகன். ஒளிரும் மணிமுடி சூடி நிற்கும் தருமன் தன் கை நிறைய பொன்னை அள்ளி சார்வாகனின் கையில் போடுகிறான். அவற்றை அவன் முகர்ந்து நோக்கிவிட்டு கீழே போட்டுவிடுகிறான்.

தருமன் கொஞ்சம் அயர்ந்தாலும் மீண்டும் அள்ளிக் கொடுக்கிறான். மீண்டும் அவற்றைக் கொட்டிவிடுகிறான். இம்முறை கடும் சினத்துடன் அர்ஜுனன் முன்வந்து 'என்ன வேண்டும் உனக்கு?' என்கிறான். 'இந்த பொன்னில் குருதிவாடை வீசுகிறது' என்கிறான் சார்வாகன். அர்ஜுனன் காண்டீபத்தை எடுத்துவிட்டான். தருமன் அர்ஜுனனை அடக்கிவிட்டு 'சார்வாகரே வேறு பொன் வாங்கிக்கொள்ளும்' என்கிறான்.

'தருமா, குருதி வீச்சமில்லாத பொன் உன் களஞ்சியத்தில் உண்டா?' என்று கேட்கிறான் சார்வாகன். உறைந்துபோய்விடுகிறான் தருமன். அர்ஜுனன் கடும் சினத்துடன் கூவ அங்கே கூடி நிற்கும் வைதிகர்கள் கொதித்தெழுந்து நெய்யை ஊற்றி அந்த சார்வாகனை உயிருடன் எரித்து விடுகிறார்கள். ஒரு பந்தம்போல அதிகார முற்றத்தில் எரிந்தழிகிறான் சார்வாகன்.

அனைவரும் சென்றபின் அந்த முற்றத்தில் நின்று தீக்ஷணன் உடல் நடுங்க எண்ணிக்கொள்கிறான். 'காமமே ஒரே அறம் என்பவன் எதற்காக அதிகார முற்றத்தில் வந்து நின்று அறைகூவினான்? எதற்காக உயிர்துறந்தான்?' அவன் காலில் ஒரு குச்சி தட்டுப்படுகிறது. பாம்பு என எண்ணி ஒரு கணம் உடல் பதறுகிறான். அது சார்வாகனின் யோக தண்டு. அவன் அதை எடுத்துக்கொள்கிறான்.

இருபதாண்டுகள் முன் நான் எழுதிய 'திசைகளின் நடுவே' என்ற கதை இது. அதிகாரத்தின் கோபுரங்கள் முன் வந்து நின்று அறைகூவும் புறத்தானின் குரலே என்றும் அறத்தின் குரல். அதுவே கலையின் இலக்கியத்தின் குரல். அவன் தனித்தவனாக கைவிடப்பட்டவனாக துரத்தவனாக இருக்கலாம். அவனுடைய குரல் மிக மென்மையாக ஒலிக்கலாம்.

ஆனால் மனசாட்சியின் முரசுப்பரப்புகளை தொட்டு அதிரச்செய்ய அது போதும். உங்கள் அஸ்திவாரங்களில் ஈரமில்லை, உங்கள் கோபுரங் களெல்லாம் சாய்ந்திருக்கின்றன என்று சொல்ல அந்தக் குரலே போதும்.

கடந்த ஐம்பதாண்டுகளாக நம் கலாசாரச் சூழலில் கலையிலக்கியம் சிந்தனை ஆகியவை மிகச்சிறிய வட்டத்திலே உருவாகி

வளர்ந்துள்ளன. அந்த வட்டத்துக்கு வெளியே நம் நுகர்வுப்பண்பாடும் நம் அரசியலும் பூதாகரமாக கிளைவிரித்திருக்கின்றன. பூமியெங்கும் வேரோடியிருக்கின்றன. அந்தப் பெரும் சக்தியுடன் இந்தச் சிறு குரல் சலிக்காமல் போராடிக்கொண்டிருக்கிறது.

அதையே நாம் சிற்றிதழ் என்கிறோம். கேரள கவிதாவும், அன்வேஷணமும், ஜயகேரளமும், சமீக்ஷாவும் மணிக்கொடியும் கசடதபறவும் போன்ற சிற்றிதழ்களின் ஆக்கமே இன்று நாம் நம்முடையதென பெருமைகொள்ளும் அனைத்தும். அந்த முன்னோடி களை இன்று எண்ணிக்கொள்வோம்.

ஆகவேதான் தமிழில் எழுதும் எந்த ஒரு எழுத்தாளனுக்கும் அவனே ஒரு சிற்றிதழ் நடத்தவேண்டுமென்ற கனவு இருக்கிறது. நானும் 'சொல்புதிது' என்ற சிற்றிதழை நடத்தியிருக்கிறேன். சிற்றிதழ்மரபு என்ற பெருக்கில் என்னையும் ஒரு துளியாக ஆக்கிக்கொள்ளும் துடிப்பன்றி வேறல்ல அது.

ஒரு சிற்றிதழைச்சூழ்ந்து ஒரு நண்பர்குழு உருவாகிறது. அந்தக் குழுவின் தீவிரம் செயல்படும்வரை அது வெளிவரும். அந்தத் தீவிரமே அதன் செயல்பாடாகும். ஆம் சிற்றிதழ் என்பது தீவிரத்தின் ஒருவகை புறவடிவம். எந்தத் தீவிரம் கலையை இலக்கியத்தை சிந்தனையை உருவாக்குகிறதோ அதன் பருவடிவம்.

இங்கே ஒரு சிற்றிதழின் ஆண்டுவிழாவை நாம் கொண்டாடுகிறோம். சிற்றிதழாக விடாப்பிடியாக வந்துகொண்டிருக்கிறது. தனித்த குரல். புறத்தே தள்ளப்பட்ட குரல். ஆனால் அதுவே எப்போதும் சமரசமில்லா அறத்தின் குரல். இலக்கியத்தின் அழியாத குரல்.

அதுவெல்க.

(12-03-2011 அன்று கொல்லம் அன்வேஷி சிற்றிதழ்
வெளியீட்டுவிழாவில் நிகழ்த்திய உரை)

அணையாவிளக்கு

சமீபத்தில் ஒரு சிறிய நண்பர் குழாமில் பேசிக்கொண்டிருந்தோம். அவர்கள் எல்லாம் அதிகம் வாசிக்கும் பழக்கமற்ற நண்பர்கள், ஆனால் உண்மையாகவும் தீவிரமாகவும் சமூகக் களப்பணியாற்றக்கூடியவர்கள். ஊடகம் பற்றி பேச்சுவந்தது. நான் இந்தியச்சூழலில் எந்த ஒரு ஊடகமும் உண்மையான சுதந்திரத்துடன் செயல்பட முடியாதென்றும், ஊடகவியலாளர்களுக்கு இருப்பதாக அவர்கள் நம்பும் சுதந்திரம் என்பது ஒரு மாயையே என்றும் சொன்னேன்.

உதாரணமாக எந்த ஊடகவியலாளரும் மதுரை தினகரன் அலுவலகத்தில் நிகழ்ந்த கொலையைப்பற்றி இன்று எழுதிவிடமுடியாது. அடித்தால் அலறுவது எந்த உயிருக்கும் உள்ள உரிமை. அடையாளமில்லாமல் அலையும் ஒரு நாடோடி மனிதனைக்கூட இன்று எளிதாக தாக்கமுடியாது, அவர்கள் கத்தி ஆர்ப்பாட்டம் செய்து ஊரைக்கூட்டுவார்கள். அந்த உரிமைகூட இல்லாதவர்கள் நம் ஊடகவியலாளர்கள். அந்தக்கூட்டமா இந்தியாவைக் காப்பாற்றும் என நாம் நம்புகிறோம் என்றேன்.

ஊடக முதலாளிகளுக்கும் அந்த சுதந்திரம் இல்லை. அவற்றுக்கான முதலீட்டை பெருந்தொழிலதிபர்கள் மட்டுமே செய்ய முடியும். அவர்களின் தொழில்கள் மீது இந்திய அரசுக்கு இருக்கும் முழுமையான அதிகாரம் அவர்களை முழுமையாகவே கட்டுப்படுத்தும், அவர்கள் அனுமதிக்கப்பட்ட எல்லைக்கு அப்பால் செல்ல முடியாது என்றேன்.

அப்படியென்றால் இணையம் ஒரு நல்ல ஊடகம் அல்லவா என்று என்னிடம் கேட்டார்கள். நான் அது உண்மை என்றேன். 'இன்றிருக்கும் நிலையில் இணையம் சுதந்திரமான ஊடகம். அது நேரடியான கட்டுப்பாடு ஏதும் இல்லாதது. செலவு இல்லாதது. ஆகவே அதை சுதந்திரமாக செயல்படச்செய்ய முடியும். பலநாடுகளில் இணையம் சுதந்திர ஊடகமாக பெரும்பணிகளை ஆற்றியிருக்கிறது. ஆனால்...' என்றேன்.

நண்பர்கள் 'எதற்கும் ஒரு ஆனாலை சொல்லி விடுகிறீர்கள்' என்றார்கள். '...இந்த ஆனால் மிக அடிப்படையான ஒரு நடைமுறைச் சிக்கல்' என்றேன். 'இணையத்தை பயன்படுத்துபவர்களில் பெரும் பாலும் அனைவருமே படித்தவர்கள். அதுவே அதன் பிரச்சினை.'

நண்பர்களுக்கு நான் என்ன சொல்கிறேன் என்றே புரியவில்லை. 'படித்தவர்கள் இணையத்தில் இருக்கிறார்கள் என்றால் அது நல்லதுதானே?' என்று ஒருவர் கேட்டார். அவர் ஒரு கிறித்தவ போதகர். நான் பார்த்ததிலேயே எளிய மனிதர். அவருக்கு அப்படித் தான் கேட்கவரும். 'நீங்கள் ஒரு மாதம் நம் இணையச்சூழலில் உலவுங்கள். நமது படித்த வர்க்கம் எப்படிப்பட்டது என்று தெரிய வரும்' என்று சொன்னேன். 'ஆனால் அதைத் தவிர்ப்பதே நல்லது. அதன்பின் நீங்கள் கிறிஸ்துவை அணுகமுடியாது.'

நாம் படித்தவர்கள் என்று சொல்லக்கூடிய இந்த மக்கள்திரள் எப்படிப் பட்டது? நாம் அதை ஒட்டுமொத்தமாக, புறவயமாக அணுகக்கூடிய ஒரு வாய்ப்பை இணையம் நமக்கு உருவாக்கியளிக்கிறது. அதிலிருந்து வரும் நமது மனப்பிம்பம் என்ன? இங்கே இணையத்தில் உலவக்கூடிய பலர் இருக்கிறீர்கள். கடந்த பத்தாண்டுகளில் நான் வந்தடைந்துள்ள மனச்சித்திரத்துக்கு மாறான சித்திரமுள்ள எவரேனும் இங்கே இருக்கிறீர்களா?

நமக்கு இணையம் ஒரு சுதந்திரவெளியை அளிக்கிறது. அந்தவெளியில் நாம் ரகசியமாகச் செயல்படும் வாய்ப்பையும் அளிக்கிறது. இவ்விரண்டையும் நம்முடைய படித்த இளையதலைமுறை எப்படிப் பயன்படுத்திக்கொள்கிறது?

தமிழில் ஓரளவேனும் தீவிரமான விஷயங்களை வெளியிடும் இணைய தளங்களை விரல்விட்டு எண்ணிவிடலாம். அவற்றை வாசிப்பவர்கள் மிகச்சிறுபான்மையினர். மிகப்பெரும்பாலான இணையவாசகர்கள் வாசிக்கும் இணையதளங்கள் சினிமா அரட்டைகள், கிசுகிசுக்கள், வம்புச்சண்டைகள் மட்டுமே நிரம்பியவை.

நண்பர்களே, முன்பு ஒரு பேச்சு இருந்தது. குமுதமும் விகடனும் எல்லாம் மக்களின் ரசனையை சீரழிக்கின்றன என்று. இன்று நம்

மக்களுக்கு அவர்களே தங்கள் இதழ்களை உருவாக்கிக் கொள்ள வாய்ப்பளிக்கையில் குமுதத்தையும் விகடனையும் விட பலமடங்கு கீழ்த்தரமான இணைய தளங்களைத்தான் உருவாக்கி வாசிக்கிறார்கள். நம்மை குமுதமும் விகடனும் கெடுக்கவில்லை, நாம்தான் அவற்றை கெடுத்து குட்டிச்சுவராக்கினோம். இன்னும் இன்னும் கீழே வா என்று நம் படித்த இளையதலைமுறை நமது ஊடகங்களிடம் சொல்லிக் கொண்டிருக்கிறது.

எனக்கு வரும் எதிர்வினைகளில் இருந்து ஒன்றை கவனிக்கிறேன். மிகப்பெரும்பாலான இணையவாசகர்களால் நாலைந்து பத்திகளுக்கு மேல் வாசிக்க முடியாது. அந்த மொழிநடை அரட்டைபோல இருக்க வேண்டும். மிகச்சாதாரணமாக, துண்டுதுண்டாக சொல்லப்பட்டிருக்க வேண்டும். அதாவது கொஞ்சம் கூட தீவிரமோ கனமோ இருக்கக் கூடாது. அவர்களுக்குத் தெரிந்த, அவர்கள் பேசிக்கொண்டிருக்கும் அரட்டைபோல அது இருக்கவேண்டும்.

எந்த ஒரு கருத்தையும் ஒன்றிரண்டு வரிகளுக்கு மேல் உள்வாங்கிக் கொள்ள இவர்களால் முடியாது. எதை எப்படி விரிவாகச் சொன்னாலும் அதிலிருந்து ஒற்றைவரியை உருவி அதை மட்டும் புரிந்து கொள்வார்கள். எதையும் அதன் சாதகபாதக தளங்களை ஒப்பிட்டு தர்க்கபூர்வமாக புரிந்துகொள்ள இவர்களுக்கு ஆற்றலில்லை. அவர்கள் எழுதும் இணையப்பதிவுகளையும் அவர்கள் அளிக்கும் எதிர்வினை களையும் பார்க்கையில் அவர்களின் சிந்தனைத்திறன் மீது ஆழமான சந்தேகம் வந்தபடியே இருக்கிறது.

இன்னொரு அம்சம், அவர்களுக்கு எந்தப் பிரச்சினையிலும் உண்மை யான ஈடுபாடில்லை என்பதுதான். ஈடுபாடில் இருந்துதான் அறிந்து கொள்ளும் ஆர்வம் பிறக்கிறது. அந்த ஆர்வமில்லாத நிலையில் அவர்கள் இணையத்திற்கு வருவது வெறும் பொழுதுபோக்குக்கு மட்டுமே. வேலையிலும் குடும்பத்திலும் அவர்கள் அடையும் மன அழுத்தங்களுக்கான வடிகால்தான் இது. வெறுமே வேடிக்கை பார்த்து அரட்டையடிப்பவர்கள் கணிசமானவர்கள்.

இன்னொரு சாரார் உக்கிரமாக உள்ளே புகுந்து கண்டபடி வசைபாடி அவதூறுசெய்து தாறுமாறாக நக்கலடித்து உளவியல் வன்முறையில் ஈடுபடுபவர்கள். இணையம் இன்று இவர்கள் உலவும் காடு. உங்கள் வீட்டுப்பெண்களையோ குழந்தைகளையோ நீங்கள் இந்தத் தமிழ் இணைய உலகுக்கு அறிமுகம் செய்ய மாட்டீர்கள். இன்று இணையத்தில் பெண்கள் அவர்களின் சுய அடையாளத்துடன் புழங்கவேமுடியாது. எங்கள் நிகழ்ச்சிகள் முடிந்தபின் அவற்றில் பங்குபெற்ற பெண்களின் படங்களை புகைப்படங்களிலிருந்து

நீக்கித்தான் வெளியிடுகிறோம். நம் இணையப்புலிகள் சென்ற காலங்களில் செய்த கீழ்த்தரவேலைகளினால் பெண்கள் அந்த அளவுக்கு அஞ்சுகிறார்கள். திருப்பூர் பேருந்து நிலையத்தில் நடு இரவில் பெண்களுக்கிருக்கும் பாதுகாப்புகூட தமிழ் இணையச் சூழலில் கிடையாது.

இவர்களெல்லாம் யார்? நம்மைப்போல சாதாரண மக்கள். குடும்பமும் வேலையும் உடையவர்கள். இணையத்தில் அவர்களின் கௌரவமான சமூக முகத்தை கழற்றிவிட்டு மனநோயாளிகளாக உலவுகிறார்கள். இப்படி இணையத்தில் பெண்களை அவமதித்த மூர்த்தி என்ற ஒருவனை புகாரின் அடிப்படையில் போலீஸார் பிடித்தபோது கதறியழுது தன் வாழ்க்கையை அழித்துவிடவேண்டாம் என்று அவன் கெஞ்சினானாம். அவனைப் போன்றவர்களே இதையெல்லாம் செய்கிறார்கள்.

சமீபத்தில் பிரபலமான பாடகி ஒருவர் இணையதளத்தில் பொதுத் தொடர்புக்கு வந்தபோது இணையத்தின் இந்த முரட்டுமூடர்கள் அந்தப்பெண்ணை வசைபாடி, அவதூறுசெய்து, மிரட்டி சிறுமை செய்தனர். ஆபாசப்படங்கள் வெளியிடுவதாக மிரட்டினர். அவரது தாயை ஆபாசமாக வசைபாடினர். பொறுமை மிஞ்சிய ஓர் எல்லையில் காவல்துறைக்குச் சென்று அந்தப்பெண் புகார் கொடுக்க நேர்ந்தது. ஆறுபெயர்களையும் சின்மயி குறிப்பிட்டிருக்கிறார். அவர்களை காவலர் கைதுசெய்திருக்கின்றனர்.

இணையத்தில் மலினத்தைக் கொட்டும் பலநூறுபேரில் சிலர் இந்த ஆறுபேரும். இதுவரை இணையம் அளித்த சுதந்திரத்தில் இவர்கள் இப்படி கீழ்மையில் திளைத்தார்கள். ஒரு சாலையிலோ வணிக வளாகத்திலோ இந்த அற்பர்கள் கௌரவமான வேடத்தில்தான் உலவ முடியும். இணையத்தில் அந்த பாவனையே தேவையில்லை. ஆம், இன்றும் இதுதான் நம் இணையச்சூழல். உங்கள் வீட்டுப்பெண்ணின் படம் குமுதத்தில் வரலாம். ஆனால் இணையத்தில் வரமுடியாது. உங்கள் வீட்டுப்பெண் ஒரு பேருந்துநிலையத்தில் நள்ளிரவில் நின்றிருக்க முடியும், இணையத்தில் முடியாது.

பொதுவாக நாம் நம்முடைய சமூகதளத்தில் சில மதிப்பீடுகளை கடைப்பிடிப்போம். ஓர் அந்நியப்பெண்ணிடம் பேசுவதில் நமக்கென ஓர் எல்லையை கொண்டிருப்போம். நம் வீட்டுப்பெண்ணிடம் பிறர் அப்படிப் பேசவேண்டும் என நினைப்போம். ஆணாதிக்க வெறியோ பாலியல்காழ்ப்போ நமக்குள் இருந்தாலும்கூட அதை பொது மேடையில் காட்டாமலிருக்கும் பாவனையாவது நம்மிடம் இருக்கும். இணையத்தில் இயங்கும் இந்த அற்பர்களுக்கு அந்தத் தடைகள்கூட

இல்லை. கிட்டதட்ட பண்பாடற்ற மிருகங்களாகவே செயல் படுகிறார்கள்.

இந்த மனச்சிக்கலுக்கு ஏதாவது கொள்கைமுலாம் பூசிக்கொண்டால் அதற்கான கும்பலைச் சேர்த்துவிடலாம் என்பதை இவர்கள் கண்டடைந்திருக்கிறார்கள். குறிப்பாக வசைபாடியான ஈவேராவின் பெயரைச்சொல்லும் ஒருவர் எந்தக்கீழ்மையிலும் துணிந்திறங்கலாம். அவர் எங்கிருந்தாவது ஈவேராவின் வரிகளை தனக்குத் துணையாக இழுத்துக்கொண்டு வந்துவிடமுடியும்.

ஆம், தமிழைப்பொறுத்தவரை இணைய ஊடகமென்பது பிற ஊடகங் களை விட மிகமிக கீழ்த்தரமானதாக இருக்கிறது. இணையவெளி என்பது நம்முடைய சமூகவெளியைவிட பண்பாடற்றதாக உள்ளது. நமக்கு நவீனத் தொழில்நுட்பம் அளித்த மாபெரும் வாய்ப்பை நம்முடைய மனநோய்க்கூறுகளை வெளிப்படுத்தும் ஒரு கழிப்பறை யாக நாம் ஆக்கிக்கொண்டுவிட்டோம்.

படித்தவர்கள் என நாம் சொல்லும் இந்த அசட்டுப் பாமரர்களுடன், நாகரிகமில்லா கும்பலுடன் மட்டுமே இணையம் பேசமுடிகிற தென்பதே இணையத்தின் மிகப்பெரிய பலவீனம். அடிப்படையில் அது பயனற்ற ஒன்றாக இன்று இருப்பதன் காரணமும் இதுவே.

இன்றைய தமிழ்ச்சூழலில் ஓர் ஊடகம், எளிய படிக்காத மக்களிடம் தொடர்பு கொள்ளமுடியவில்லை என்றால் அதனால் பெரிய பயனேதும் இல்லை. ஏனென்றால் தமிழகத்தில் படித்தவர்கள் பெரும் பாலும் சுயநலமும் மனச்சிக்கல்களும் கொண்ட கோழைகளாக மட்டுமே இருக்கிறார்கள். அவர்களிடம் எந்த ஒரு சமூக, அரசியல், அறம்சார் பிரச்சினைகளையும் பேசிவிட முடியாது. அவர்கள் செவிகொடுப்பதில்லை. போலியாக மட்டுமே எதிர்வினை யாற்றுவார்கள்.

இங்கே எழக்கூடிய முக்கியமான வினா இதுதான். இப்படி இவர்களை ஆக்கியது எது? திரும்பத்திரும்ப ஒன்றைத்தான் அனைத்து சமூக ஆய்வாளர்களும் சமூகச்செயல்பாட்டாளர்களும் சொல்வார்கள். இங்கே நமக்களிக்கப்படும் கல்வியின் அடிப்படையானது பிரிட்டிஷ் காலத்தில் வரையறை செய்யப்பட்டது. அதை நாம் 'கருங்காலிக்கல்வி' என்று சொல்லலாம். சொந்த சமூகத்துக்கும் சொந்த மக்களுக்கும் எதிரான ஒரு மக்கள் கூட்டத்தை உருவாக்கும்நோக்குடன் வடிவமைக்கப்பட்ட கல்வி அது.

அந்தக்கல்வியைப் பெறும் ஒருமனிதர் முதலில் தன்னை தம்மைச் சார்ந்த பிறரிடமிருந்து வேறுபடுத்திக் கொள்கிறார். தான்

அவர்களைவிட மேல் என்றும் அவர்களிடமிருந்து கூடுமானவரை விலகியிருப்பதே தனக்கு கௌரவம் என்றும் நினைக்க ஆரம்பிக்கிறார். ஒரு படித்த மனிதன் எவ்வகையிலும் அவனுடைய சமூகத்தை பிரதிநிதித்துவம் செய்வதில்லை. அதற்காக அவன் அக்கறை காட்டுவதில்லை, போராடுவதில்லை. அதை சுரண்டுவதற்கும் அடக்கியாள்வதற்கும் அவனை பிறர் உரிய கூலிகொடுத்து எளிதில் பயன்படுத்திக்கொள்ளலாம். அவன் படிப்பின்மூலம் துரோகியாக, கருங்காலியாக மட்டுமே உருவாகிறான்.

படித்த பிள்ளைகள் படிக்கவைத்த பெற்றோரை காட்டுமிராண்டிகளாக எண்ண ஆரம்பிக்கின்றன. படிக்கும்தோறும் அந்தப்பிள்ளைகளுக்கும் பெற்றோருக்குமான இடைவெளி அதிகரித்து ஒருகட்டத்தில் அவர்கள் நடுவே ஓர் தொடர்பே நிகழாத நிலை உருவாகிவிடுகிறது. சென்ற காலங்களில் ஆண்களைப்பற்றி இந்தக் குறையை எல்லாரும் சொல்லிவந்தனர். இப்போது படித்த பெண்களைப்பற்றிய மனவருத் தங்களையே அதிகமாகக் காண்கிறோம்.

ஆங்கிலக்கல்வியை கூர்ந்து அவதானித்த காந்தி பதிவுசெய்யும் முதல் விஷயமே இதுதான். இன்று இக்கணம் வரை நமது கல்விமுறை உருவாக்குவது இந்த மனநிலையைத்தான். இதற்கான மாற்றுக்களை அவர் தொடர்ந்து சிந்தித்திருக்கிறார். காந்தியக் கல்வி என்று சொல்லும் ஒரு வழிமுறையை உருவாக்கும் முன்முயற்சிகளை அவர் கண்டடைந் திருக்கிறார். அதைத்தொடர்ந்து பலர் சிந்தித்திருக்கிறார்கள்.

காந்தி நமக்கு பிரிட்டிஷார் உருவாக்கியளித்த கல்வியை ஒரு வெறும் மூளைப்பயிற்சி என்று நினைக்கிறார். ஒரு நல்ல குமாஸ்தாவாக உருவாவதற்கு அவசியமான மொழித்தேர்ச்சியையும் அடிப்படைத் தகவல்களையும் மூளைக்குள் திணிக்கும் பயிற்சி மட்டுமே. அதை நாம் கல்வி (education) என்று தவறாகச் சொல்கிறோம். அது வெறும் பயிற்சி (Training) தான்.

கல்விக்கும் பயிற்சிக்குமான வேறுபாடு என்ன? பயிற்சி என்பது எப்போதுமே ஏதேனும் ஒரு அம்சத்தில் மட்டுமே அடையப்பெறும் தேர்ச்சிதான். யானையை முக்காலியில் உட்காரவைக்க சர்க்கஸில் அளிக்கப்படுவது பயிற்சி. மனிதனை பதவிகளில் அமரச்செய்யவும் அதுதான் அளிக்கப்படுகிறது.

பயிற்சி என்பது திரும்பத்திரும்பச் செய்யப்படுவதன்மூலம் மனதுக்கோ உடலுக்கோ கைவரும் ஒரு பழக்கம். தட்டச்சுப்பயிற்சி என்கிறோம். வண்டிமாடு நுகத்திற்குப் பழகுவதை பயிற்சி என்கிறோம். நாம் நம் கல்விச்சாலைகளில் அளிப்பதும் இதுவே.

கணிப்பொறியாளராக ஆவதற்கான பயிற்சி. பொறியியலின் ஏதேனும் ஒருபகுதியில் பயிற்சி. மருத்துவப்பயிற்சி.

பயிற்சி ஒருபோதும் ஆளுமையுருவாக்கத்தில் பங்கெடுப்பதில்லை. ஒரு குறிப்பிட்ட பயிற்சியை அதிதீவிரமாக எடுக்கும்போது உண்மையில் ஆளுமையில் ஒரு கோணல்தான் உருவாகிறது. பிற எதுவுமே தெரியாத ஓர் அசட்டுப்பிறவியாக அது மனிதனை ஆக்கி விடுகிறது. இன்றைய நம் உயர்கல்விபெற்ற இளைஞர்களில் பெரும் பகுதியினரைப் பார்த்தாலே இது தெரியும். ஓர் அடிப்படை ஆளுமைத்திறன்கூட இல்லாத அற்பர்கள் அல்லது அசடுகள் அவர்கள்.

சுதந்திர இந்தியா தன்னுடைய கல்வியை பொருளியல் வளர்ச்சியை மட்டுமே கருத்தில்கொண்டு வடிவமைத்தது. அதற்கு பழைய பிரிட்டிஷ்பாணி கல்விமுறையில் கூடுமானவரை தொழில்நுட்பப் பயிற்சியை சேர்த்துக்கொண்டால் போதும் என முடிவெடுத்தது. சென்ற ஐம்பதாண்டுக்கால நம் கல்விச் சீர்திருத்தங்களைப் பார்த்தால் ஒருங்கிணைந்த கல்வி, ஆளுமைத்தேர்ச்சி என்றெல்லாம் பேச்சுகள் இருந்தாலும் நடைமுறையில் தொழில்நுட்பம் சார்ந்த தகவலறிவை அதிகரிப்பதன்றி வேறெந்த இலக்கும் அவர்களிடமில்லை என்பதைக் காணலாம்.

விளைவாக தொழில்நுட்பப் பயிற்சி அன்றி எந்தக் கல்வியும் இல்லாத ஒரு தலைமுறையையே உருவாக்கி நம்மைச்சுற்றி நிறைத்து விட்டிருக்கிறோம். அவர்களைத்தான் நாம் இன்று இணையத்தில் கண்டுகொண்டிருக்கிறோம்.

கல்வி என்பது பயிற்சியில் இருந்து வேறுபடுவது ஒரு அடிப்படை இயல்பால்தான். கல்வி ஒருபோதும் குறைபட்டதாக இருக்கமுடியாது. கல்வி என்பது முழுமையானதாக, ஆளுமையை வளர்ப்பதாக மட்டுமே இருக்கமுடியும். நம்முடைய பல்லாயிரமாண்டுக்கால மரபு சொல்லும் வரையறை இதுவே. சான்றோனை உருவாக்குவதே கல்வி. திறமையுள்ளவனை, தேர்ச்சியுடையவனை உருவாக்குவதல்ல. எது ஒரு மனிதனை முழுமையானவனாக படிப்படியாக மாற்றுகிறதோ அதுவே கல்வி.

பயிற்சிக்கும் கல்விக்குமான அடுத்த வேறுபாடு இங்கேதான் வருகிறது. பயிற்சிக்கு ஓர் எல்லை உண்டு. கல்வி முழுமையை நோக்கிச் செல்வது. முழுமை என்பது முடிவின்மையில் எங்கோ இருக்கும் ஒரு புள்ளி. ஆகவே கல்விக்கு முடிவே இருக்காது. ஓதாமல் ஒருநாளும் இருக்கவேண்டாம் என மரபு அதைச் சொல்கிறது. கடைசிக்கணம் வரை கல்வி நீடித்தாகவேண்டும். கல்விக்காலகட்டம் என ஒன்று இல்லை. கல்வியில் இருந்து வெளியேறும் புள்ளி என எதுவும் உலகியல் வாழ்க்கையில் இல்லை.

இப்படிச் சொல்லலாம். பயிற்சி என்பது அலைபேசி கோபுரங்களை நட்டுவைக்கும் சிமெண்ட் மேடை போன்றது. உறுதியாக ஒருவனை அதில் நட்டு வைக்கிறது. கடைசிவரை அவன் அதுதான். பொறியாளர் பொறியாளர் மட்டுமே. வேறு எவனும் அல்ல. மருத்துவன் எந்நிலையிலும் மருத்துவன் மட்டுமே, நல்ல மனிதனாக ஆவான் என்பதற்குக்கூட ஆதாரமில்லை. ஆனால் கல்வி என்பது ராக்கெட்டின் ஏவுதளம் போல. அது அங்கிருந்து எம்பிப் பறப்பதற்கான ஒரு இடம். தன் மீதமர்ந்தவனை வான் நோக்கி ஏவும் மேடை அது.

கல்வி என்பது உறுதியான திட்டவட்டமான நிராகரிப்பு வழியாக அல்லது தாண்டிச்செல்லல் மூலமாக முன்னகர்கிறது. நான் ஒன்றை அறிந்துகொண்டதும் அதை ஏற்கிறேன் அல்லது நிராகரிக்கிறேன். ஏற்றுக்கொண்ட விஷயத்தை பற்றிக்கொண்டு மேலேறி இன்னும் நுட்பமான இன்னும் தீவிரமான இன்னும் விரிவான விஷயங்களை கற்க ஆரம்பிக்கிறேன். ஏற்றவற்றை கடந்துசெல்கிறேன்.

கல்வி என்பது நம்மை முன்னால் செலுத்திக்கொண்டே இருக்கக்கூடிய எலிவேட்டர் போன்றது. படிகளில் ஏறலாம். சும்மா நின்றாலும் அது மேலேதான் கொண்டுசென்றுகொண்டிருக்கிறது.

நம்முடைய கல்விக்கூடங்களில் கல்வி இல்லை, பயிற்சிதான் உள்ளது. ஆகவேதான் நம் இளைஞர்களால் எதையுமே அறிந்துகொள்ள முடியவில்லை. அவர்களால் மனப்பாடம் செய்ய திரும்பிச்சொல்ல மட்டுமே முடியும். மேற்கோள் காட்டமுடியும். எல்லா தரப்பையும் கருத்தில்கொண்டு சாராம்சத்தை உள்வாங்கி தன்னுடைய முந்தைய அறிதல்களுடன் இணைத்துப் பரிசீலித்து ஓர் ஒட்டுமொத்த அறிதலை உருவாக்கிக் கொள்ள அவர்களால் முடியாது. மிக உயர்ந்த கல்விகற்று மிக முக்கியமான வேலைகளைச் செய்யும் இளைஞர்களிடம் கூட இந்த ஆற்றல் இருப்பதில்லை. ஆகவேதான் நாம் அளிப்பது கல்வியை அல்ல பயிற்சியை மட்டுமே என நான் சொல்கிறேன்.

யோசித்துப்பாருங்கள், நம் பிள்ளைகள் எப்படி வளர்கிறார்கள்? எட்டாம் வகுப்புக்குப் பின் உக்கிரமான வெறிபிடித்ததுபோன்ற மனப்பாடக் கல்வி. டியூஷன் கல்வி. அப்படியே பிளஸ்டூ. அச்சுநகலாக பாடப்புத்தகத்தை திருப்பி எழுதும் பயிற்சி. உயர்கல்வி முடிப்பது வரை இதுதான் நம் கல்வி. இருபத்திரண்டு வயதில் கல்விமுடித்து நேரடியாக வேலை. சம்பளம். ஒரு முழு ஆண்மகனாக ஆகிவிட்டதாக அவனுக்கு நினைப்பு வருகிறது. ஆனால் அவன் மனவளர்ச்சி எட்டாம் வகுப்புடன் நின்றுவிடுகிறது.

நம் இளைஞர்கள் இணையத்தில் எழுதுவதை அவ்வப்போது பார்ப்பேன். அவர்கள் உலகமெங்கும் இருக்கிறார்கள். ஆனால்

உலகத்தை அவர்கள் எழுத்தில் பார்க்கமுடியாது. எட்டாம் வகுப்பு படித்துவிட்டு கொத்தனார் வேலைக்குச் செல்லும் பையன்கள் மாலையில் பார்வதிபுரம் முனையில் நின்று பேசும் அதே விஷயங் களைத்தான் அவர்களும் பேசுவார்கள். அதாவது சினிமா. சரி, சினிமா வைத்தான் எப்படிப் பேசுகிறார்கள் என்று பார்த்தால் பரிதாபமாக இருக்கிறது. வணிகசினிமாவை அந்த சினிமாவின் தரத்தைவிட கீழே போய் பிய்த்துப்போடுவதுதான் இவர்களால் முடிகிறது.

இந்த இளையதலைமுறைதான் இன்றைய இந்தியாவின் சாபக்கேடு. சமீபத்தில் அண்ணா ஹசாரேயின் ஊழலுக்கு எதிரான போராட்டம் வேகம்கொண்டபோது தென்னிந்தியாவில் மட்டும் அது எந்த அலையையும் கிளப்பவில்லை. ஏனென்றால் இங்குள்ள படித்த நடுத்தரவர்க்கம் அப்படி ஒரு தார்மீகமான கோபத்தை புரிந்து கொள்ளும் ஆற்றல் கொண்டதே அல்ல. அவர்களுக்கு அண்ணா ஹசாரே ஒரு'காமெடியனாக'த்தான் தெரிந்தார். அரைலட்சம் சம்பளம் வாங்கி வார இறுதியில் மப்படிக்கும் தங்கள் வாழ்க்கை மிக உயர்வானதாகத் தோன்றியது. கேலிகள், கிண்டல்கள்.

அவர்கள் கல்விகற்றவர்கள் அல்ல. பயிற்சி பெற்றவர்கள். ஒரு குறிப்பிட்ட வேலைக்காக பயிற்றுவிக்கப்பட்டு வெளியே அனுப்பப் படும் உயிர்கள். ஒரு திரைப்படத்தில் சர்க்கஸ்புலிகள் இரண்டை அதன் உரிமையாளன் காட்டில் கொண்டுசென்று விட்டுவிடுவான். அவை வளையம் வழியாக பாய மட்டுமே கற்றவை. அது பயிற்சி, கல்வி அல்ல. ஆனால் காட்டுப்புலி தன் குழந்தைக்கு முழுமையான காட்டையே சொல்லித்தந்துவிடுகிறது. காட்டுப்புலிக்குள் இருப்பது காடு. சர்க்கஸ் புலிக்குள் இருப்பது வளையமும் சாட்டையும் மட்டுமே. நம் பிள்ளைகள் சர்க்கஸ்புலிகள்.

அந்த சினிமாவில் சர்க்கஸ்புலிகள் காட்டுக்குள் வாழத்தெரியாமல் ஊர் அருகே ஒண்டிக்கொள்கின்றன. ஊர்மக்களை வேட்டையாட ஆரம் பிக்கின்றன. அவற்றை கடைசியில் வேட்டைக்காரர்கள் சுட்டுத்தள்ளு கிறார்கள். இங்கே நம் சர்க்கஸ்புலிகளும் உண்மையான வாழ்க்கையை அதன் விரிவுடனும் வீச்சுடனும் எதிர்கொள்ளத்தெரியாமல் ஒரு சிறு வட்டத்துக்குள் ஒண்டிக்கொள்கின்றன. அதுதான் இணையவெளி. அங்கே நக்கல்கள் கொக்கரிப்புகள். பாவம், அய்யோ பாவம் என பரிதாபம் நெஞ்சை அடைக்க நினைத்துக்கொள்கிறேன்.

அந்த சினிமாவில் அந்த சர்க்கஸ் புலி குட்டிபோடும் இடம் ஒன்று உண்டு. சர்க்கஸ்புலியை கொல்ல வரும் வேட்டைக்காரன் அது குட்டி போடுவதைக் கண்டு திரும்பிவிடுவான். அந்தக் குட்டி சர்க்கஸ்புலி அல்ல. அது காட்டுப்புலி. அபாரமான அர்த்தம் அளித்த காட்சி அது.

எல்லா குட்டிக்குள்ளும் காடு இருக்கிறது. வளையத்தையும் சாட்டையையும் காட்டி நாம் அதை அழிக்கிறோம்,

மசானபு ஃபுகோகா இயற்கை வேளாண்மையின் தந்தை. அவரது புகழ்பெற்ற ஒற்றை வைக்கோல் புரட்சி என்ற நூல் இயற்கையின் விதிகளை மீறாமல் வேளாண்மை செய்வதைப்பற்றி சொல்லக் கூடியது. ஆனால் அந்நூலை வாசிக்கும் ஒரு பாடப்புத்தக வாசகன் ஆச்சரியமடைவான். அந்நூலில் வேளாண்மையைப்பற்றி மட்டும் பேசப்படவில்லை. வேளாண்மையில் தொடங்கி படிப்படியாக ஒரு மேலான வாழ்க்கை பற்றி அது பேசுகிறது. பிரபஞ்சவியலை பேசுகிறது. ஆன்மிகமான உச்சநிலை நோக்கி அந்த உரையாடலை அது கொண்டுசெல்கிறது.

ஒரு மேலைநாட்டு வேளாண்மை நூலில் நீங்கள் இதை எதிர்பார்க்க முடியாது. அந்நூலை ஒரு ஐரோப்பிய நூல்தொகுப்பாளர் செப்பனிட்டிருந்தால் அந்நூலின் கால்பகுதி அது பேசும் பொருளை விட்டு வெளியே செல்கிறது என்று சொல்லியிருப்பார். வேளாண்மை விஞ்ஞானிக்கு பிரபஞ்சவியல் பற்றிப் பேச அடிப்படை இல்லை என்று சொல்லியிருப்பார். ஆனால் அதுதான் கீழைமரபு.

நான் ஃபுகோகாவின் நூலை வாசித்த அதேவருடம் ஒரு நூலை மலையாளத்துக்கு மொழியாக்கம் செய்தேன். இயற்கை உணவு விஞ்ஞானியாக இருந்த சிவசைலம் நல்வாழ்வு ஆசிரம நிறுவனர் ராமகிருஷ்ணன் அவர்களின் ‘நோயின்றி வாழமுடியாதா?’ என்ற நூலை. அதில் சமைக்காத உணவே உடலுக்கான இயல்பான உணவாகும் என வாதிடுகிறார் ஆசிரியர். ஆனால் அவரது பார்வை கலை இலக்கியம் தத்துவம் சிந்தனை எல்லாவற்றையும் தொட்டு ஆன்மிகமான ஒரு முழுமைநோக்கை முன்வைக்கிறது.

ஆம், நம் மரபு அதுதான். எந்தக் கல்வியானாலும் அது தனக்கான முழுமை நோக்கைக் கொண்டிருக்கவேண்டும். இளவயதில் நான் எங்களூரின் வர்மக்கலை நிபுணர்களின், சிலம்பக்கலை ஆசான்களின் கல்விக்கூடங்களை கவனித்திருக்கிறேன். அவர்கள் வர்மம் அல்லது சிலம்புசுற்றுதல் என்னும் ஒரு கலையை மட்டும் கற்பித்தவர்கள் அல்ல. அதன் வழியாக வாழ்க்கை பற்றிய ஒரு முழுமை நோக்கை அளித்தவர்கள்.

நம்முடைய மரபில் எந்த ஒரு கலையை கற்கச்சென்றாலும் அது கடைசியில் ஆன்மிகக் கல்வியை நோக்கிச் செல்வதைக் காணலாம். சிற்பமானாலும் மருத்துவமானாலும். பிறநூல்களில் உள்ள அதே ஆன்மஞானம் அந்தத் தொழில்நுட்ப நூல்களிலும் உள்ளது. ஏனென்றால் கல்வி என்பது ஞானத்துக்கான பாதை. ஆம்,

மெய்ஞானத்தை நோக்கி கொண்டுசெல்லும் திராணி அற்றது கல்வியே அல்ல.

பயிற்சி தெரிந்துகொள்ளுதலை அளிக்கிறது. கல்வி அறிவை அளிக்கிறது. பயிற்சி தேர்ச்சியை அளிக்கிறது. கல்வி ஆளுமை வளர்ச்சியை அளிக்கிறது. தெரிந்துகொள்ளுதல் அரைகுறையானது. அறிவு முழுமையும் சமநிலையும் கொண்டது.

ஞானம் என்ற ஒன்றை அதன் அடுத்தபடியாக முன்வைத்தார்கள் நம் முன்னோர். ஞானம் என்பது அறிவுதான். ஆனால் அறிதல் அல்ல. நாராயணகுரு அதை அறிவிலமர்தல் என்று சொல்கிறார். அறிதலும் அறிபடுபொருளும் அறிபவனும் ஒன்றாகும் நிலை. அதுவாதல். எதை அறிகிறோமோ அதுவேயாகும் நிலை. அதுவே அறிவின் முழுமை.

நாம் அறிவது மண் துளியாக இருக்கலாம், இலைநுனியாக இருக்கலாம், புழுவாக இருக்கலாம். அந்த அறிதல் ஏதோ ஒரு கட்டத்தில் நம்மை முழுமையறிதலை நோக்கிக் கொண்டு செல்ல முடிந்தால் அதுவே உண்மையான கல்வி.

நமக்கும் இப்பிரபஞ்சத்துக்கும் இடையே ஒரு பிரம்மாண்டமான திரை உள்ளது. நம் அறியாமையின் திரை இது. மிக விசித்திரமான திரை. இந்தத் திரை நம் அகங்காரத்தாலும் ஆசைகளாலும் ஊடுபாவாக நெய்யப்பட்டுள்ளது. நாம் நமக்குத் தேவையானதை, நாம் விரும்புவதை மட்டுமே அறிகிறோம். நாம் அறிந்ததை வைத்து மேலே அறியவேண்டியதை தடுத்துவிடுகிறோம்.

இளமையில் குழந்தை கல்விக்கான பேராசையுடன் இருக்கிறது. எதை புதியதாகச் சொன்னாலும் குழந்தை கவனிக்கும். ஆனால் வளர்ந்ததும் ஒரு கட்டத்தில் எந்தப் புதிய விஷயத்தையும் நாம் உள்வாங்காதவர் களாகிறோம். ஆசையாலும் அகங்காரத்தாலும் அறிதல் நிலைத்து நின்றுவிடுகிறது. அந்த அகங்காரத்தையும் ஆசையையும் கடந்துதான் அறியாமைத்திரையைக் கிழித்து முழுமையறிவை அடையமுடியும் என்று சொல்லப்பட்டுள்ளது. அதுவே ஞானத்தின் பாதை.

ஒருமனிதன் தன் வாழ்நாள் முழுக்க கடைப்பிடிக்கவேண்டிய தேடலையே கல்வி என நாம் சொல்கிறோம். கல்விக்கூடங்கள் மிகமிக ஆரம்ப நிலையில் உள்ளவை. ஒருவன் மிக அதிகமாக கற்றால்கூட இருபத்தைந்து வயதில் அக்கல்வி முடிந்துவிடுகிறது. அதன்பின்னர் ஆரம்பிப்பதே உண்மையான கல்வி. ஞானமளிக்கும் கல்வி.

நாம் கற்றிருப்பது கல்வியல்ல, பயிற்சி என அறிபவன் கல்வியை அடையாளம் காணமுடியும். கல்வி அவனுக்கு ஞானத்தை சுட்டிக்காட்டும்.

ஒரு விழியிழந்த மனிதர் ஞானியின் வீட்டைவிட்டுக் கிளம்பும்போது இரவாகி விட்டது. அவர் தனக்கு ஒரு கைவிளக்கு கேட்டார். 'பார்வை யற்ற உனக்கு ஏன் விளக்கு?' என்றார் ஞானி. 'விளக்கொளியில் என்னை மற்றவர்கள் பார்ப்பார்களே, அவர்கள் என் மேல் மோதாமலிருப்பார்கள் அல்லவா?' என்றார் பார்வையற்றவர்.

வழியில் ஒருவர் பார்வையற்றவர் மேல் மோதிக்கொண்டார். 'மூடா, நீ விளக்கைப் பார்க்கவில்லையா?' என்றார் பார்வையற்றவர் கோபமாக. அவர் சொன்னார், 'சகோதரா விளக்கு ஏற்கெனவே அணைந்துவிட்டிருக்கிறது.'

பார்வையற்றவர் விளக்கின் எல்லையை அப்போதுதான் உணர்ந்தார். ஞானியிடம் திரும்பிவந்தபோது அணையாத ஒரு விளக்கை அவர் அவருக்குச் சுட்டிக்காட்டினார்.

இந்த விஜயதசமி நாளில் அந்த அணையாவிளக்கை நாம் உணர்ந்து கொள்வோம்.

நன்றி.

(24-10-2012 அன்று திருப்பூர் 'அறம் அறக்கட்டளை' சார்பில் ஆற்றிய உரை)

சமூகம்

அறமறிதல்

அன்புள்ள நண்பர்களே,

இன்று 'அறமெனப்படுவது' என்னும் தலைப்பில் பேச என்னை அழைத்திருக்கிறார்கள். அடிப்படையான வினா இது. எவை வாழ்க்கையின் ஆதாரமான தத்துவநிலைப் பாடுகளை விளக்க முயல்கின்றனவோ அவையே அடிப்படைக் கேள்விகள். இதைப்போன்ற அடிப்படை வினாக்கள் எழும்போதெல்லாம் நாம் நம் ஆசிரியர்களை இயல்பாக நினைவுகூர்கிறோம். நான் நித்ய சைதன்ய யதியை நினைத்துக்கொள்கிறேன். ஏனென்றால் நம் ஆசிரியர்கள் நம்மிடம் அடிப்படை விஷயங்களைப் பற்றியே உரையாடுகிறார்கள். இல்லை, அவர்கள் எதைப் பற்றி உரையாடினாலும் அதெல்லாம் அடிப்படை விஷயங்களாக இருக்கின்றன.

நித்யா ஒருமுறை குருகுலம் வழியாக நடந்து கொண்டிருந்தார், கீழே சமையலறையில் யாரோ டீ போடும் வாசனை. 'அங்கே டீ போடுகிறவன் முன்னரே தண்ணீரில் சீனியைப் போட்டுவிட்டான். டீ சுவை கெட்டு விட்டது' என்றார் நித்யா. சுவையறியும் மூக்கு. அவரது எல்லாப் புலன்களும் உலகச்சுவைக்காகத் திறந்திருந்தன. ஒரு நல்ல அவியல் வைக்கத்தெரியாதவனால் எப்படி அத்வைதத்தைப் புரிந்துகொள்ள முடியும் என்று கேட்டவர் அவரது குரு.

இது ஓர் அன்றாட விஷயமாக இருக்கலாம். ஆனால் நித்யா தொடர்ந்துசென்றார். 'அப்பா தன் பிள்ளைக்கு

பொம்மையைக் கொடுத்து பத்திரமாக விளையாடு என்று சொல்வது போல இந்த உலகம் நமக்களிக்கப்பட்டிருக்கிறது. இதை நம் உச்சம் வரை சென்று அறிவதும் அடைவதும் நம் கடமை. இந்த உலகில் இருந்து மிகச்சிறந்த அனைத்தையும் மிகச்சிறந்த முறையில் அடைவதென்பது மனிதனின் சலுகை அல்ல. மனிதனின் உரிமைகூட அல்ல. அது அவன் கடமை, பொறுப்பு.'

அடிப்படை விஷயங்களை அன்றாட வாழ்க்கையின் எந்தப்புள்ளியில் இருந்தும் தொடங்கலாம் என்று நித்யா சொல்வதுண்டு. எதை நாம் ஆழமாக வினவிக்கொண்டாலும் அது அடிப்படை வினாவாக ஆகும். ஓர் அடிப்படை வினாவை எழுப்பிக்கொள்வது எப்படி? நித்யா அதை எப்படிச்செய்வார்? அவரது அருகிருந்து அதை நான் கவனித்திருக்கிறேன். அதுவே நான் அவரிடம் பெற்ற கல்வி.

நித்யா அந்தச் சொல்லையே முதலில் கவனிப்பார். அதுதான் ஆணிவேர். நாம் சாதாரணமாக ஒன்றைச் சிந்திக்கும்போது அதன் சமகால, அன்றாடப் புழக்கத்தைக்கொண்டே புரிந்துகொள்ள முயல்வோம். அறம் என்ற சொல்லுக்கு இன்று இங்கே என்ன அர்த்தம் என்பதே நம் கேள்வியாக இருக்கும். இன்னும் கொஞ்சம் விரிவாகப் போனால் அதன் வரலாற்றுப்புலம் சார்ந்து யோசிப்போம். வரலாறென்பது நம் கண்ணுக்கெட்டியதூரம் வரைதான். மொழி அதற்கும் அப்பால் செல்கிறது. அடிவேர் வரை செல்கிறது. ஆகவே தான் தத்துவத்தில் மொழியை எப்போதும் சிந்தனையின் அடிப்படை அலகாகக் கொள்கிறார்கள்.

அது ரஸ்ஸலின் வழி. இந்திய ஞானமரபில் நெடுங்காலமாக மீமாம்சகர்கள் அதையே கடைப்பிடித்தனர். அதற்கு வியாகரணம், சந்தஸ் என்னும் இரு முறைகளை வைத்திருந்தனர். இலக்கணம், ஒலியமைதி. ஒரு அறம் என்ற உருவகம் ஒரு 'பேக்கேஜ்'. அதில் அறம் என்னும் சமூக அமைப்பு, சமூக ஆசாரம், சமூக நம்பிக்கை ஆகியவை உள்ளன. அவை எல்லாம் அச்சொல்லில் அடங்கியிருக்கின்றன. அச்சொல் அவற்றைக் கட்டும் பொட்டலமல்ல. அந்தக் கருதுகோள் ஒரு மரம் என்றால் அதன் விதை அது.

'இவ்ளோ பெரிய விமானத்துக்கு எப்டிடா பெயிண்டடிப்பாங்க?' என்று ஒரு பைத்தியம் கேட்டபோது 'மேலே போறப்ப சின்னதாயிடும்ல. அப்ப அடிச்சிருவாங்க 'என இன்னொரு பைத்தியம் பதில் சொன்னதாகச் சொல்வார்கள். எதுவும் கொஞ்சம் மேலே, கொஞ்சம் தூரத்தில் சென்றால் சிறிதாகிவிடுகிறது. எளிமையாகக் கையாளக்கூடியதாக ஆகிவிடுகிறது. காலத்தில் பின்னகரும்போது விடைகள் கைக்கடக்கமாக ஆகிவிடுகின்றன. காலத்தில் பின்னகர சொல் ஒன்றே சுட்டுவழி.

சொல் என்பது சிலை, பொருள் என்பது தெய்வம். அளவிடமுடியாத ஒன்று அளவிடக்கூடியதாக நம்முன் அமர்ந்திருக்கிறது. காளிதாசன் சொன்னார் 'சொல்லும்பொருளும் போல அமைந்தவர்கள் பார்வதி பரமேஸ்வரர்' என. பிரிக்கமுடியாதவர்கள். ஒருவருக்கொருவர் ஊக்க விசையானவர்கள்.

நித்யாவின் வழிமுறைப்படி நானும் அறம் என்ற சொல்லையே எடுத்துக்கொள்கிறேன். எந்தக் காலத்தில் இச்சொல் தமிழில் புழக்கத்தில் வந்தது? மொழியாராய்ச்சியில் அச்சொல்லை நோக்கிக் கேட்கவேண்டிய முதல்வினா அது காரணப்பெயரா இடுகுறிப்பெயரா என்பதே. காரணப்பெயர் என்றால் அது பின்னாளில் இங்கே வந்தது.

உதாரணமாக, புரட்சி. பாரதி உருவாக்கிய சொல்லாட்சி. பதினெட்டாம் நூற்றாண்டு ஐரோப்பிய அரசியல் கிளர்ச்சிகளில் இருந்து பிறந்தது. முழுமையான மாற்றம், ஒட்டுமொத்தமான மாற்றம், தலைகீழான மாற்றம் என்பதைச் சுட்டுகிறது. புரள்வது என்ற சொல்லின் நீட்சியாக வந்தது. நாம் படிப்படியான மாற்றத்தையே அறிந்திருக்கிறோம். புரட்சி நமக்கு ஒரு புதிய செய்தியே.

இடுகுறிச்சொற்கள் அக்கருத்துக்கு இடப்பட்ட ஒலிக்குறிப்புகள் மட்டுமே. ஒரு குழந்தை உடலும் உயிருமாகப் பிறப்பதுபோல கருத்து சொல்லும் பொருளுமாகவே மானுட மனதில் உருவாகிறது. அதற்கு சொல்லால் பெயரிடப்படுவதில்லை. அந்தச் சொல்லே அதைக் கொண்டு செல்கிறது, விரியச்செய்கிறது.

இடுகுறிச்சொற்களை ஆராயும்போது சிறந்த வழி என்பது அச்சொல்லின் அருகே உள்ள சொற்களை கவனிப்பது. எஸ்.வையாபுரிப்பிள்ளையின் தமிழ்ப்பேரகராதி அதற்கு மிகச்சிறந்த சாதனம். அதன் அகரவரிசை நமக்கு ஒரு சொல் கூடவே கொண்டுவரும் பிற சொற்களை சுட்டிக்காட்டி அபாரமான மனவெளிச்சங்களை அளிக்கிறது.

அறம் என்ற சொல்லின் அருகே அமர்ந்த சொல் அறுதல். அதுவே அதன் மொழிமூலமாக இருக்கலாம். அற்றம் என்றால் இறுதி. அற்றுபடி என்றால் திட்டவட்டம். அதாவது அறுத்துச் சொல்லுதல், வரையறைசெய்து சொல்லுதல், கடைசியாகச் சொல்லுதல் என்ற தொனியில் இச்சொல் பிறந்திருக்கலாம்.

அறம்பாடுதல் என்கிறோம். பெரும் துன்பப்பட்ட கவிஞன் அதற்குக் காரணமானவர் அழியும்படியாகப் பாடும் பாடல். நந்திவர்ம பல்லவனை அவன் சகோதரன் அறம்பாடிக் கொன்றான் என்று நம் தொன்ம மரபு சொல்கிறது. அங்கே வரும் அறம் என்பது தர்மம் அல்ல.

எதிக்ஸ் அல்ல. அது இறுதிதான். அறப்பாடுதல், அறும்படி பாடுதல். அற்றம் வரும்படி பாடுதலே அங்கே அறமாக சொல்லப்படுகிறது.

அறம் என்பது இதுதான். ஒரு மனிதக்குழு தனக்குள் உருவாக்கிக் கொள்ளும் நெறிகள். இறுதியாக வகுத்துக்கொண்ட நடத்தைகள். செய்யக்கூடியவை, செய்யக்கூடாதவை, செய்தே ஆகவேண்டியவை அடங்கிய ஒரு வழிகாட்டித்தொகை. அதுவே அறம்.

நாம் நம் மொழிமரபில் அறம் என்ற சொல்லின் பிறப்புச்சூழலைப் பார்க்கையில் சங்க காலம் கண்ணுக்கு முன் விரிகிறது. புறநானூற்றுக் காலம் என்பது பெருங்குடி மன்னர்களான மூவேந்தர் சிறுகுடி மன்னர்களான வேளிர்களை, கடல்சேர்ப்பர்களை, குறவமன்னர்களை அழித்தொழித்துப் பேரரசுகளை உருவாக்கும் போர்ச்சூழல் என்பது தான் வரலாறு. சங்கம் மருவியகாலத்தில் முடியுடை மூவேந்தர் மட்டுமே எஞ்சுகிறார்கள். அந்தப் போர்ச்சூழல் எல்லாவகை வன்முறையையும் அனுமதிக்கிறது.

எரிபரந்தெடுத்தல் என்று சங்க இலக்கியம் பேசும் போரழிவுகள் கொடூரமானவை. எதிரிநாட்டுப்பெண்கள் அறுத்தெறிந்த தாலிகள் சாலைகளில் மலையாகக் குவிகின்றன. புகை நகரை மூட பெண்களின் கண்ணீரில் யானைக்கால் வழுக்குகிறது. எதிரிநாட்டு ஊருணிகளை யானை வைத்து அழிக்கிறார்கள். வீடுகளை எரிக்கிறார்கள். எதிரி மன்னனின் பல்லைக்கொண்டுவந்து சுவரில் பதிக்கிறார்கள். எல்லாமே அறம்தான்.

இன்றைய நம் அறவுணர்ச்சி கூசுகிறது. ஆனால் அறம் என்பது மெல்ல மெல்ல சமூகத்தால் விரிவாக்கம் செய்யப்பட்ட ஒரு கருத்து என்பதை நாம் புரிந்துகொள்ள வேண்டும். அறம் என்ற கருத்து ஒரு சிறு மக்கள் குழுவில் உருவாகிறது. அது அவர்களை மட்டுமே கட்டுப் படுத்துகிறது. ஒரு குடும்பத்துக்குள் உருவாகும்போது அது குடும்ப அறம். குடும்பம் குலமாக ஆகும்போது அது குல அறம். குலம் நாடாக ஆகும்போது அது அரசியல் அறம். நாடுகள் மானுடமாகும்போது மானுட அறம்.

சங்ககாலத்தில் நாம் காண்பது குல அறங்கள் அரசியலறங்களாகத் திரளும் ஒரு பெருநிகழ்வை. போர்வெறியைக் கொண்டாடக்கூடிய, கொலையை கொள்ளையை அனுமதிக்கக் கூடிய, சங்ககாலத் தமிழ்ச் சமூகம் கொஞ்சம்கூட அனுமதிக்காத ஒன்றுண்டு. நன்னன் என்பவன் செய்த பெண்கொலை. ஒரே ஒரு பெண்ணைக் கொன்ற நன்னன் என்ற குறுநில மன்னனைப் புலவர்கள் மீண்டும் மீண்டும் சாபமிட்டுப் பாடியிருப்பதைக் காணலாம். தன் மக்களாலேயே நன்னன் ஒதுக்கப் பட்டான். 'பெண்கொலை புரிந்த நன்னன்' என்றே வரலாற்றில் அறியப் பட்டான்.

அது மானுட அறம். என்னதான் இருந்தாலும் ஒருபோதும் செய்யக் கூடாத விஷயம் அது என தமிழ்ச்சமூகம் நினைத்தது. அவ்வாறு ஒரு சமூகம் நினைப்பவற்றின் அளவு பெருகப்பெருக அச்சமூகம் மானுட அறம்நோக்கி நகர்கிறது. கால-இட-சூழலை மீறிய அறத்தையே நாம் 'அறம்' என்கிறோம். சங்கப்பாடல்களில் பொருண்மொழிக்காஞ்சியில் மானுட அறம் நோக்கிய தேடலை, விவாதத்தைக் காண்கிறோம். ஆனால் சங்கம் மருவிய காலகட்டத்தில் தமிழ்ச்சமூகம் அந்த அறத்தை வந்தடைந்திருப்பதைக் காணலாம். அரசியல் பிழைத்தோர்க்குக் கூற்றாக வரும் அறம் என்பது அதுவே.

அந்த அறம் ஒரு பலிவாங்கும் போர்க்கடவுளாக உருவாகி வந்திருப்பதைக் காணலாம். சிலப்பதிகாரக் காலகட்டத்தில் பெருமன்னர்கள் உருவாகிவிட்டிருந்தனர். அவர்கள் கட்டற்ற அதிகார முள்ளவர்கள். குறுங்குடிமன்னர்கள் குல அறத்தால், ஆசாரமரியாதை களால் கட்டுப்படுத்தப்பட்டவர்கள். ஆனால் பெருங்குடிமன்னனுக்கு எந்தக் கட்டுப்பாடும் இல்லை. அவன் தவறுசெய்தால் தட்டிக்கேட்பது எது? அதுவே அறம். மானுட அறம். கூற்றாக அது வந்து வாசலில் நிற்கும் என்கிறார் இளங்கோ.

அதையே வள்ளுவர் 'அல்லற்பட்டு ஆற்றாது அழுத கண்ணீரன்றே செல்வத்தைத் தேய்க்கும் படை' என்றார். அந்த அறம் நோக்கி நம் சமூகம் நகர்ந்ததை நாம் வள்ளுவர் வழியாகப் பார்க்கிறோம். அறன் வலியுறுத்தல் என்று வள்ளுவர் சொல்வது மானுட அறத்தையே. இல்லறம் துறவறம் என்னும் சிறிய அறங்களுக்கு அப்பால் கோபுர உச்சிபோல மானுட அறம் எழுகிறது.

அறத்துக்கு மாற்றாக மறத்தைக் கூறும் ஒரு வழக்கம் நம்மிடம் உள்ளது. ஆனால் சங்ககாலத்தில் மறம் உயர்ந்த விழுமியமாகவே இருந்தது. அது அறத்தின் எதிர்மறைச்சொல் அல்ல. மறுத்தல், மறுத்து நிற்றல் என்பதே மறம். அது வன்முறை என்றும் ஆகவே அறத்துக்கு எதிரானது என்றும் கண்டவர் வள்ளுவர். 'அறத்திற்கே அன்பு சார்பென்ப அறியார் மறத்துக்கும் அஃதே துணை' என அந்த எதிரீட்டை அவர்தான் உருவாக்கினார். அது அவரது சமண அறம்.

அந்தத் தேடலின் உச்சியில் கம்பராமாயணம் நிகழ்ந்தது. அறத்தின் மூர்த்தியான் என கம்பன் ராமனைச் சொல்கிறான். ராமனின் குணம் அல்ல அறம். ராமன் அறத்தின் உடல்வடிவம். அறம் ராமனைவிட மேலானது. தருமம் பின் இரங்கி ஏக என்று சொல்லும்போது கம்பன் அதை ஒரு தனி இருப்பாக, தனி ஆளுமையாக உருவகிக்கிறான். அதுவே நம் மரபின் உச்சகட்ட அறத்தரிசனம்.

நாம் நினைப்பதுபோல நம் மன்னர்கள் முற்றதிகாரம் கொண்டவர்கள் அல்ல. அவர்களைக் கட்டுப்படுத்தவும் வழிநடத்தவும் சான்றோர் அவைகள் இருந்தன. சிற்றரசர் சபைகள் இருந்தன. தமிழகத்தின் மாபெரும் முடிமன்னனாகிய ராஜராஜனே சிற்றரசர் சபைக்குக் கட்டுப்பட்டு இருப்பதை நீங்கள் பொன்னியின் செல்வனிலேயே வாசிக்கலாம். கொடும்பாளூர் வேளார்கள், பழுவேட்டரையர்கள் என அந்த சபையில் பல சிற்றரசர்கள் இருந்தார்கள்.

அவர்கள் அனைவரும் சேர்ந்து மன்னனைத் தலைவனாக அங்கீகரிக்க0 வேண்டும். அவ்வாறு அங்கீகாரம் பெற்றவனே மன்னன். ஆகவேதான் அவனுக்குக் குலசேகரன் - குலங்களைத் தொகுத்தவன் - என்ற அடைமொழி உள்ளது. குல அறத்தால் கட்டுப்படுத்தப்பட்ட பழைய மன்னன் மானுட அறத்தால் ஆளப்படுபவனாக ஆவதையே நாம் இலக்கியங்களில் காண்கிறோம்.

என் அண்ணா பொதுவாக குடும்பத்திற்குள் உதவிகள் செய்யக்கூடிய வனாக இருந்தார். என் அம்மாவுக்குத் தோழியாக இருந்த ஒரு பெண்மணிக்கு அவர் உதவிகள் செய்வதுண்டு. படுகிழவி. ஒருமுறை அண்ணா சென்றபோது அவள் பழைய சாக்கைப் போர்த்திக்கொண்டு இருப்பதைக் கண்டார். உடனே ஒரு கம்பிளியை வாங்கிக்கொடுத்தார். அடுத்தமுறை போனபோது கிழவி அதே சாக்கைப் போர்த்திக் கொண்டிருந்தாள். 'என் மூத்தமகனின் பிள்ளை தரையிலே கிடக்கிறது. அதற்கு கொடுத்துவிட்டேன்' என்றாளாம்.

அண்ணா இன்னொரு கம்பிளி வாங்கிக்கொடுத்தார். ஆனால் மறுமுறை செல்லும்போது அதுவும் இல்லை. 'மகளுக்கு கம்பிளி இல்லை. அவளுக்கு கொடுத்தேன்.' மூன்றாம் முறையும் கம்பிளி வாங்கிக்கொடுத்தார். அதுவும் ஒரே வாரத்தில் ஒரு பேரனுக்குக் கொடுக்கப்பட்டது. அண்ணா சொன்னார் 'ஆயிரம் முறை வாங்கிக் கொடுத்தாலும் இப்படித்தான் நடக்கும்... பிறந்தநாள் முதல் தனக்கென எதையும் தேடாத வாழ்க்கை... குழந்தையாக இருக்கும் போதே குழந்தை வளர்க்க ஆரம்பித்திருப்பாள்... அந்த நாள் முதல் அன்னைதான். கொடுத்துத்தான் பழக்கம்.'

அது குல அறம். தன் குலத்துக்காகத் தன்னை அர்ப்பணித்த வாழ்க்கை. அதற்குமேல் ஓர் அறம் உண்டு. அதுவே மானுட அறம். என் அலுவலகத்துக்கு முன்னால் உள்ள டீக்கடையில் அய்யப்பண்ணன் என்பவர் டீ குடிக்க வருவார். நூறுவயது தாண்டியவர். விவசாயி. அய்யப்பண்ணனுக்கு பொய்கையாறு அணை இன்று இருக்கும் இடத்தில் வயல் இருந்தது. அங்கே செல்ல புலியூர்க்குறிச்சியில் பஸ் இறங்கி எட்டுமைல் நடக்கவேண்டும்.

அய்யப்பண்ணன் ஓட்டலில் நுழைந்து காலையுணவு சாப்பிடப் போகும்போது பஸ் வந்துவிட்டது. அடுத்த பஸ் மதியம்தான். ஆகவே பாய்ந்து ஏறிவிட்டார். கையில் தூக்குப்போணியில் பழையது இருக்கும் தைரியம். மதியம் வரை வெயிலில் வேலைசெய்துவிட்டு பசிவெறியுடன் சாப்பிட வரும்போது பார்த்தால் ஒரு நாடோடி அவரது போணிச்சோற்றை சாப்பிட்டுக்கொண்டிருக்கிறான். அருகே நின்ற கம்பைப் பிடுங்கிக்கொண்டு அய்யப்பண்ணன் ஓடி வந்தார்.

நாடோடிக்கும் பயங்கரமான பசி போல. அவன் போணியை வழித்து நக்கிக்கொண்டிருந்தான். பசியாறிய முகத்துடன் ஏறிட்டுப்பார்த்தான். 'எப்டி நான் அவன அடிப்பேன்... பசியாறின மொகத்தில உள்ளது மகாலச்சுமியில்லா?' என்றார் அய்யப்பண்ணன் என்னிடம். அய்யப் பண்ணனின் அந்த மனவிரிவே மானுட அறம்.

நண்பர்களே, மானுட வரலாறென்பது அறத்தின் பரிணாம வளர்ச்சி தான்.

நன்றி.

(14-4-2012 அன்று குவைத் முத்தமிழ்மன்றத்தில் ஆற்றிய உரை)

நமக்குள் இருக்கும் பேய்

நண்பர்களே,

இந்த மேடையில் நான் வந்து நிற்பதற்கான காரணம் என்ன? ஆல்ஹகாலிக்ஸ் அனானிமஸ் என்ற அமைப்பு குடிநோயாளியாக இருந்து திருந்தியவர்களுக்காக உருவாக்கப்பட்டது. குடிகாரர்கள் குடிகாரர்களிடம் பேசும் அமைப்பு. நான் ஒரு முன்னாள் குடிகாரன் என்று சொன்ன பிறகுதான் இங்கே பேசவே ஆரம்பித்தார்கள். நான் இன்றுவரை குடித்ததில்லை. மதுவகைகளின் வாசனை களையும் நிறங்களையும் கூட என்னால் சொல்லிவிட முடியாது. அப்படியானால் இங்கே எனக்கு என்ன இடம்?

நண்பர்களே, நான் என் நண்பர்களிடம் இப்படிச் சொல்லிக் கொள்வதுண்டு. 'நான் ஒரு குடிக்காத குடிகாரன்.' அதைத் தான் இங்கே பேசுவதற்கு எனக்கிருக்கும் தகுதியாக இங்கே சொல்லிக்கொள்வேன்.

ஒரு நிகழ்ச்சியில் இருந்து அதை ஆரம்பிக்கவேண்டும். என் வாழ்க்கையின் திருப்புமுனையாக அமைந்த நிகழ்ச்சி. எனக்கும் என் அப்பாவுக்குமான உறவு கொஞ்சம் பழைய சாயல் உடையது. அவரிடம் நான் பேசியதே இல்லை என்றுதான் சொல்லவேண்டும். அவர் முன்னால் நான் போக மாட்டேன். அவரும் என்னை ஏறிட்டுப்பார்க்க மாட்டார். என்னிடம் சொல்லவேண்டியதை அவர் அம்மாவிடம் சொல்வார். அவரிடம் சொல்லவேண்டியதை நான் மனதுக்குள் சொல்லிக்கொள்வேன்.

நினைவில் நிற்கும் ஒரே பேச்சு நான் கல்லூரியில் சேர்ந்த அன்று நிகழ்ந்தது. பணம்கட்டிவிட்டு திரும்புகிறோம். மறுநாள் முதல் நான் கல்லூரியில் படிக்கப்போகிறேன். அப்பா வழியில் இருந்து விலகி ஒரு மாமரத்தடியில் சென்று நின்றார். மாமரத்தின் சிதல்படலத்தை கையால் தட்டிக்கொண்டு பேசாமல் நின்றார். நான் சென்று அருகே நின்றேன். சட்டென்று அவர் என்னிடம் பேச ஆரம்பித்தார். மிக அந்தரங்கமான உணர்ச்சிகரமான பேச்சு. அந்த பேச்சின் ஒவ்வொரு சொல்லும் என் நினைவில் இக்கணமும் அழியாமலிருக்கிறது.

அப்பா என்னிடம் என்னைப்பற்றிச் சொன்னார். உன்னை எனக்கு தெரியும். குடிக்காதே. குடித்தால் நீ தெருவில்தான் கிடப்பாய். உன்னால் அதை நிறுத்த முடியாது. பெண்களுடனான உறவில் கவனமாக இரு. நீ உணர்ச்சிகரமானவன். உன்னை குரங்காக ஆட்டி வைப்பார்கள். ஒரு பெண் போதும் உனக்கு. எந்தத் தொழிலும் செய்யாதே. உன்னால் பணத்தை கையாளமுடியாது. அந்த மனிதர் அதன்பின் அதிக காலம் உயிருடன் இல்லை. உயிருடனிருப்பவர்களிடம் நாம் விவாதிக்கலாம், முரண்படலாம். செத்துப்போனவர்களை என்ன செய்வது? அவர்கள் சொன்னதெல்லாம் மாற்ற முடியாதவை. அவற்றை நான் என் வாழ்நாள் முழுக்க என் முழுசக்தியாலும் கடைப்பிடிக்கிறேன். அந்த நெறி என்னை பாதுகாத்தது, எனக்கு வழிகாட்டியது.

இன்று எனக்கு ஐம்பது வயதாகப்போகிறது. இப்போது தெரிகிறது, என் அப்பா அளவுக்கு என்னைப்புரிந்துகொண்ட இன்னொருவர் இல்லை என்று. அது மிக இயல்பானதுதான். என் மகனை நான் புரிந்துகொண்டிருக்கிறேன். அவனுடைய சஞ்சலங்கள், பயங்கள், ஆர்வங்கள், மீறல்கள் எல்லாமே எனக்கு உள்ளங்கையில் இருப்பது போல தெரிகின்றன. யோசித்துப்பாருங்கள் இருபது இருபத்தைந்து வருடங்கள் நம்மை வேறுயார் ஒவ்வொரு நாளும் ஆர்வத்துடன் பதற்றத்துடன் கூர்ந்து பார்த்துக்கொண்டிருக்கிறார்கள்? அவர்களுக்கு தெரியாத எது நம்மிடமிருக்கப்போகிறது? அவர்கள் நம்மை புரிந்துகொள்ளாமல் யார் புரிந்துகொள்ளப்போகிறார்கள்?

என் அப்பா என்னை கச்சிதமாகப்புரிந்துகொண்ட விதம் இன்றும் எனக்கு ஆச்சரியத்தை அளிக்கிறது. நான் அப்போது பதினேழுவயதான பையன். வாசிப்பேன், ஆனால் எழுத ஆரம்பிக்கவில்லை. ஆனால் அப்போதும் நான் ஓர் எழுத்தாளன்தான். நண்பர்களே, எழுத்தாளனுக்கும் கலைஞனுக்கும் குடி மிகமிக ஆபத்தானது. நாங்கள் சிங்கத்தை பழக்கும் சர்க்கஸ்காரர்கள் போல உணர்ச்சிகளுடன் புழங்கிக்கொண்டிருக்கிறோம். அதற்கு உணவுபோட்டு, அதன் சடையை சீவி விட்டு, நகங்களை வெட்டி விட்டு, மேடை மேல் ஏறவும் இறங்கவும்

சொல்லிக்கொடுத்து, அதை கூடவே வைத்திருக்கிறோம். அதன் வாய்க்குள் தலையை விட்டு வித்தை காட்டுகிறோம்.

மனித உணர்ச்சிகள் மிகமிக கட்டற்றவை. எந்த ஊகத்துக்கும் அப்பாற்பட்டவை. அவற்றின் ஒரே ஒரு நல்ல அம்சம் என்னவென்றால் அவை சீக்கிரமே வடிந்து போகும் என்பதுதான். கொஞ்சம் உடலை அசைத்தாலே கூட உணர்ச்சிகள் மாறிப்போகும். உக்கிரமாக கோபம் அல்லது சோர்வு வரும்போது எழுந்து நின்று இரு கைகளையும் தலைக்குமேலே தூக்கினாலேகூட அந்த உணர்ச்சிகள் வடிந்துவிடும் என்கிறார்கள் பழக்கவியல் நிபுணர்கள். அவ்வளவுதான் மனிதன், மிக எளிமையான ஓர் உயிர்தான்.

ஆனால் எழுத்தாளனும் கலைஞனும் அப்படி அல்ல. இயல்பிலேயே உணர்ச்சிகள் அப்படியே பலமணிநேரம் பலநாட்களுக்கு நீடிக்கக் கூடிய ஒரு மனப்பிறழ்வு அவனுக்கு உண்டு. சோர்வோ கோபமோ துயரமோ பரவசமோ அப்படி மேலே எழுந்த கடல்அலை பளிங்குக் கல்லாக அசையாமல் நிற்பதைப்போல நிற்கும். அது ஒரு மனச்சிக்கல். அப்ஸெஷன் என்று மருத்துவர்கள் சொல்லலாம். ஆனால் அந்த நிலை இருந்தால்தான் கலைப்படைப்பை உருவாக்க முடியும். கலைப் படைப்பு என்பது ஒரு கடல் அலையை அழியாமல் நிறுத்தக்கூடிய வித்தைதான்.

அப்படிப்பட்ட ஒருவனுக்கு மது எத்தனை ஆபத்தானது! அவனுடைய உணர்ச்சிகளை அது இன்னும் கட்டற்றதாக ஆக்குகிறது. அவனை இன்னும் கிறுக்கனாக்குகிறது. மற்றவர்களைப்போல உணர்ச்சிகள் மேல் கலைஞனுக்கு அறிவின் கட்டுப்பாடு இல்லை. அவனுக்கு இருக்கும் ஒரே கட்டுப்பாடு அந்த உணர்ச்சிகளை அவனால் நுட்பமாக பார்க்கமுடியும் என்பது மட்டும்தான். அந்தக் கட்டுப்பாட்டையும் இல்லாமலாக்குகிறது குடி.

எத்தனை கலைஞர்கள். நினைத்துப்பார்க்கவே மனம் பதைக்கிறது. கொஞ்சநாளாக சந்திரபாபுவின் பாடல்களை கேட்டுக் கொண்டிருந்தேன். என்ன ஒரு உணர்ச்சிகரமான குரல். அந்த முகம். கோமாளியா ஞானியா என்று தெரியாத பாவனைகள். நான் ஒரு முட்டாள் என்று கண்டுகொண்ட புத்திசாலி. எவ்வளவு பரிபூர்ணமான கலைஞன். ஆனால் அவனுடைய கலையை அவனால் முழுமையாக்க முடியவில்லை. எது அவனோ அவனாக இருக்க முடியவில்லை. எத்தனை பரிதாபகரமான முடிவு.

யோசிக்க யோசிக்க என் மனம் கனத்து நிற்கிறது. பலரை நானே பார்த்திருக்கிறேன். மேதைகளான எழுத்தாளர்கள். முப்பது வருடம்

கடும் உழைப்பால் எழுந்து வந்த சிந்தனையாளர்கள். பிறவியிலேயே வரம் வாங்கி வந்த கலைஞர்கள். எத்தனையோ பேரை நான் சுமந்து கொண்டு வீட்டில் விட்டிருக்கிறேன். அவர்களில் நான் வழிபடக்கூடிய குருநாதர்களும் உண்டு.

அவர்கள் என்னிடம் எப்படி அவர்கள் மாட்டிக்கொண்டார்கள் என்று சொல்லியிருக்கிறார்கள். எப்படி அந்த மாயப்பேய் அவர்களின் கலையையும் மேதமையையும் அழித்து கேலிச்சித்திரங்களாக ஆக்கியது என்று புலம்பியிருக்கிறார்கள். படைப்புத்திமிர் கொண்ட மேதைகள் குடிக்காக கையேந்தியிருக்கிறார்கள். நேர்மையின் சுவாலை கொண்ட சிந்தனையாளர்கள் கூழைக்கும்பிடு போட்டிருக்கிறார்கள். நெஞ்சுக்குள் படைப்புசக்தி நிறைந்த எழுத்தாளர்கள் எழுதமுடியாமல் மட்கி அழிந்திருக்கிறார்கள். அவர்கள் ஏங்கி உதிர்த்த கண்ணீர் என் தோள்களையும் இதயத்தையும் அமிலம் மாதிரி எரித்திருக்குகிறது.

அப்பா சரியாகத்தான் சொன்னார், நீ ஆரம்பிக்காதே என்று. ஆரம் பித்தாலே போதும். முதல் கோப்பையே போதும். அதை பிறகு நானே உணர்ந்தேன். நான் என் பெரும்பகுதி நேரத்தை குடிமேஜைகளில் செலவிட்டிருக்கிறேன். நூற்றுக்கணக்கான நண்பர்கள் பல்லாயிரம் முறை எனக்கு மதுவை நீட்டியிருக்கிறார்கள். நான் சொல்லக்கூடியது ஒன்றுதான்,'இதுவரை குடிக்காத ஒரு பெருங்குடிகாரனிடம் நீங்கள் இந்த கோப்பையை நீட்டுகிறீர்கள்.'

ஆகவேதான் எனக்கு எப்போதும் குடிமேல் ஆர்வம் இருந்தது. குடியைப்பற்றி தெரிந்துகொள்ள என்றுமே கவனம் செலுத்தி யிருக்கிறேன். குடியை பற்றி பேசக்கூடியவர்கள் இன்று பெருகி விட்டிருக்கிறார்கள். அவர்களுக்கு என்ன தேவையோ அதைப் பேசுகிறார்கள். குடிப்பவர்கள்கூட அதைத் தெரிந்துகொண்டு பேசுவதில்லை.

நண்பர்களே, குடியின் வரலாற்றில் முக்கியமான பெயர் வில்லியம் டங்கன் சில்க்வர்த். குடியை ஒரு தனிமனிதனின் பழக்கமாக மட்டும் தான் சமூகம் பார்த்துக்கொண்டிருந்தது. தன்னுடைய பலவீனம் காரண மாக, தன்னுடைய விருப்பம் காரணமாக அவன் அதை கடைப் பிடிக்கிறான் என்றார்கள். அவனை உபதேசித்தும் கண்டித்தும் திருத்த முயன்றார்கள். மதம் சார்ந்தும் சமூகச்சட்டங்கள் சார்ந்தும் அவனை கட்டுப்படுத்தினார்கள். தண்டித்தார்கள்.

சில்க்வர்த் அதை ஒரு நோய் என்று விளக்கிய முன்னோடியான அறிஞர். குடிகாரர் ஒரு நோயாளி, குடிநோயாளி. அதை முதலில் அவர் உணர வேண்டும். அது தன்னுடைய வாழ்க்கைமுறை அல்ல, தன் பிடியில் நிற்கக்கூடிய ஒரு பழக்கம் அல்ல என்று அவர் அறிய வேண்டும்.

‘சாயங்காலமானால் எனக்கு கைகால்கள் உதறும், கொஞ்சம் குளிரும், இது என்னுடைய பழக்கம், நினைத்தால் நிறுத்திக்கொள்வேன்’ என்று மலேரியா நோயாளி சொல்வதைபோன்றது நம்முடைய குடிகாரர்கள் பலர் குடியைப்பற்றிச் சொல்வது.

குடிகாரரை ஒரு நோயால் பீடிக்கப்பட்டவர் என அவரது சுற்றமும் சமூகமும் உணரவேண்டும். குணமாவதற்கு மிகமிகக் கஷ்டமான நோய். பலவிதமான உட்சிக்கல்கள் கொண்ட நோய். அந்த நோயில் இருந்து அவர் நினைக்காத வரை மீளமுடியாது. அவரை அவரே மீட்டுக்கொள்ள அவரது சுற்றமும் சமூகமும் உதவவேண்டும். குடிநோயாளிகளில் முழுமையாக மீளக்கூடியவர்கள் ஐந்து சதவிகிதம் கூட கிடையாது. (குடும்ப பாசம் உறுதியாக இருப்பதனால், இந்த விகிதம் இந்தியாவில் கொஞ்சம் அதிகம் என்கிறார்கள்).

குடி ஒரு நோய் என்ற எண்ணத்தை உருவாக்குவதில் சில்க்வர்த் அவர்கள் ஆற்றிய பெரும்பங்கு இன்று மருத்துவ அறிவியலில் ஒரு வரலாற்று திருப்புமுனையாக கருதப்படுகிறது. சில்க்வர்த் அவர்களால் மீட்கப்பட்ட பில் வில்சன் என்ற குடிநோயாளியால் உருவாக்கப்பட்ட அமைப்புதான் இந்த ஆல்ஹகாலிக்ஸ் அனானிமஸ். அந்த மருத்துவமேதையை இன்று நன்றியுடன் நினைத்துக்கொள்வோம்.

குடி பற்றிய ஆய்வுகளில் மிகச்சமீபமாக நிகழ்ந்துள்ள பாய்ச்சல் என்பது குடிக்கு அடிமைப்படுவதற்கான சாத்தியக்கூறுகள் பாரம்பரியமாகவே வருகின்றன என அறிந்ததுதான். அவை நம் மரபணுக்கூறுகளிலேயே உள்ளன. நாம் குடிக்கும் சாராயத்தை நம் மூளைக்குள் இருந்து எதிர் கொள்ளும் ஒரு முக்கியமான வேதிப்பொருள் உள்ளது. டெட்ரோ ஹைட்ரோடைஸோ குயிலோன் (TIQ). டி.ஐ.க்யூ நம் மூளைக்குள் இருக்கும் இந்த ரசாயனம் சாராயத்தை பெற்றுக்கொண்டதும் செயல்பட ஆரம்பிக்கிறது. படிப்படியாக அது மூளையின் பிற ரசாயனங்களை வேலைசெய்யாமலாக்குகிறது. ஆச்சரியம் என்ன வென்றால் டி.ஐ.க்யூ மூளையின் பிற ரசாயனங்கள் செய்யும் வேலையை முழுக்க தானும் செய்ய ஆரம்பிக்கிறது.

சென்ற பல ஆண்டுகளில் டி.ஐ.க்யூ பற்றி நிறையவே ஆராய்ச்சிகள் நடந்துள்ளன. ஒவ்வொன்றும் மிக சிக்கலான பதில்களையே கொடுத்துள்ளன. டி.ஐ.க்யூ-க்கு பதிலாக பல ரசாயனங்களை கண்டு பிடித்தார்கள். அவற்றை கொடுத்து குடிநோயாளிகளை மீட்க முடியுமா என்று பார்த்தார்கள். அவை ஒவ்வொன்றும் மூளைக்குள் டி.ஐ.க்யூ செய்யும் அதே வேலையைத்தான் செய்தன. குடியை விட்டு அந்த மாத்திரைகளுக்கு நோயாளியை அடிமையாக ஆக்கின அவை.

டி.ஐ.க்யூ வின் அளவும் தீவிரமும் பெரும்பாலும் மரபுரிமையாக கிடைக்கக்கூடியவை என்கிறார்கள். ஒப்பீட்டளவில் மஞ்சள் இனம் டி.ஐ.க்யூ வின் தீவிரம் குறைவானது என்கிறார்கள். சில இனக் குழுக்களிலும் இந்த ரசாயனத்தின் வீரியம் அதிகம், ஆனால் சிலரிடம் அனேகமாக இல்லை என்கிறார்கள். எத்தனையோ காரணங்கள் இருக்கலாம். தட்பவெப்பநிலை. ஒரு குறிப்பிட்ட சூழலில் வாழ்ந்து வாழ்ந்து உருவாகக்கூடிய இயல்புகள். அவை தலைமுறைகளாக கைமாறப்படுகின்றன.

டி.ஐ.க்யூ நம் மூளைக்குள் நமக்கே தெரியாமல் இருக்கும் ஒரு அபாயம். இங்கே நிற்கும் நான் இன்றுவரை குடித்ததில்லை. ஆனால் ஒருவேளை என் தலைக்குள் அந்த பூதம் காத்துக்கொண்டிருக்கலாம். முதல் கோப்பைக்காக. பாலைவனத்தில் வெட்டுக்கிளிகளின் முட்டைகள் ஆயிரம் வருடம் கிடக்கும். ஒரே ஒரு மழை பெய்ததும் பிலுபிலுவென கிளம்பி தேசங்களையே தின்று மொட்டையாக்கி விடும். அதைப்போல.

சிலநாட்களுக்கு முன்னர் ஒரு விவாதம். ஒருவர் சொன்னார், சாதிப்புத்தி என்று உண்டா என்று. வழக்கமாக வசையாகவே அதை பயன்படுத்துவோம். ஆனால் நடைமுறையில் அப்படி ஒன்று நம் வாழ்க்கையில் ஏதேனும் பங்களிப்பாற்றுகிறதா? நான் இன்று சாதிக்குள் மணம் புரிந்து வாழக்கூடியவன் அல்ல. ஆனால் ஒரு சாதிக்குள் நான் பிறந்திருக்கிறேனே, அது எனக்கு எதையாவது கொடுத்ததா? நான் என்னையே கூர்ந்து பார்த்துக்கொள்கிறேன்.

என்னுடைய சாதி போரிடும் சாதி. யாருக்காகவோ யாரிடமோ போரிட்டு கொல்லவும் சாகவும் நூற்றாண்டுகளாக பயிற்றுவிக்கப் பட்டது இது. அந்த செயலைச்செய்வதற்குண்டான மனநிலைகள் இந்த சாதிக்கு தலைமுறை தலைமுறையாக பயிற்றுவிக்கப்பட்டிருக் கின்றன. குடும்பச்சூழலில் அந்த உணர்ச்சிகளும் நம்பிக்கைகளும் மூளைக்குள் ஏற்றப்பட்டுள்ளன. குலதெய்வங்கள் வழியாக குல ஆசாரங்கள் வழியாக அந்த மனநிலைகள் உள்ளே செலுத்தப் பட்டிருக்கின்றன. பண்டிகை அன்று சர்க்கரைப்பொங்கல் வைப்பவர் களுக்கும் ஆட்டின் கழுத்தை வெட்டி துடிக்கத்துடிக்க கொட்டும் ரத்தத்தை சட்டியில் பிடித்துவந்து பொரியல் வைத்து சாப்பிடுபவர் களுக்கும் அடிப்படை மனநிலைகள் வேறுவேறுதான் இல்லையா?

அந்த மனநிலை பற்பல தலைமுறைகள் தாண்டும்போது மரபுக் குணமாக மாறுமா? மாறும் என்றே நான் நினைக்கிறேன். மரபணுப் பண்புகளில் அடிப்படை உடற்கூறுகளாக, நிறமாக வடிவமாக, ஆகக்கூடியவை பல தலைமுறைகள் வழியாக பரிணாமம்

ஆகக்கூடியவை. ஆனால் சில தலைமுறைகளுக்குள்ளாகவே பரிணாமம் பெற்று கைமாறப்படும் சில மரபுக்குணங்களும் உண்டு என்று சொல்லப்படுகிறது. நான் என்னை பார்க்கிறேன். உக்கிரமான முன்கோபத்தை நான் என் முன்னோரிடமிருந்து பெற்றிருக்கிறேன். வேல்கம்பை தூக்கிக்கொண்டு போர்க்களம் போன முன்னோர்களின் பண்பு அது. அந்த முன்கோபத்தின் மறுபக்கம் என்றால் மனச்சோர்வு. அவை இரண்டும் இருந்தால் உருவாகக்கூடிய சர்க்கரை நோய்.

இந்தியாவில் பொதுவாக குடிக்கு அடிமைப்படும் தன்மை மிக அதிகம் என்று சொன்னார்கள். இந்தத் துறையில் இருக்கும் ஒரு நண்பர் சொன்னார், பொதுவான கணிப்புகளின்படி போர்த்தொழிலை மரபாகக் கொண்ட சாதியினரில்தான் குடி அடிமைகள் மிக அதிகம் என்றார். ஆம், நானும் என் வாழ்நாள் முழுக்க இந்த பாரம்பரியப் பண்புகளுடன்தான் போராடிக்கொண்டிருக்கிறேன். இவற்றில் இருந்து என்னை மீட்டுக்கொள்ள என் முழு கல்வியையும் பண்பையும் நான் செலவிட்டுக்கொண்டிருக்கிறேன். இவற்றுடன் இணையக்கூடிய ஒரு பெரிய பேயை உள்ளே உறக்கத்திலேயே வைத்திருக்கிறேன்.

ஆல்ஹகாலிக்ஸ் அனானிமஸ் போன்ற அமைப்புகள் நெடுங்காலம் செய்துவந்த பிரசாரம் என்பது ‘குடி அளவு மீறுகிறதா என்று கண்காணியுங்கள்’ என்பதுதான். நான்கு அறிகுறிகள். 1. ஒருநாளில் ஒரு குறிப்பிட்ட நேரத்திலே குடிக்கத்தோன்றுகிறதா? 2. எல்லா எண்ணங்களும் எப்படியோ குடியுடன் சம்பந்தப்படுகின்றனவா? 3. தனிமையில் இருக்கையில் குடி நினைவு வருகிறதா? 4. அன்றாடச் செயல்களான தூக்கம், மலம்கழித்தல் போன்றவற்றுக்கு குடி தேவைப் படுகிறதா? ஏதேனும் ஒன்றுக்கு ஆம் என்றால் கட்டுப்பாட்டை இழந்து விட்டிருக்கிறீர்கள் என்று அர்த்தம்.

ஆனால் இன்றைக்கு ‘தொடங்கவே செய்யாதீர்கள்’ என்பதுதான் பிரசாரமாக இருக்கிறது. ஏனென்றால் இது உங்கள் கையில் இல்லை. உங்களுக்குள் இருக்கும் டி.ஐ.க்யூ என்ன நினைக்கிறது, எங்கே கொண்டுசெல்ல விரும்புகிறது என்று உங்களால் சொல்லமுடியாது.

நண்பர்களே, நான் கேரளத்தை நன்கறிந்தவன். இருபதாண்டுகளுக்கு முன்னர் கேரளத்தில் கிராமங்கள் முழுக்க நூலகங்கள் இருக்கும். வாசிப்பு ஒரு சமூக இயக்கமாக இருந்தது அங்கே. நாடகங்கள் நடக்கும். கலைநிகழ்ச்சிகள் நடக்கும். அரசியல் விவாதங்களும் போராட்டங்களும் நடக்கும். இன்றைய கேரளம் நேர் மாறாக ஆகியிருக்கிறது. வாசிப்பு அழிந்துவிட்டது. கலைகள் அழிந்து விட்டன. அரசியல் வெறும் கும்பல்கூச்சலாக ஆகிவிட்டது.

என்ன நடந்தது? நான் ஒரு முறை அதை மலையாளக் கவிஞர் கல்பற்றா நாராயணனிடம் கேட்டேன். 'குடிதான்' என்றார். இந்தச் சரிவுக்கு நேர் எதிரான ஒரு புள்ளி விவரம் உண்டு. கடந்த இருபதாண்டுக்காலத்தில் கேரளத்தில் மதுவகைகளின் விற்பனை எகிறிக்கொண்டே இருக்கிறது. இன்று இந்தியாவிலேயே அதிக மது விற்பனையாகும் மாநிலம் அது.

குடி நம் சமூகத்தில் ஒரு சமூக விலக்கால்தான் கட்டுப்படுத்தப் பட்டிருக்கிறது. அது பஞ்சமாபாதகங்களில் ஒன்றாக இங்கே நமக்கு சொல்லப்பட்டது. இன்றும் இங்கே குடிகாரன் மேல் சமூக மரியாதை இல்லை. எப்படி சமூகம் குடிப்பவர்களை நடத்துகிறது என்று இங்கே பேசியவர் சொன்னார். அந்த விலக்குதான் நம் சமூகம் குடிக்கு எதிராக வைத்துள்ள பெரிய தடுப்பு. அந்தத் தடுப்பு கொஞ்சம் கொஞ்சமாக கேரளத்தில் இல்லாமலாகியது. குடிப்பது ஒரு கேளிக்கை, அது பாவம் அல்ல என்றார்கள் அறிவுஜீவிகள். குடிப்பது நாகரிகம். குடிப்பது உயர்குடி பண்பாடு. குடிப்பது மேலைநாட்டு வழக்கம். இப்படி மெல்லமெல்ல அதற்கெதிரான மனத்தடை அகன்றது.

இன்று கேரளத்தில் கணிசமான வீடுகளில் விருந்தினர்களுக்கு மதுகொடுத்து உபசரிக்கும் வழக்கம் உள்ளது. வீட்டு உறுப்பினர்கள் அமர்ந்து குடிப்பது சாதாரணமாக உள்ளது. பெண்கள் குடிக்க ஆரம்பித்திருக்கிறார்கள். பீரும் ஒயினும் குடித்தால் தப்பில்லை என்று அவர்களுக்கான நியாயங்கள். திருமணவிழாக்களில் பார்ட்டிகளில் குடி ஒரு கட்டாயமான நிகழ்ச்சி இன்று.

விளைவாக நம்முடைய அந்திகள் நம்மை விட்டு விலகிச்சென்றன. நாம் நம் பகலை முழுக்க விற்றுக்கொண்டிருக்கிறோம். அந்திகள்தான் நமக்குரியவை. நாம் அரசியலையும் இலக்கியத்தையும் கலை களையும் பேசுவது அந்திகளில்தான். நாம் குடும்பத்துடன் இருப்பது அந்திகளில்தான். நமக்கான நேரம் என்பது அந்திதான். அந்த அந்திகளை குடி களவாடிவிட்டது. இன்றைய கேரளத்தில் மாலை ஆறுமணிக்கு கேரளம் முழுக்க ஒலிக்கும் குரல் 'வையுந்நேரத்து எந்தா பரிபாடி?' சாயங்காலம் என்ன புரோக்ராம்? ஆம், குடிதவிர வேறு ஆர்வங்களே இல்லை. அதுவே அங்கே அனைத்து துறைகளிலும் இன்றுகாணும் தேக்கநிலை.

இங்கே தமிழ்நாட்டிலும் அந்த நிலை சென்னையிலும் கோவையிலும் உருவாகி வருகிறது. குடிக்கு எதிரான மனத்தடைகளை நாகரிகம் என்ற பெயரில் உடைத்து. தள்ளுகிறார்கள். சனிக்கிழமைசாயங்காலங்களில் குடிக்காதவன் அந்நியனாக ஆகும் சூழல் உருவாகி வருகிறது. குடிக்காதவர்கள் நண்பர்கள் மத்தியில் வேலைசெய்யுமிடங்களில் எங்கும் தனிமைப்படுகிறார்கள். கட்டுப்பெட்டி என்றும் கோழை

என்றும் கேலிசெய்யப்படுகிறார்கள். ஆகவே தன்னை தக்கவைத்துக் கொள்ளவே குடிக்கவேண்டிய நிலைக்கு ஆணும் பெண்ணும் தள்ளப் படுகிறார்கள்.

இன்று குடிக்கு எதிரான சமூகத்தடைகள் பற்றி பேசுவதில் அர்த்த மில்லை. குடி பாவம் என்றால் இன்று எவரும் கேட்கப்போவதில்லை. குடியைப்பற்றி இன்றைய அறிவியல், நவீன மருத்துவம், என்ன சொல்கிறது என்று எடுத்துச் சொல்லவேண்டியிருக்கிறது. ஆல்ஹகாலிக்ஸ் அனானிமஸ் போன்ற அமைப்புகளின் பங்களிப்பு இன்னமும் பலமடங்கு அதிகரிக்க வேண்டியிருக்கிறது.

டேவிட் அட்டன்பரோவின் ஒரு இயற்கைப்படத்தில் ஒரு காட்சியைக் கண்டேன். ஒரு பூச்சுயிரி (ஃபங்கஸ்) எப்படி இனப்பெருக்கம் செய்கிறது என்று. அது ஒரு எறும்பின் காலில் ஒட்டிக்கொள்கிறது. சட்டென்று மூளைக்குள் செல்கிறது. உடனே அந்த எறும்புக்கு திரும்பி தன்கூட்டுக்கு செல்லவேண்டும் என்று தோன்றுகிறது. கூட்டுக்குள் சென்று மற்ற அத்தனை எறும்புகளுக்கும் அந்த பூச்சுயிரியை அது பரப்புகிறது. பாதிக்கப்பட்ட அத்தனை எறும்புகளின் மூளைக்குள்ளும் சென்று அமர்ந்துகொண்டு அந்த பூச்சுயிரி நேராக வெளியே செல்லச் சொல்கிறது.

எறும்புகள் வெளியே போய் புல்நுனிகளில் ஒட்டிக்கொண்டு காத்திருக்கின்றன. காலையில் மேயவரும் மாடுகளின் வயிற்றுக்குள் செல்வதற்காக. அந்த மாடுகளின் வயிற்றுக்குள் போய் அந்த பூச்சுயிரி இனப்பெருக்கம் செய்கிறது. சாணி வழியாக திரும்பவும் வந்து காட்டில் பரவுகிறது.

தன்னுடைய இனப்பெருக்கத்திட்டத்துக்காக அந்த எறும்புகளை அந்த பூச்சுயிரி பயன்படுத்திக்கொள்கிறது. எறும்புகளின் சிந்தனைகளையும் செயல்களையும் அது கட்டுப்படுத்துகிறது. சாதாரணமான ஒரு ஃபங்கஸ். மனமோ சிந்தனையோ இல்லாத சாதாரணமான ஒரு உயிர்பூச்சுதான் அது. அந்த எறும்புகள் வரிசையாக புல்நுனியில் அமர்ந்திருப்பதை பார்த்தேன். ஏதோ சாபம் பெற்ற உயிர்களைப்போல. அந்த எறும்பு ஒன்றை கூப்பிட்டு ‘நீ ஏன் இங்கே இருக்கிறாய்?’ என்று கேட்டால் ‘என் சொந்த விருப்பப்படி வந்து அமர்ந்திருக்கிறேன். இதுதான் கேளிக்கை. இதுதான் நாகரிகம்’ என்றுதான் சொல்லும் இல்லையா?

நண்பர்களே மது என்பது மிகச்சாதாரணமான ஒரு ரசாயனப்பொருள். வயிற்றுக்குள் போனதும் அசிடால் டிஹைட்ரேடாகவும் அசிட்டிக் அமிலமாகவும் மாறக்கூடியது. ஆனால் அது நம் முளைக்குள் போய்

நம் எண்ணங்களை ஆட்டிப்படைக்கக் கூடியது. நம் சிந்தனைகளை கட்டுப்படுத்தக்கூடியது. அது நம்முடைய பானம் அல்ல, நம் மூளைக்குள் இருக்கும் டி.ஐ.க்யூ என்ற பேயின் பானம் அது.

நாம் போராடிக்கொண்டிருப்பது அந்த தீய சக்திக்கு எதிராக. அந்த போராட்டத்தை நடத்தக்கூடிய, அதை வென்று மீண்ட அனைவருக்கும் என் வாழ்த்துகள்.

நன்றி.

(10-4-2011 அன்று சென்னை பெரம்பூர்
ஆல்கஹாலிக்ஸ் அனானிமஸ் அமைப்பில் பேசியது)

சமூகம்

வயதடைதல்

சிலசமயம் நாட்டுப்புறப்பாடல்களில் சில அற்புதங்கள் கண்ணுக்குப்படும். எப்படி என்றால் மற்ற எல்லாக் கலைகளும் மாறிக்கொண்டே இருக்கும். நாட்டுப்புறப் பாடல்களை மாற்றமாட்டார்கள். அவை காட்டுக்குள் ஆலமரத்தின் அடியில் இருக்கும் புராதன தெய்வங்கள் போல அப்படியே யாரும் கவனிக்காமல் அமர்ந்திருக்கும். திடீரென நாம் கவனிக்கும்போது நமக்கு இது என்ன என்ற அதிர்ச்சியும் பரபரப்பும் ஏற்படும்.

இந்தப் பாடல் வரி அப்படி என்னை கவர்ந்தது. நான் சாதாரணமாக அந்த வழியாக பேருந்திலே சென்று கொண்டிருந்தேன். ஒலிபெருக்கிவழியாக ஏதோ பெரியவர் பாடிக்கொண்டிருந்தார். நல்ல கனமான காட்டான்குரல். ஒரு வரி காதில் விழுந்தது -

> ரெண்டு துறவறமும் லெச்சணமாய் இல்லறமும்
> பண்டு சொன்னவிதம் பாங்காக முடிச்சானே

தெக்கன்பாடல்கள் என்று சொல்லப்படும் நாட்டார் பாடல்களில் ஒன்றான புலைமாடசாமி பாடல் எனப் பிறகு தெரிந்துகொண்டேன். புலைமாடசாமியின் அப்பா முத்துப் பட்டனின் வாழ்க்கைக் கதை. அந்த வரியின் அர்த்தம் என்ன? ஒரு வாழ்க்கையில் இரண்டு துறவும் இல்லறமும் இருக்கவேண்டும் என்று பழங்காலத்தில் இருந்தே சொல்லப்பட்டமுறையின்படி வாழ்ந்து தன்னுடைய பிறவியை நிறைவடையச் செய்தார் என்கிறது பாடல்.

என்னபொருள் அதற்கு? ஒரு வாழ்க்கையிலே எது இரண்டு துறவு? நான் அதைப் புராணமும் சாஸ்திரமும் படித்த சிலரிடம் கேட்டுப்பார்த்தேன். யாருக்கும் சொல்லத்தெரியவில்லை. நாலைந்துவருடம் கழித்து அதேபோல நாட்டுப்புறக் கதைப்பாடல் பாடும் பெரியவர் எனக்கு விளக்கம் அளித்தார்.

பண்டைய இந்திய மரபில் உலகியலில் ஈடுபடும் ஒரு மனிதனின் வாழ்க்கையை பிரம்மசரியம், கிரஹஸ்தம், வானப்பிரஸ்தம் என மூன்று கட்டங்களாகப் பிரித்திருந்தார்கள். அதாவது கல்விப்பருவம், இல்லறப்பருவம், துறவுப்பருவம். இதைத்தவிர சன்னியாசம் என்று ஒரு பருவம் உண்டு. அது உலகியலைத் துறந்து செல்பவர்களுக்கு உரியது. இவை நான்கு ஆசிரமங்கள் என்று சொல்லப்பட்டன.

எந்த ஒரு மனிதனும் இந்த மூன்று கட்டங்கள் வழியாகக் கடந்து சென்றால்தான் அவன் வாழ்க்கை முழுமை அடையும் என்று விஷ்ணுபுராணம் மூன்றாம் பருவம் ஒன்பதாம் அத்தியாயத்தில் சொல்லப்பட்டிருக்கிறது. பழைய ஆசாரங்கள் என்று தள்ளிவிடாமல் இன்றைய நவீன சிந்தனையைக் கொண்டு இந்தக் கட்டங்களை நாம் அறிவுபூர்வமாக ஆராய்ந்து பார்த்தால் வாழ்க்கையைப்பற்றிய ஆச்சரிய மான ஒரு தெளிவு இதில் இருப்பதைக் காணமுடியும்.

முக்கியமான விஷயம் குழந்தைப்பருவத்தை வாழ்க்கையின் ஒரு காலகட்டமாக இந்துமரபு நினைக்கவில்லை என்பதுதான். ஏனென்றால் எல்லாக் குழந்தைப்பருவமும் ஒன்றுதான். மகிழ்ச்சியாக விளையாடி வாழவேண்டிய பருவம் அது. சொந்தமாக எந்த முடிவும் எடுக்கவேண்டியதில்லை. குழந்தை செய்யும் எந்த விஷயத்துக்கும் அது பொறுப்பல்ல. ஆகவே அதை நம் வாழ்க்கையின் தொடக்கமாகக் கொள்ளவேண்டியதில்லை.

இன்றைய நிலையை வைத்து யோசித்துப்பார்த்தால் இதிலுள்ள நுட்பமான அனுபவ உண்மை நமக்குப் புரியவரும். ஒரு குழந்தைக்கு எந்தவகையான வாழ்க்கைச் சுமையையும் ஏற்றக்கூடாது. அதாவது ஒரு புரோகிதன் தன் குழந்தையை எதிர்காலப் புரோகிதனாக நினைத்து புரோகித வாழ்க்கைக்குள் கொண்டுவரக்கூடாது. ஒரு சிற்பி தன் குழந்தையை சிற்பவேலைக்குள் கொண்டுவரக்கூடாது. குழந்தைக்கு உலகவாழ்க்கையில் உள்ள எந்தப் பொறுப்பும் தெரியக்கூடாது. அப்போதுதான் உண்மையான குழந்தைப்பருவம் அதற்கு இருக்கும்.

நண்பர்களே, இன்றைய வாழ்க்கையை கவனித்துப்பாருங்கள். இரண்டு வயதில் பிரிகேஜி வகுப்பில் சேரப்போகும் குழந்தைக்கு போட்டித்தேர்வு வைக்கிறார்கள். அதற்கு அந்தக் குழந்தையை ஒருவயதில் இருந்தே பழக்குகிறார்கள். குழந்தைப்பருவமே அதற்குக்

கிடையாது. பிறந்து வெளியே வந்து மருத்துவச்சி குழந்தையைத் தன் கையில் எடுத்து அம்மாவுக்குக் காட்டியதுமே அம்மா முடிவுசெய்து விடுகிறாள் - இந்தக்குழந்தை ஐஐடியில் படிக்கவேண்டும் என்று. தட்டாரப்பூச்சியின் வாலில் கல்லைக்கட்டி விடுவதுபோல குழந்தைகளிடம் வாழ்க்கையை சுமத்தி விடுகிறார்கள்.

நிகழ்காலமே ஆரம்பிக்காத குழந்தைகளுக்கு எதிர்கால பயத்தை ஊட்டி விடுகிறார்கள். ஒரு அம்மா பையனிடம் சொல்வதைப் பார்த்தேன். 'இப்டியே வெளையாட்டுத்தனமா இரு... குட்டிச்சுவராப்போயி ஓட்டலிலே தட்டுதான் எடுப்பே.' குழந்தைக்கு வயது இரண்டு. அது மகிழ்ச்சியுடன் 'எவ்ளோ பெரிய தட்டு?' என்று கேட்டது. 'போ சனியனே' என்று ஓர் அறை வைத்தாள் அம்மா. இதை ரயிலிலே பார்த்தேன். ரயில்பயணத்தில்கூட குழந்தையை அந்த ரயில் பயணத்தைப் பார்க்கவிடாமல் வீட்டுக்கணக்கு செய்யவைத்துக் கொண்டிருந்தாள்.

புராணமரபைப் பொறுத்தவரை ஒருவன் வாழ்க்கையை ஆரம்பிப்பதே அவனுடைய உபநயனம் நடந்த நாள்முதல்தான். அதற்குப்பின்னர்தான் அவன் தனிமனிதன். அதற்குப்பின்னர்தான் அவனுக்கு வாழ்க்கையில் பொறுப்பும் கடமைகளும் வருகின்றன. அதற்குப்பிறகுதான் அவன் தன் வாழ்க்கையில் என்ன செய்யவேண்டும், எதுவாக ஆகவேண்டும் என்பது தீர்மானமாகிறது.

உபநயனம் என்றதும் நாம் பிராமணர்கள் பூணூல் போடுவதை எண்ணிக்கொள்கிறோம். பழங்காலத்தில் ஏதாவது ஒன்றை முறைப்படி கற்றுக்கொள்ளும் எல்லாருமே பூணூல் போட்டார்கள். நான் சின்னப்பையனாக இருக்கும்போது பொற்கொல்லர்களும் தச்சர்களும் சிற்பிகளும் பூணூல் போட்டிருப்பதைப் பார்த்திருக்கிறேன். உபநயனம் என்றால் 'இதோ ஒரு கல்வியைக் கற்றுக்கொள்ளப்போகிறேன்' என்று ஒரு உறுதிமொழியை எடுத்துக்கொள்ளும் அடையாளம்தான். இன்றைக்கு பிராமணர்கள் மட்டும் பூணூல் போடுகிறார்கள். அதுவும் வெறும் சடங்காகப் போடுகிறார்கள். இன்னும் சொல்லப்போனால் திருமணம் நடப்பதற்கு முந்தையநாள் உபநயனம் செய்து பூணூல் போட்டுக்கொள்கிறார்கள்.

உபநயனம் எல்லாக் கல்விக்கும் உண்டு. கல்வி பல வகையாக இருந்தது. வேதம் கற்பது ஒரு கல்வி என்றால் மருத்துவம் கற்பது இன்னொரு கல்வி. சிற்பம் கற்பது இன்னொரு கல்வி. ஒரு குழந்தையை அது எந்தத் துறையில் கல்வி கற்கவேண்டுமோ அந்தத் துறையில் சேர்த்து விடுவது உபநயனம் மூலம்தான். இது எட்டு முதல் பன்னிரண்டு வயதுக்கு மேல்தான் செய்யவேண்டும். அதுவரை

பிள்ளைகளை சும்மா அப்படியே விளையாட விட்டுவிடவேண்டும். இதுதான் சாஸ்திரம்.

வேடிக்கையாக இருக்கிறது இல்லையா? ஆனால் உலகம் முழுக்க இந்த வழக்கம் இருந்தது. ஆப்ரிக்காவில் உள்ள மாஸாய் (Maasai) பழங்குடிகளைப்பற்றி வாசித்துக் கொண்டிருந்தேன். உலகத்திலேயே மாஸாய் பழங்குடிகளைப் போல அந்த அளவுக்கு சந்தோஷமான குழந்தைகள் வேறு எங்குமே கிடையாது. பன்னிரண்டு வயது வரை மாஸாய் ஆண்குழந்தைகள் எந்த வேலையும் செய்ய வேண்டியதில்லை. எந்தக் கல்வியும் கற்கவேண்டியதில்லை. எந்தப் பொறுப்பும் சுமக்கவேண்டியதில்லை. பெண்கள் ஒன்பது வயதுவரை அப்படி இருக்கலாம்.

ஆமாம், தூங்கி விழித்ததுமுதல் இரவுவரை பிடித்ததுபோல விளையாடிக்கொண்டே இருக்கவேண்டியதுதான். மாஸாய் குழந்தைக்கு சொந்த வீடு என்ற பொறுப்பு கூட இல்லை. அந்த மாஸாய் சாதியின் எந்த வீட்டிலும் அது சாப்பிடலாம். குழந்தைகள் அந்த கிராமத்துக்கே பொதுவானவை. அவற்றை எவரும் கண்டிப்பதுகூட இல்லை.

பதினைந்து வயதில் மாஸாய் பழங்குடிகள் ஆண்களுக்கும் பெண்களுக்கும் வெவ்வேறு சடங்குகளை வைத்திருக்கிறார்கள். அந்தச் சடங்குகள் மிக விரிவானவை. அதைச் செய்ததும் ஆண்குழந்தை களை வேட்டைக்குக் கூட்டிச்செல்கிறார்கள். வேட்டையைக் கற்றுக் கொடுக்கிறார்கள். பெண்களுக்கு பெண்களுக்குரிய தொழில்கள் கற்றுக்கொடுக்கப்படுகின்றன. வாழ்க்கை ஆரம்பிக்கிறது. உபநயனம் என்பது அதுவேதான்.

உபநயனம் முடிந்த இளைஞனை பிரம்மசாரி என்று சொன்னார்கள். பிரம்மசாரி என்றால் இன்று திருமணமாகாதவன் என்ற அர்த்தம் உள்ளது. ஆனால் பழங்காலத்தில் மாணவன் என்றுதான் பொருள். பழங்காலத்தில் உபநயனம் முடிந்ததும் பிள்ளைகள் வீட்டில் இருப்பதில்லை. அவர்கள் குருகுலத்தில் சேர்ந்துவிடுகிறார்கள். குருவுடன் கூடவே தங்கி கல்வி கற்கிறார்கள்.

படிப்பு முடிந்ததும் குருநாதரிடம் விடைபெற்றுத் திரும்பத் தன்னுடைய குடும்பத்துக்கு வருகிறான் மாணவன். கிருஹஸ்தாசிரமம் ஆரம்பிக்கிறது. அவனுக்கு திருமணம் செய்து வைக்கிறார்கள். அவன் தன் தொழிலைச் செய்ய ஆரம்பிக்கிறான். பிள்ளைகள் பிறக்கின்றன. அவற்றுக்குத் தேவையான எல்லாவற்றையும் அவன் செய்கிறான். அதாவது குடும்பவாழ்க்கை வாழ்கிறான்.

பிள்ளைகள் வளர்ந்து அவர்களும் குடும்பவாழ்க்கைக்கு வந்ததும் ஒருவன் அதற்கு மேலும் வாழ்க்கையில் ஒட்டிக்கொண்டிருக்கக் கூடாது. அது அவனுக்கும் கஷ்டம் பிள்ளைகளுக்கு அதைவிடக் கஷ்டம். அவன் தன் மனைவியை பிள்ளைகளிடம் ஒப்படைத்துவிட்டு குடும்பவாழ்க்கையை விட்டு முழுமையாக விலகிவிடவேண்டும். அதற்குப்பெயர்தான் வானப்பிரஸ்தம். வனம்புகுதல் என்று பொருள். மனைவியும் வானப்பிரஸ்தம் வர விரும்பினால் அவளையும் கூட்டிக் கொண்டு செல்லலாம்.

வானப்பிரஸ்தம் என்பது ஒருவகைத் துறவு. அதுவரை செய்துவந்த உலகியல் சார்ந்த விஷயங்கள் எல்லாவற்றில் இருந்தும் முழுமையாக விடுபட்டு, தன்னுடைய மனநிறைவுக்குரிய செயல்களை மட்டுமே செய்தபடி வாழ்வதுதான் அது.

பழங்காலத்தில் காட்டுக்குச் சென்றுவிடுவார்கள். இன்றைக்கு காட்டுக்குச் செல்லமுடியாது. ஆனால் இந்த விஷயத்துக்கு பழங்காலத்தை விட இன்றுதான் அதிகமான முக்கியத்துவம் இருக்கிறது என்று நான் நினைக்கிறேன். கொஞ்சம் இதைப்பற்றி யோசித்துப் பாருங்கள்.

இன்றைக்கு நவீன மருத்துவம் வளர்ந்துவிட்டது. ஆகவே மக்களின் ஆயுள் நீள்கிறது. சாதாரணமாக எண்பது தொண்ணூறு வயது வரை வாழ்கிறார்கள். ஆனால் அறுபது வயதில் தொழிலில் இருந்து ஓய்வுபெற வேண்டியிருக்கிறது. அதன்பிறகும் முப்பது வருட வாழ்க்கை மிச்சமிருக்கிறது. அதை வைத்துக்கொண்டு என்ன செய்வ தென்றே தெரிவதில்லை. நகரங்களில் உள்ள அடுக்குமாடி வீடுகளில் முதியவர்கள் வாழ்க்கைக்கு ஒரு அர்த்தமும் இல்லாமல் சும்மா இருக்கிறார்கள்.

சும்மா இருக்க முடியுமா? அதுவும் முடியாது. வாழ்க்கையில் இருந்து விலகவில்லையே. பிள்ளைகளின் வாழ்க்கையில் தலையிடுகிறார்கள். பேரப்பிள்ளைகளின் வாழ்க்கையில் தலையிடுகிறார்கள். பிள்ளைகளும் பேரப்பிள்ளைகளும் வாழும் உலகம் என்ன என்றே அவர்களுக்குப் புரிந்துகொள்ள முடிவதில்லை. ஆகவே ஆயிரம் பிரச்சினைகள். ‘யாருமே நான் சொல்றதைக் கேக்கறதில்லை’ ‘யாருமே என்னை வந்து பாக்கறதில்லை’ என்று புலம்பிக்கொண்டே அமர்ந்திருக்கிறார்கள். எவ்வளவு பெரிய நரகம்.

நீங்கள் இன்று இளைஞர்கள். நீங்கள் உங்களைப்பற்றி யோசியுங்கள். இன்றைக்கு ஒரு தொழில்நுட்பத்தை நீங்கள் கற்றுக்கொண்டிருக் கிறீர்கள். இனிமேல் வேலைக்குப் போவீர்கள். ஒரு நாற்பது வருடம் அந்த வேலையைச் செய்வீர்கள். உங்களுக்கு அறுபது வயது

ஆகும்போது அன்றைக்கு வரக்கூடிய தொழில்நுட்பம் உங்களுக்கு என்ன என்றே தெரியாததாக இருக்கும். அன்றைக்கு உள்ள பையன்கள் அதை சும்மா போட்டு விளையாடுவார்கள். நீங்கள் கற்றுக்கொண்ட தெல்லாம் நாற்பது வருடம் பழைய விஷயமாக இருக்கும்.

அன்றைக்கு நீங்கள் யோக்கியமாக ஒதுங்கிக்கொண்டால் நல்லது. ஒதுங்காமல் அந்த இளைஞர்கள் வாழ்க்கையில் தலையிட்டுக் கொண்டிருந்தால் என்ன ஆகும்? காலம் என்பது கண்ணில்லாத மிருகம். அதற்குக் குறுக்கே சென்றால் உங்களை முட்டித் தூக்கி வீசிவிட்டுச் செல்லும். அடிபட்டுக் கிடந்து புலம்பவேண்டியதுதான்.

ஆகவே ஒவ்வொரு மனிதனுக்கும் வாழ்க்கையின் ஒரு கட்டத்தில் துறவு தேவை. அதைத்தான் வானப்பிரஸ்தம் என்கிறார்கள். நீங்கள் இன்றைக்குப் படிப்பது எதற்காக? உங்களுக்கு எது உள்ளூர ஆசையோ அதற்காக இல்லை. உங்கள் குடும்பத்துக்காக. சமூகத்துக்காக. நாளைக்கு நீங்கள் வேலை செய்வதும் குடும்பத்துக்கும் சமூகத்துக்கும் தான். பல கட்டாயங்கள் இருக்கும் இல்லையா? அந்தக் கட்டாயங் களால் சில முக்கியமான விஷயங்களை நீங்கள் ஒத்திப்போடுவீர்கள். நாளைக்கு நாளைக்கு என்று தள்ளி வைப்பீர்கள். அந்த விஷயங்களை நீங்கள் செய்யவேண்டாமா? வாழ்க்கை திரும்ப வராது அல்லவா?

சுந்தர ராமசாமியின் நண்பர் ஒருவர் அமெரிக்காவில் அறிவியல் துறையில் பெரிய ஆய்வாளராக இருந்தார். கடுமையாக உழைத்து பல சாதனைகள் செய்தார். சட்டென்று ஒரு கட்டத்தில் எல்லாவற்றையும் விட்டுவிட்டு தன்னுடைய சொந்த ஊருக்கே வந்து ஒரு பள்ளிக்கூடம் நடத்த ஆரம்பித்தார். நான் அவரிடம் கேட்டேன் ஏன் இதைச் செய்கிறீர்கள் என்று. ‘இது என் ஆத்ம திருப்திக்கான வேலை. சயண்டிஸ்டாக நான் செய்யவேண்டியதை செய்துவிட்டேன். பிள்ளைகளுக்கு செய்யவேண்டியதை செய்துவிட்டேன். இனி எனக்கு செய்யவேண்டியதை நான் செய்யவேண்டும்’ என்றார். அதுதான் வானப்பிரஸ்தம்.

ஆம், ஒரு வாழ்க்கை துறவிலேதான் முழுமை அடையும். இருபது வயதிலே நீங்கள் கைகளை நீட்டி எல்லாவற்றையும் அள்ளி அள்ளி எடுக்கிறீர்கள். கல்வியை அள்ளுகிறீர்கள். வேலையை அள்ளுகிறீர்கள். அதிகாரத்தை அள்ளுகிறீர்கள். செல்வத்தை அள்ளுகிறீர்கள். புகழை அள்ளுகிறீர்கள். அதன் பின் ஒரு வயதில் அந்தக் கல்வி வேலை அதிகாரம் செல்வம் புகழ் எல்லாமே கனமாக ஆகும். நம் உடம்பு அந்த கனத்தைத் தாங்காது. அதற்குமேல் அவற்றை சுமந்துகொண்டிருந்தால் நரகம்தான். ஆகவே ஒவ்வொன்றாகத் துறக்கவேண்டும். அதுதான் வானப்பிரஸ்தம்.

காளிதாசனின் ரகுவம்சம் காவியத்தில் சாம்ராஜ்ஜியத்தை உருவாக்கிய திலீபன் தன்னுடைய மகன் வயது வந்ததும் நாட்டையும் பொறுப்புகளையும் மகனிடம் கொடுத்துவிட்டு வசிஷ்டரின் ஆசிரமத்துக்கு வந்து மாடுகளை மேய்த்துக்கொண்டு வாழ்கிறான் என்ற வருணனை வருகிறது. அப்படி ஒதுங்க முடிவது பெரிய மனபலம். அவனுக்கு நிம்மதி உண்டு.

நான் முதலிலே சொன்ன அந்தப் பாட்டுக்கு வருகிறேன். மனித வாழ்க்கையில் இரண்டு துறவு கண்டிப்பாகத் தேவை என்கிறது அந்தப்பாட்டு. அதில் ஒரு துறவு இதுதான். வானப்பிரஸ்தம் என்னும் துறவு. சரி, இன்னொரு துறவு என்ன?

நண்பர்களே, பிரம்மசாரி என்ற சொல்லுக்கு என்ன அர்த்தம்? பிரம்மசரிய விரதம் கொண்டவன் என்று அர்த்தம். பிரம்மத்தை உபாசிப்பது தவிர வேறேதும் செய்யாதவன் என்று சொல்லலாம். பிரம்மம் என்றால் கடவுள். இங்கே கல்விதான் கடவுள். ஆம், பிரம்மசாரி என்றால் கல்வியை மட்டுமே கடைப்பிடிப்பவன். அதுவும் ஒரு துறவுதான். என்னிடம் அந்த நாட்டுப்புறப் புலவர் சொன்னார். ‘ரெண்டு துறவறம் இருக்கு தம்பி... ஒண்ணு படிக்கிற காலத்திலே. ரெண்டு படிச்சதை எல்லாம் மறந்து கடைசிக்காலத்துக்கு வேண்டியத மட்டும் செய்ற காலத்திலே.’

உபநயனம் வரை பிள்ளைகளைக் கட்டுப்பாடில்லாமல் ஏன் வளர்த்தார்கள் தெரியுமா? அதன்பின் கல்வியைத் தவிர வேறு எதைப் பற்றியுமே நினைக்கக்கூடாது என்பதற்காகத்தான். பழையகால கட்டத்தில் பிரம்மசாரிகள் சுவையான உணவை உண்ணக்கூடாது. உயர்தரமான உடைகளை அணியக்கூடாது. வசதியான படுக்கைகளில் படுக்கக்கூடாது. ஒரு பற்றற்ற துறவி போலவே வாழ வேண்டும்.

விஷ்ணுபுராணத்தின்படி மூன்று விஷயங்களை பிரம்மசாரிகள் பேண வேண்டும். சௌசம், ஆசாரம், விரதம். உடலையும் மனதையும் சுத்தமாக வைத்துக்கொள்வது சௌசம். கட்டுப்பாடான வாழ்க்கை நெறிகளை ஆசாரம் என்றார்கள். புலன் இன்பங்களுக்கான நாட்டங்களை ஒடுக்கிக் கல்வியை மட்டுமே கவனிப்பதை விரதம் என்றார்கள்.

இதையெல்லாம் இப்போது சொன்னால் உங்களுக்கு வேடிக்கையாகத்தான் இருக்கும். பழைய சரக்கு என்பீர்கள். நானும் இதெல்லாம் இப்போது தேவை என்று சொல்ல வரவில்லை. பழையகாலம் பழைய காலம்தான். அது திரும்பி வராது.

ஆனால் நாம் படித்தவர்கள், சிந்திப்பவர்கள். அகழ்வாய்விலே ஒரு பழைய சிலை கிடைத்தால் அதற்கு என்ன அர்த்தம் என்று பார்ப்போம்

இல்லையா? அதைப்போல இதையும் நாம் ஆராய்ந்து பார்க்க வேண்டும்.

கல்விக்கு ஒரு தியாகம் தேவைப்படுகிறது. அந்தத் தியாகத்தைச் செய்யாமல் உண்மையில் எதையும் நாம் கற்றுக்கொள்ளமுடியாது. இதுதான் கல்விப்பருவத்தை ஒரு துறவுப்பருவமாக நம் முன்னோர் உருவாக்கியிருப்பதற்கான காரணம்.

நீங்கள் கற்கும் முறையான தொழிற்கல்வியை விட்டுவிட்டு வேறு வகையான கல்வியைப்பற்றி யோசியுங்கள். உதாரணமாக உங்களிலே ஒருவர் ஒரு சினிமா இயக்குநர் ஆகவேண்டும் என விரும்புகிறார் என்று வைத்துக்கொள்வோம். நீங்கள் என்ன செய்யவேண்டும்?

முதல் விஷயம் துறவுதான் நண்பர்களே. உங்கள் சுகபோகங்களைத் துறந்தே ஆகவேண்டும். அப்படித் துறவியாக ஆனபின்னர் அடுத்து ஒரு இயக்குநரின் கீழே சென்று சேரவேண்டும். ஆயிரம் வருடம் முன்னால் ஒரு குருகுலத்திற்கு எப்படி மாணவன் சென்றானோ அதேபோலத்தான் இங்கேயும் குருவுடன் சென்று சேரவேண்டும். பழைய குருகுல அமைப்பில் குருவின் கூடவே இருக்கவேண்டும். குருவுக்கு சேவை செய்யவேண்டும். குரு திட்டினாலும் அடித்தாலும் விட்டுவிடக் கூடாது. குரு செய்வதை நீங்களும் செய்யவேண்டும். அப்படித்தான் கற்றுக்கொள்ள முடியும். இன்றும் சினிமாவிலே அப்படித்தான்.

என்னுடைய இளம்நண்பர் ஒருவர் பொறியியல் படித்துவிட்டு கணிப்பொறித் துறையிலே வேலை பார்த்தார். அவருக்குத் திரைப்படத்துறை மேல் பெரும் மோகம். அவரை இன்றைய முக்கிய மான இயக்குநர் ஒருவரிடம் உதவி இயக்குநராக சேர்த்துவிட்டேன். பொறியியலாளராக இருந்தபோது சொகுசாக வாழ்ந்தவர் அவர். சோம்பேறியும்கூட. எப்படி வேலைசெய்யப்போகிறாரோ என்று நினைத்திருந்தேன்.

ஆனால் அவர் வேலைசெய்வதைப்பார்த்து எனக்கே பிரமிப்பாக இருந்தது. ஒருநாள் அவர் சொன்னார். ‘சார் நான் நேற்று ராத்திரி முழுக்க இசையமைப்பாளருடன் இருந்தேன். அதிகாலை நான்கு மணிக்கு வீட்டுக்குச் சென்றேன். இரண்டுமணிநேரம் தூங்கிவிட்டு நேராக அலுவலகம் வந்தேன். இரவு வரை இங்கே வேலை. இரவில் மீண்டும் ஒலிப்பதிவுக்குச் செல்வேன். இப்படித்தான் ஒருமாதமாக வேலை செய்கிறேன். என்ன சாப்பிட்டேன் என்றே தெரியவில்லை. என்ன உடை அணிகிறேன் என்ற ஞாபகமே இல்லை. சார் கண்ணாடியில் முகம்பார்த்தே இரண்டுவாரமாகிறது...’

‘கஷ்டமாக இருக்கிறதா?’ என்றேன் ‘சார், இப்போதுதான் வாழ்க்கையி லேயே மகிழ்ச்சியாக இருக்கிறேன். இந்த ஒரு மாசத்திலே நான்

கற்றுக்கொண்டது மொத்த வாழ்க்கையிலும் கற்றுக்கொண்டதை விட அதிகம். கற்றுக்கொள்வதை விட சந்தோஷமானது உலகத்தில் வேறு எதுவுமே இல்லை சார்...' சட்டென்று சோர்ந்து '...ஆனா கிட்டதட்ட இருபத்திரண்டு வருசம் பள்ளிக்கூடத்திலும் கல்லூரியிலும் படித்த போது கற்றுக்கொள்வதன் சந்தோஷத்தை அனுபவிக்கவே இல்லை சார்.'

'அந்த சந்தோஷத்தை அனுபவிக்கவில்லை என்றால் நீங்கள் கற்றுக் கொள்ளவில்லை என்றுதான் அர்த்தம்' என்றேன். 'ஆமா சார்... வாழ்க்கையிலே பெரும்பகுதி வீணாப்போச்சு' என்றார். 'நல்லவேளை மிகவும் பிந்திவிடவில்லை' என்றேன்.

கிட்டதட்ட இதே விஷயத்தை கொஞ்சநாள்முன் அமெரிக்கா சென்றிருந்தபோது என் வாசகி ஒருவர் சொன்னார். கணக்கியல் துறையில் உயர்கல்வி கற்றவர் அவர். ஆனால் ஒரு நிறுவனத்தில் சேர்ந்து முன்னோடியான 'ஒரு கணக்கியலாளரிடம் பணியாற்றிய போதுதான் கற்றுக்கொள்ளவே ஆரம்பித்தேன். அப்போதுதான் நான் நானாக உருவானேன்' என்றார்.

வாழ்க்கையில் எதையாவது சாதித்த ஒவ்வொருவருக்கும் இதேபோல ஒரு குருகுலப்பருவம் இருக்கும். அது ஒரு துறவு வாழ்க்கையாக இருக்கும். கல்வியை மட்டுமே உபாசனை செய்யும் பிரம்மசரிய வாழ்க்கையாக இருக்கும் அது.

ஆனால் நம்முடைய சமூகம் இன்று எப்படி குழந்தைப்பருவத்தை அழித்திருக்கிறதோ அதைப்போல கல்விப்பருவத்தையும் அழித்து விட்டிருக்கிறது. இன்று நாம் கல்வியை ஒரு தவமாகக் கற்கிறோமா? அதற்காக எதையாவது துறக்கிறோமா?

நம்முடைய கல்வி நிறுவனங்களில் 'பயிற்சி' (training) யைத்தான் அளிக்கிறார்கள். 'கல்வியை' (education) அல்ல. கல்வியை ஒரு துறவாக ஒரு தவமாக மட்டுமே அடைய முடியும். சிலசமயம் நீங்கள் இருபது வருடம் கல்விநிறுவனங்களில் படிப்பீர்கள். நீங்கள் கல்வி பெறுவது ஆறுமாதகாலம்கூட இருக்காது. அந்த ஆறுமாதக் கல்வியை வைத்துக்கொண்டுதான் மிஞ்சிய வாழ்க்கையை முழுக்க நீங்கள் சந்திக்கிறீர்கள். இதுதான் உண்மை.

நமக்கு இன்று தேவையாக இருப்பது முதலில் நம் பிள்ளைகளுக்கு உண்மையான குழந்தைப்பருவம். அந்தக் குழந்தைப்பருவம் முடிந்ததும் அதற்குத் தேவை உண்மையான கல்விப்பருவம். அக்குழந்தையின் இயல்புக்கு ஏற்ற கல்வி. முழு ஈடுபாட்டுடன் பிற அனைத்தையும் துறந்து அது கற்கும் கல்வி. அதாவது பிரம்மசரியம்.

இன்று நமக்கு நம்முடைய அமைப்பு இவற்றை அளிப்பதில்லை. ஆகவே நாம்தான் இதை தேடிக்கொள்ளவேண்டும். இந்தக் கல்வியை கல்வி என நினைக்காதீர்கள். இது ஒரு சான்றிதழ் மட்டுமே. இதை வைத்துக்கொண்டு நீங்கள் ஒன்றும் செய்யமுடியாது. இது ஒரு தொடக்கத்தை மட்டுமே அளிக்கும்.

இன்னும் சொல்லப்போனால் இந்த சான்றிதழ் என்பது ஒரு பூணூல். இந்த சான்றிதழ் கையில் கிடைப்பதுதான் உபநயனம். இனிமேல்தான் கல்விப்பருவம் ஆரம்பம். இனிமேல்தான் நீங்கள் பிரம்மசாரிகள். முன்பெல்லாம் உபநயனம் ஒருவாரம் நடக்கும். இப்போது இருபது வருடம் நீளமாக நடக்கிறது என்று வைத்துக்கொள்வோம்.

இனிமேல் ஒரு பிரம்மசரியத்தை நீங்கள் கடைப்பிடித்தாகவேண்டும். உங்கள் துறையைத் தேர்ந்தெடுக்கவேண்டும். உங்கள் குருகுலத்தைக் கண்டுபிடிக்கவேண்டும். அந்த குருகுலத்தில் உங்களை முழுமையாக அர்ப்பணிக்கவேண்டும். அதற்காகப் பிற அனைத்தையும் துறந்து ஒரு துறவுவாழ்க்கையை வாழவேண்டும். அங்கே கற்றதுதான் உங்களுடைய கல்வி. அங்கேதான் நீங்கள் நீங்களாக ஆவீர்கள்.

அதுதான் நாம் நம்முடைய பாலியத்தில் இருந்து கரையேறும் இடம். அதுதான் நம்முடைய சுய அடையாளத்தின் தொடக்கம். அப்படி ஒன்றுக்காகத் தேடுங்கள்.

நன்றி.

(சென்னை எஸ்.ஆர்.எம் பல்கலையில் ஆற்றிய உரை)

www.ingramcontent.com/pod-product-compliance
Lightning Source LLC
LaVergne TN
LVHW102350051026
849518LV00017B/1999
* 9 7 8 8 1 8 4 9 3 6 4 5 2 *